INSIGHT PUBLICA®

പി.എൻ. പണിക്കർ
ഗ്രന്ഥപ്പുരയുടെ പെരുന്തച്ചൻ

കെ. പി. വിജയൻ

INSIGHT PUBLICA®

INSIGHT PUBLICA
Nadakkavu, Kozhikode, Kerala
www.insightpublica.com
e-mail: insightpublica@gmail.com

PN Panickar
Grandhapurayude Perunthachan
(Malayalam)
KP Vijayan
First Insight Edition: March 2016
Second Edition: January 2017
This Edition: October 2021

ISBN 978-93-85899-10-2

സമാനതകളില്ലാത്ത
പൊതുജീവിതത്തിന്റെ മാതൃക

കേരള ഗ്രന്ഥശാലാ പ്രസ്ഥാനത്തിന്റെ സ്ഥാപകസ്ഥാനീയനും നാടിനെ സാക്ഷരതയിലേക്ക് നയിക്കാൻ ജീവിതം മാറ്റി വെയ്ക്കുകയും ചെയ്ത് എക്കാലത്തെയും പൊതുപ്രവർത്തനത്തിന്റെ ഉദാത്തമാതൃകയായ പണിക്കർ സാറിനെ പുതിയ തലമുറ അറിഞ്ഞ് അനുവർത്തിക്കേണ്ടതുണ്ട്.
പൊതുജീവിതത്തിന്റെ മുഖ്യധാരയിൽ പ്രച്ഛന്നവേഷങ്ങൾക്ക് സ്വീകാര്യതയേറുന്നകാലത്ത് സമാനതകളില്ലാത്ത പൊതുജീവിതത്തിന്റെ മാതൃകയായിരുന്നു പി.എൻ പണിക്കർ.
ഗ്രന്ഥശാലാ പ്രസ്ഥാനത്തിന്റെ ചരിത്രവും മലയാളി വായിച്ചു വളർന്ന നാൾവഴികളും ഇവിടെ കൃത്യമായി അടയാളപ്പെടുത്തുന്നു.
സഹൃദയരായ വായനക്കാർ സ്വീകരിക്കുമെന്ന പ്രത്യാശയോടെ....

സുമേഷ് ഇൻസൈറ്റ്

ആലുള്ളതിൽ മാധവൻമാസ്റ്ററുടേയും വിളയാട്ട്യേരി മാധവിയുടേയും മകനായി കോഴിക്കോട് ജില്ലയിലെ കണ്ണാടിപ്പൊയിൽ ജനനം. കോഴിക്കോട് സർവ്വകലാശാലയിൽ നിന്ന് സാമ്പത്തിക ശാസ്ത്രത്തിൽ ബിരുദം നേടി. നാലുവർഷം അധ്യാപകനായി ജോലി ചെയ്തു. തുടർന്ന് റവന്യൂ വകുപ്പിലും. കമേഴ്സ്യൽ ടാക്സിൽ ക്ലാർക്കായി വിരമിച്ചു. സ്റ്റേറ്റ് റിസോഴ്സ് സെന്ററിന്റെ ഏറ്റവും നല്ല സാക്ഷരതാ പുരസ്കാരം പി.എൻ പണിക്കരിൽ നിന്ന് ലഭിക്കുകയുണ്ടായി. കേരളഗ്രന്ഥശാല പ്രസ്ഥാനം ഇന്നലെ -ഇന്ന്, കുട്ടികളുടെ കലണ്ടർ തുടങ്ങിയ കൃതികളുടെ കർത്താവാണ്.

ഇരുപത് വർഷത്തിലേറെയായി കണ്ണാടിപ്പൊയിൽ യുവജനവായനശാലയുടെ പ്രസിഡണ്ടും ഗ്രന്ഥശാലാ പ്രവർത്തകനുമാണ്.

1990 മുതൽ ആനുകാലികങ്ങളിൽ എഴുതുന്നു.

ഭാര്യ: ഷീല, മകൾ : ആതിര

കെ. പി. വിജയൻ
വിളയാട്ട്യേരി
കണ്ണാടിപൊയിൽ 673 612
ഫോൺ : 9400403221

കെ.പി. വിജയൻ

ഉള്ളടക്കം

ആമുഖം

മലയാളി അഭിമാനിക്കുന്ന സൗഭാഗ്യങ്ങൾ നേടിത്തന്നതാരെല്ലാം? അവരനുഭവിച്ച ത്യാഗങ്ങളെന്തെല്ലാം? നമ്മുടെ ചരിത്രവും സംസ്കാരവും ഇന്നെവിടെ എത്തിനിൽക്കുന്നു? എന്നിവയെക്കുറിച്ചെല്ലാമുള്ള അറിവുകൾക്ക് സവിശേഷമായ പ്രസക്തിയുണ്ട്. ഒരു ജനതയെന്ന നിലയിൽ നാമെവിടെനിന്ന് വന്നു? ലോകത്തിന് നാം മാതൃകയായ തെങ്ങിനെയെന്നും നമ്മുടെ സമൂഹം ഏതേത് ഘട്ടങ്ങളിലൂടെ കടന്ന് വന്നു എന്നു പുതിയ തലമുറ അറിഞ്ഞിരിക്കണം.

സമകാലിക പ്രശ്നങ്ങളെ പ്രതിരോധിക്കാൻ ആദ്യം ഭൂതകാലത്തെ അപഗ്രഥിക്കേണ്ടതുണ്ട്. ഇന്നലെയുടെ ചൈതന്യം ഉൾക്കൊണ്ടേ ഇന്നിന്റെ കടമകൾ നിർവ്വഹിക്കാൻ കഴിയൂ. പാരമ്പര്യങ്ങളെ വിസ്മൃതിയിലേക്ക് തള്ളാനും അധിനിവേശ സംസ്ക്കാരത്തിന്റെ സമ്പന്നതയിലേക്ക് ചേക്കേറാനും വായനയിലൂടെ സഹകരണത്തിലൂടെയും മലയാളി നേടിയെടുത്തതിനെയെല്ലാം വെല്ലുവിളിക്കുകയാണ്. ദൈവത്തിന്റെ സ്വന്തം നാടെന്ന പഴകിയ പല്ലവി അതിന്റെ എല്ലാവിധ കോമാളിത്തങ്ങളോടെയും നമ്മെ പരിഹസിക്കുകയാണ്.

ദൃശ്യവിസ്മയങ്ങളുടെ അതിപ്രസരത്തിൽ മലയാളിയുടെ ബൗദ്ധികതലം അടിയറവ് പറയുകയും ചെയ്തിരിക്കുന്നു. വിരൽത്തുമ്പിലെ വിവര സാങ്കേതിക വിദ്യ മേദസ്സ് കൊഴുപ്പിക്കുന്നതിനപ്പുറം മലയാളിക്ക് കൊടുത്ത സൗഭാഗ്യങ്ങളെന്ത് എന്ന് പുനരാലോചിയ്ക്കേണ്ടിയിരിക്കുന്നു.

ഗൗരവമേറിയ പ്രതിസന്ധികളെ അഭിമുഖീകരിച്ചുകൊണ്ടാണ് സമകാലിക കേരളം ജീവിക്കുന്നത് എന്ന വസ്തുത ഇപ്പോൾ ഒരു പുതിയ വാർത്തയല്ല. ലഹരിയുടെ അരാജകത്വത്തിലാറാടി ഇവിടത്തെ യൗവ്വനം കീഴടങ്ങിയിരിക്കുന്നു. ഇരകളുടെ കരൾ പിളർന്ന് ജീവതേജസ്സൂറ്റുന്ന മാഫിയാ വാഴ്ചയിൽ ഗ്രാമ നഗര ഭേദമന്യേ മലയാളക്കര വിറങ്ങലിച്ച് നിൽക്കുകയും ചെയ്യുന്നു. കേരളീയ സമൂഹത്തിന്റെ നീതിബോധം തലകീഴായി മാറുന്ന കാഴ്ചകണ്ട് ഉള്ളുലയാത്തവരായി ആരുണ്ടിവിടെ? ഒരു നിമിഷത്തെ മൗനത്തിനുപോലും കനത്ത വില നൽകേണ്ടി വരുമെന്നറിഞ്ഞിട്ടുപോലും ഈ ആസുരതകളോട് സമരസപ്പെടുന്നു. നിസ്സംഗരും നിശ്ചേഷ്ടരുമായി ലോകത്തെ വീക്ഷിക്കുന്നവർക്കാണ് സമൂഹത്തിൽ ഭൂരിപക്ഷം ലഭിക്കുന്നത്. കേരളീയ ജീവിതത്തിന് അനുദിനം പരിക്കുകളേൽക്കുകയാണെന്ന യാഥാർത്ഥ്യം അപ്രിയമെങ്കിലും അനിഷേധ്യമാണ്.

കലയും സാഹിത്യവും പുസ്തകവായനയും ചർച്ചയും സംവാദവുംകൊണ്ട് അരങ്ങുണർന്നുനിന്നൊരു കാലം നമുക്കുണ്ടായിരുന്നു. വായന വളർച്ചയുടെ വഴിത്താരയാണെന്നും അതിന് കാലദേശങ്ങളോ പ്രായഭേദങ്ങളോ ഇല്ലെന്നും നമുക്ക് മുൻപ് കടന്നുപോയവർ പറഞ്ഞുതന്നു. ഓരോ വായനയും ഓരോ അനുഭവമായും അറിവായും നമ്മിലേക്ക് ചേക്കേറുകയാണെന്നും അവർ ഓർമ്മിപ്പിച്ചു.

ദൃശ്യസംവേദനത്തിനു കൈവന്ന സ്വീകാര്യത മലയാളിയെ ഒന്നിനും സമയമില്ലാത്തവനാക്കി മാറ്റിക്കഴിഞ്ഞു. അച്ചടി മാധ്യമത്തിന്റെ ചോദ്യം ചെയ്യപ്പെടാത്ത കരുത്തിനെ ഇലക്ട്രോണിക് ദൃശ്യമാധ്യമങ്ങൾ വെല്ലുവിളിക്കുകയും പൊതുസമൂഹത്തെയും വിദ്യാർത്ഥികളെയും അവരുടെ ആകർഷണ വലയത്തിലാക്കുകയും ചെയ്യുന്നു. മദ്യത്തിനും ലഹരിക്കും അടിമയാകുന്നത് പോലെ സമൂഹത്തെ തളച്ചിടാൻ അവർക്ക് കഴിയുന്നു. അച്ചടിച്ച പുസ്തകങ്ങൾ നമ്മുടെ വിചാരമണ്ഡലത്തിൽ പുതിയ ഉണർവ്വുണ്ടാക്കുമ്പോൾ ദൃശ്യമാധ്യമങ്ങൾ വികാരമണ്ഡലത്തെ ഭ്രമിപ്പിക്കുന്നു. നമ്മുടെ ബുദ്ധിപരമായ വ്യാപാരം നിശ്ചലമാകുന്നു. ഒരഞ്ചുമിനിട്ട് ഒഴിവുകിട്ടിയാൽ മൊബൈൽഫോൺ വയർ ചെവിയിൽ കണക്ട് ചെയ്യുന്നവനോട് പാത്തുമ്മയുടെ ആടിനെക്കുറിച്ച് ചോദിച്ചാൽ കിട്ടുന്ന മറുപടിയെന്താകും?

അനുഭവങ്ങളുടെ തീച്ചൂളയിൽ പാകപ്പെട്ട മനസ്സുമായി ചില കാലങ്ങളിൽ ചില ആളുകൾ നമുക്ക് മുന്നിൽ പ്രതിഷേധത്തിന്റെയും പ്രതിരോധത്തിന്റെയും ഉറച്ച ആത്മബലവുമായി പ്രത്യക്ഷപ്പെടാറുണ്ട്. സുരക്ഷയും സമത്വബോധവുമൊക്കെ അപ്രത്യക്ഷമാവുകയോ ആവശ്യമായി വരികയോ ചെയ്യുമ്പോഴായിരിക്കും ഈ അനിവാര്യമായ അവതാരങ്ങൾ സംഭവിക്കുന്നത്.

അറിഞ്ഞത് പോരാ എന്ന ഒരേ ഒരു സങ്കടം മാത്രം സങ്കടമായി കണ്ട് ആരവങ്ങളില്ലാതെ നടന്ന് എത്തുന്നിടത്തെല്ലാം വെളിച്ചം പരത്തുകയും ചെയ്ത അത്യപൂർവ്വം മനുഷ്യമാതൃകകളിൽ ഒന്ന് നമുക്കിടയിൽ ജീവിച്ചിരുന്നു. അക്ഷരം അറിവും അഗ്നിയും ആയുധവുമാണെന്ന് തിരിച്ചറിഞ്ഞ് കാലത്തിനുംമുമ്പേ നടന്ന പി.എൻ. പണിക്കർ എന്ന പുതുവായിൽ നാരായണപണിക്കർ.

ഒരു ജനതയുടെ ഭാഗ്യാതിരേകംകൊണ്ട് വല്ലപ്പോഴുമൊരിക്കൽ പിറവിയെടുക്കുന്ന ഒരു അക്ഷര നക്ഷത്രം. എക്കാലത്തെയും പൊതുപ്രവർത്തനത്തിന്റെ ഏറ്റവും ഉദാത്തമായ മാതൃക. അസാധാരണമായ ആ വ്യക്തിത്വത്തിന്റെ ജീവിത ദർശനങ്ങൾ പുതിയ തലമുറ പ്രത്യേകിച്ച് പൊതുരംഗത്ത് പ്രവർത്തിക്കുന്നവർ അറിയേണ്ടതും ഉൾക്കൊള്ളേണ്ടതുമുണ്ട്. വായനയ്ക്കു ശേഷം ഓർമകളുടെ ഏതെങ്കിലും കോണിൽ അലസമായി ഉപേക്ഷിക്കാവുന്നതല്ല ഇതിലെ യാഥാർത്ഥ്യങ്ങൾ.

കറപുരളാത്ത വ്യക്തിത്വങ്ങൾ ഏറെക്കുറെ അന്യം നിന്നുപോയ നാടാണ് നമ്മുടേത്. വർത്തമാന കാലത്തിന്റെ ഏറ്റവും വലിയ ദുര

ന്തവും അതുതന്നെ. നാടിനെ ഇരുളിൽ നിന്ന് വെളിച്ചത്തിലേക്കും ജീർണ്ണതയിൽ നിന്ന് ചൈതന്യത്തിലേക്കും നയിക്കുന്നതിന് ഒരു ജന്മം നീക്കിവെച്ച് സ്വയം ഉരുകിത്തീർന്ന സഫലവും സേവനനിരതവുമായ ജീവിതം നയിച്ച പണിക്കർ സാറിനെ ഇനിയും അടയാളപ്പെടുത്താൻ കഴിയാതെ പോയാൽ അത് നമ്മോടുതന്നെ കാണിക്കുന്ന അനീതി യായിരിക്കും.

കേരളത്തിലെ പൊതുമണ്ഡലത്തിൽ പ്രസ്ഥാനതുല്യമായ സ്ഥാന മലങ്കരിച്ച് സ്വന്തം വാക്കിനെ ജീവിതം കൊണ്ട് പൂരിപ്പിച്ച മൂല്യസമുച്ച യത്തിന്റെ പ്രയോഗസാക്ഷിയായ ഒരു മനുഷ്യൻ. അക്ഷരം ആയുധ മാക്കി ദീർഘവീക്ഷണത്തോടെയുള്ള കർമ്മപദ്ധതികളുമായി ഒരു കാലഘട്ടത്തിന്റെ മനസ്സിനെ പാകപ്പെടുത്തിയ പുതുവായിൽ നാരായണ പണിക്കർ എന്ന പി.എൻ. പണിക്കർ. 1909 മുതൽ 1995 വരെയുള്ള മനു ഷ്യജീവിതത്തിന്റെ കേവലമായ ഒരു പേരുമാത്രമല്ല മലയാളിക്കും ചരി ത്രത്തിനും പി.എൻ.പണിക്കർ.

വായനകേവലമായ അറിവിന്റെയും വ്യക്തിപരമായ അനുഭൂതിയു ടെയും ലോകമല്ലെന്നും വായനയ്ക്ക് ലക്ഷ്യമുണ്ടെന്നും വായനയിലൂടെ സ്വായത്തമാകുന്ന ആശയങ്ങൾ സാമൂഹിക പരിവർത്തനത്തിനുള്ള ആയുധങ്ങൾ കൂടിയാണെന്നും മലയാളി തിരിച്ചറിഞ്ഞത് ഈ ഗുരുമു ഖത്ത് നിന്നാണ്. ''ശുദ്രമക്ഷര സംയുക്തം ദുരതഃ പരിവർജയേത്'' എന്ന് മനനമായെങ്കിലും പൂണൂൽ പിടിച്ച് ജപിക്കുന്നവർ വാണരുളുന്ന നാട്ടിലെ നെഞ്ചുകീറുന്ന നിലവിളികളിൽ നിന്ന് വരാനിരിയ്ക്കുന്ന കാലത്തെ വായിച്ചെടുക്കുകയായിരുന്നു ഇദ്ദേഹം. കാലത്തിന്റെ ജീർണ്ണ തകളെ വകഞ്ഞുമാറ്റി ബോധത്തെളിമയിൽ ഒരു പുതിയ മനസ്സ് പകരം വെക്കാനുള്ള അന്വേഷണമായിരുന്നു ഇത്. തത്വചിന്താപരമായ കാഴ്ച പ്പാടുകളെ പേനയുന്തി അഭിരമിയ്ക്കുന്നതിലല്ല മറിച്ച് അതിന് സ്വന്തം ചോര നൽകി ചൈതന്യവൽക്കരിക്കും വിധം നടന്നുജീവിയ്ക്കുക എന്നതായിരുന്നു അദ്ദേഹം ഏറ്റെടുത്ത ദൗത്യം. അതുകൊണ്ടുതന്നെ മലയാളിയുടെ ഭൂതവും വർത്തമാനവും അദ്ദേഹത്തോട് ഏറെ കടപ്പെ ട്ടിരിക്കുകയും ചെയ്യുന്നു.

പി.എൻ. പണിക്കർ
ഗ്രന്ഥപ്പുരയുടെ പെരുന്തച്ചൻ

കാലഘട്ടം:

ഇരുപതാം നൂറ്റാണ്ടിന്റെ തുടക്കത്തിൽ തിരുവിതാംകൂറിൽ രാജവാഴ്ചയുടെ പ്രതാപകാലമായിരുന്നു. അതിവ്യാപകമായ രാഷ്ട്രീയ പരിവർത്തനത്തിന്റെയും സാമൂഹിക മാറ്റത്തിന്റെയും നാളുകൾ കേരളം പിന്നിട്ടുവരുന്ന ഒരു കാലഘട്ടം. ബ്രിട്ടീഷ് മേൽക്കോയ്മ സ്വീകരിച്ച ദക്ഷിണേന്ത്യയിലെ ഏറ്റവും ജനബഹുല്യമുള്ള നാട്ടുരാജ്യമായിരുന്നു തിരുവിതാംകൂർ. രാജവാഴ്ചക്കെതിരെ ജനകീയ അവകാശങ്ങൾ സ്ഥാപിച്ചു കിട്ടാൻ വേണ്ടിയുള്ള പ്രക്ഷോഭങ്ങൾ ബ്രിട്ടീഷ് സാമ്രാജ്യത്വത്തിനെതിരെ നടന്നുവന്ന ദേശീയസമരവുമായി ലയിച്ചു ചേരാൻ തുടങ്ങിയ നാളുകൾ. ഇരുപതാം നൂറ്റാണ്ടിന്റെ ആദ്യത്തെ മൂന്ന് ദശകങ്ങളിലാണ് സാമൂഹിക പരിവർത്തനങ്ങളുടെ ശക്തമായ അലയൊലികൾ കേരളത്തിൽ മുഴങ്ങിക്കേട്ടത്. കേരളത്തിലെന്നല്ല ഇന്ത്യയിലൊട്ടാകെയും നിരവധി സാരവത്തായ പരിവർത്തനങ്ങൾക്ക് സാക്ഷ്യം വഹിച്ച കാലമായിരുന്നു അത്.

കേരളീയ നവോത്ഥാനത്തിന്റെ ചരിത്രത്തിൽ സുപ്രധാനമായ ദിശാവ്യതിയാനങ്ങൾക്ക് തുടക്കം കുറിച്ചതും ഈ കാലയളവിലാണ്. ഇതിന്റെ തുടർചലനമെന്നോണം പുതിയ ആകാശവും പുതിയ ഭൂമിയും സ്വപ്നം കാണുകയായിരുന്നു മനുഷ്യൻ.

വൈദേശിക രാജാധിപത്യത്തിന്റെ ചൂഷണങ്ങൾക്കും അടിമത്ത്വത്തിനുമെതിരെ തിരുവിതാംകൂർ, കൊച്ചി പ്രദേശങ്ങളിൽ ഉടലെടുത്ത സാമൂഹിക പരിഷ്കരണങ്ങളാണ് പുതിയ മാറ്റങ്ങൾക്ക് തുടക്കമിടുന്നത്. വിദേശ ഭരണത്തിനെതിരെ രൂപം കൊണ്ട ദേശീയ പ്രസ്ഥാനത്തിന്റെ ധാരയിലേക്ക് മലബാറും എത്തിപ്പെടുകയായിരുന്നു. എന്നിരുന്നാലും ജാതിക്കെതിരായും സവർണ്ണാധിപത്യത്തിനെതിരായും ഉള്ള പ്രവർത്തനങ്ങൾ മറ്റു നാട്ടു രാജ്യങ്ങളെ പോലെ മലബാറിൽ ശക്തിയാർജ്ജിച്ചിരുന്നില്ല. മലബാർ ബ്രിട്ടീഷുകാരുടെ നേരിട്ടുള്ള ഭരണത്തിൻ കീഴിലും തിരുവിതാംകൂർ കൊച്ചി എന്നീ നാട്ടുരാജ്യങ്ങൾ ബ്രിട്ടീഷുകാരാൽ നിയന്ത്രിക്കപ്പെടുന്ന രാജാക്കന്മാരുടെ ഭരണത്തിൽ കീഴിലുമായിരുന്നു. രാഷ്ട്രീയ സാഹചര്യങ്ങൾ സമാനമായിരുന്നെങ്കിൽ പോലും മലബാറിലെ ജനങ്ങളുടെ ജീവിത വീക്ഷണവും സാമൂഹ്യഘടനയും തികച്ചും വിഭിന്നമായിരുന്നു. മത സാമൂദായിക പാരമ്പര്യങ്ങൾ ഊട്ടിവളർത്തിയ സംസ്കാരവും രാജവാഴ്ചയും ബ്രിട്ടീഷ് അധീശത്വവും ആത്യന്തികമായി ജീർണ്ണതയ്ക്ക് മാത്രമേ വഴി തുറന്നിരുന്നുള്ളൂ.

ജാതിയുടെ കെടുതികൾക്കെതിരെ സമൂഹത്തിലെ ഉദ്ബുദ്ധവിഭാഗം പ്രക്ഷോഭങ്ങൾ സംഘടിപ്പിക്കുകയും അനാചാരങ്ങളും ദുരാചാരങ്ങളും അകറ്റപ്പെടേണ്ടതാണെന്ന വിചാരം പ്രബലമാകുകയും ചെയ്യുന്നുണ്ടായിരുന്നു. സംഘടനയിലൂടെ ശക്തി നേടാനും ആ ശക്തിയിലൂടെ സമൂഹത്തിൽ സ്വന്തം സാന്നിദ്ധ്യം ഉറപ്പിച്ചെടുക്കാനും ഓരോ ജാതിയും കോപ്പുകൂട്ടുകയും ചെയ്തു. പുനർ വിചിന്തനവും പൊളിച്ചെഴുത്തും കൊണ്ട് പ്രക്ഷുബ്ദ്ധമായിരുന്നു അന്തരീക്ഷം.

പത്തൊമ്പതാം നൂറ്റാണ്ടിൽ ശ്രീനാരായണഗുരുവിന്റെ നേതൃത്വത്തിൽ ദേശീയ സ്വാതന്ത്ര്യത്തിനും ജനാധിപത്യത്തിനും വേണ്ടിനടന്ന രാഷ്ട്രീയ മുന്നേറ്റങ്ങളും പൊതുജീവിതത്തെ ഇളക്കി മറിയ്ക്കുകയായിരുന്നു. ഈഴവർക്ക് പൊതുവിദ്യാലയത്തിൽ പ്രവേശനം അനുവദിയ്ക്കണമെന്നും തിരുവിതാംകൂറിലെ സർക്കാർ സർവ്വീസിൽ ജോലി നൽകണമെന്നും ആവശ്യപ്പെട്ടുകൊണ്ട് സർക്കാരിനു നൽകിയ നിവേദനം 1900 ലെ 'ഈഴവ മെമ്മോറിയൽ' എന്ന പേരിൽ ചരിത്രത്തിന്റെ ഭാഗമാവുകയും ചെയ്തു. നൂറ്റാണ്ടുകളായി ജന്മിത്തവും ജാതീയതയും പകുത്തെടുത്ത കേരളത്തിലേക്ക് നവോത്ഥാന ചിന്തകളും പ്രവർത്തനങ്ങളും കടന്നുവരികയായിരുന്നു. സ്വാതന്ത്ര്യം, ജനാധിപത്യം, മതേതരത്വം, സാഹോദര്യം, അറിവിന്റെ സാർവ്വത്രികത, സർവ്വോപരി മാനവികത എന്നിവ നവോത്ഥാന ചിന്തകളുടെ സംഭാവനകളുമായിരുന്നു. സാമൂഹികനീതിയ്ക്കും അഭിപ്രായ സ്വാതന്ത്ര്യത്തിനും വേണ്ടി വക്കം മുഹമ്മദ് അബ്ദുൽ ഖാദർ മൗലവി തുടങ്ങിവെച്ച 'സ്വദേശാഭിമാനി' കെ. രാമകൃഷ്ണപിള്ള പത്രാധിപരായതോടെ കേരളത്തിന്റെ രാഷ്ട്രീയ ചരിത്രത്തിൽ പുതിയ അധ്യായങ്ങൾ എഴുതിച്ചേർക്കുകയായിരുന്നു. രാജവാഴ്ചയോടുള്ള പൊതുസമൂഹത്തിന്റെ സമീപനത്തിൽ

ഒരു പുനർവിചിന്തനം പ്രത്യക്ഷമായി അനുഭവപ്പെടുന്ന സന്ദർഭമായിരുന്നു ഇത്.

ചരിത്രത്തിൽ മലയാളി മെമ്മോറിയലിന്റെ സ്ഥാനം വിദേശീയ ഉദ്യോഗസ്ഥന്മാരുടെ എണ്ണം കുറയ്ക്കുന്നതിലും സ്വദേശീയരുടെ എണ്ണം വർദ്ധിപ്പിക്കുന്നതിലും മാത്രമായി ഒതുങ്ങുന്നില്ല. കേരളത്തിലെ പ്രഥമ ബഹുജനപ്രക്ഷോഭം എന്ന നിലയിൽ ജനാധിപത്യപ്രക്രിയയുടെ തുടക്കം കുറിച്ചു എന്നതാണതിന്റെ ചരിത്ര പ്രാധാന്യം.

1901 ൽ തിരുവനന്തപുരത്തു നിന്ന് കെ. രാമകൃഷ്ണപിള്ളയുടെ പത്രാധിപത്യത്തിൽ കേരളപഞ്ചിക മാസിക ആരംഭിക്കുകയും ശ്രീ പത്മനാഭസ്വാമി ക്ഷേത്രത്തിലെ ഉത്സവങ്ങളിലും എഴുന്നെള്ളത്തുകളിലും നായർ സ്ത്രീകൾ മാറുമറയ്ക്കാതെ അകമ്പടി സേവിക്കണമെന്ന ഏർപ്പാടിനെ ചോദ്യം ചെയ്യുകയും ചെയ്തു. തിരുവിതാംകൂറിൽ ജനപ്രതിനിധിസഭ ഏർപ്പെടുത്തി രാജഭരണത്തിൽ ജനങ്ങൾക്കും പങ്കുവേണമെന്ന് ആദ്യമായി ശബ്ദിച്ചതും ഈ പത്രത്തിലൂടെയായിരുന്നു.

രാഷ്ട്രീയ രംഗത്തെന്നപോലെ സാഹിത്യരംഗത്തും ശ്രദ്ധേയമായ മാറ്റങ്ങൾ ഈ കാലയളവിൽ നടക്കുന്നുണ്ടായിരുന്നു. 1906 ൽ മഹാകവി കൊടുങ്ങല്ലൂർ കുഞ്ഞിക്കുട്ടൻ തമ്പുരാൻ മഹാഭാരതത്തിന്റെ മലയാളം പരിഭാഷ പ്രസിദ്ധീകരിച്ചു. നാടുവാഴിത്തത്തിന്റെ പ്രധാന സംവേദനരൂപവും വിനോദവുമായിരുന്ന കവിതയിൽ മാറ്റങ്ങൾ പ്രത്യക്ഷപ്പെട്ടുതുടങ്ങി. പൗരാണിക വിഷയങ്ങളെ ആസ്പദമാക്കിയും പുരാതനമായ സാഹിത്യനിയമങ്ങളേയും സങ്കേതങ്ങളേയും അനുസരിച്ചും എഴുതിയ പാട്ടുകൾക്കും പ്രബന്ധങ്ങൾക്കും പകരം പുതിയ വിഷയങ്ങളെടുത്ത് പുതിയ സങ്കേതങ്ങളും രീതികളുമനുസരിക്കുന്ന ഒരു കാവ്യസങ്കൽപം തന്നെ രൂപപ്പെട്ടു. മലയാള കവിതയിൽ കാൽപ്പനിക വസന്തത്തിന് തുടക്കംകുറിച്ചുകൊണ്ട് ആശാന്റെ ഖണ്ഡകാവ്യമായ വീണപൂവ് പുറത്തുവരുന്നു. അത് പുതിയ അനുഭവങ്ങളുടെ അവതരണങ്ങൾക്കുള്ള ഉപാധിയായി മാറി. മനുഷ്യസ്നേഹം, സ്ത്രീപുരുഷബന്ധങ്ങൾ മുതലായവയെക്കുറിച്ചുള്ള മാറിയ സങ്കൽപ്പങ്ങളാണ് അവതരിപ്പിയ്ക്കപ്പെട്ടത്. സാമൂഹ്യ പരിഷ്കരണ പ്രസ്ഥാനങ്ങളുടെ പശ്ചാത്തലത്തിൽ അവയുടെ മുദ്രാവാക്യങ്ങളുമായി കൂട്ടിവായിക്കുന്നതിനുള്ള പ്രേരണ ആശാൻ കവിതകളെ കൂടുതൽ സ്വീകാര്യമാക്കി മാറ്റുകയായിരുന്നു.

മലയാള സാഹിത്യരംഗത്ത് ഇംഗ്ലീഷ് സാഹിത്യപരിചയവും പുതിയ വിദ്യാഭ്യാസവും സാഹിത്യബോധവും പുതിയ ഭാവാന്തരീക്ഷമൊരുക്കാൻ തുടങ്ങിയപ്പോഴാണ് ആ പുതുതരംഗത്തിന്റെ സന്ദേശവുമായി വീണപൂവ് പ്രത്യക്ഷപ്പെടുന്നത്. പുതിയ കൊളോണിയൽ ധാർമ്മിക വ്യവസ്ഥയുടെ സംവേദനരൂപമെന്ന നിലയിൽ തന്റെ കവിതയിൽ കീഴാളർക്ക് ഇടം കണ്ടെത്താൻ ആശാന് കഴിഞ്ഞതാണ് ഇക്കാലത്തെ ശ്രദ്ധേയമായ വഴിത്തിരിവ്. ഇവയുടെ ഓരം ചേർന്ന് നിരവധി കവികളും

കവിതകളുമുണ്ടാകുന്നു. ആശയങ്ങളെയും ആവിഷ്കാരങ്ങളെയും കൂടുതൽ ജനകീയമാക്കുന്നതിന്റെ ഭാഗമായി അച്ചടിയിലൂടെയുള്ള സംവേദന സാധ്യതകൾ ഉപയോഗിച്ച് സാഹിത്യത്തെ ബോധപൂർവ്വം പ്രചരണമാധ്യമമായുപയോഗിക്കുകയായിരുന്നു സാമൂഹ്യപരിഷ്കർത്താക്കൾ ചെയ്തത്.

കേരളത്തിന്റെ നവോത്ഥാനത്തിൽ മുഖ്യ പങ്കുവഹിച്ച ശ്രീ നാരായണധർമ്മ പരിപാലനയോഗം 1903 മെയ് 15 ന് റജിസ്റ്റർ ചെയ്യുകയും 1904 ൽ യോഗത്തിന്റെ മുഖപത്രമായ വിവേകോദയം മാസിക കുമാരനാശാന്റെ പത്രാധിപത്യത്തിൽ പുറത്തിറങ്ങുകയും ചെയ്യുന്നു. തിരുവിതാംകൂറിലേയും കൊച്ചിയിലേയും അവർണ്ണ വിഭാഗം പോരാട്ടങ്ങളിലൂടെ നേടിയ സാമൂഹിക സമത്വത്തിന് വിവേകോദയംശക്തമായ പിന്തുണയും നൽകി. ശ്രീ നാരായണ ധർമ്മപരിപാലനയോഗത്തിന്റെ സ്ഥാപനവും തുടർന്നുള്ള പ്രവർത്തനവും അധികം താമസിയാതെ തന്നെ വിദ്യാലയ പ്രവേശനം തുടങ്ങിയ പല മേഖലകളിലും പുരോഗതിക്ക് വഴിവെക്കുകയും അവയെല്ലാം സർക്കാരിനെകൊണ്ട് അംഗീകരിപ്പിക്കാൻ കഴിയുകയും ചെയ്തു. സാമൂഹികവും സാമ്പത്തികവുമായ അടിമത്വം പരിഹരിക്കുന്നതിന് പുതിയ മാനവികതക്ക് അനുയോജ്യമായ ജീവിത രീതി വികസിപ്പിക്കേണ്ടതുണ്ടെന്ന് ഗുരുദേവൻ പ്രചരിപ്പിക്കുകയായിരുന്നു.

ഈഴവരെ പൊതുധാരയിലേക്ക് ഉയർത്താൻ ലക്ഷ്യമിട്ട് 1903 ൽ രൂപീകൃതമായ ധർമ്മപരിപാലനയോഗത്തെപ്പോലെ അയ്യങ്കാളിയുടെ നേതൃത്വത്തിൽ ദളിത് വിഭാഗങ്ങൾക്കിടയിലും പുരോഗമന നടപടികൾ തുടങ്ങിക്കഴിഞ്ഞിരുന്നു. നായന്മാർക്കും നമ്പൂതിരിമാർക്കുമിടയിൽ സംഘടിത പരിഷ്കരണനടപടികൾക്കും തുടക്കമായി.

സാമുദായിക രാഷ്ട്രീയരംഗങ്ങളിൽ കടന്നുവന്ന പുതിയ ജീവിതാബോധം നിലയ്ക്കാത്ത മാറ്റങ്ങൾക്ക് നിലമൊരുക്കുകയായിരുന്നു. മതപരവും സാമുദായികവും സാമ്പത്തികവുമായ ഉച്ചനീചത്വങ്ങൾക്കെതിരെ കൊടുംങ്കാറ്റുപോലെ ആഞ്ഞുവീശിയ സമരങ്ങൾ ജനജീവിതത്തെ കീഴ്മേൽ മറിക്കുക തന്നെ ചെയ്തു. നിലനിന്നുപോന്ന ജീവിത വ്യവസ്ഥകൾ പലതും മാറ്റത്തിന് വിധേയമാകാൻ തുടങ്ങി. ബുദ്ധിജീവികൾ കലാകാരന്മാർ സാമൂഹ്യപ്രവർത്തകർ മത നവീകരണപ്രസ്ഥാനക്കാർ തുടങ്ങി പുരോഗതിയെ അഭിലഷിച്ചിരുന്നവർ സാഹസികമായിതന്നെ രംഗത്തിറങ്ങുകയും ചെയ്തു. മതപരിവർത്തനം ലക്ഷ്യം വെച്ചാണെങ്കിൽ പോലും താഴെതട്ടിലുള്ള ജനതയെ ബോധവൽക്കരിക്കാനും ക്രിസ്ത്യൻ മിഷനറിമാർ ചെറുതല്ലാത്ത പങ്ക് വഹിക്കുകയായിരുന്നു. നിലവിലുള്ള വിദ്യാഭ്യാസ സ്ഥാപനങ്ങളിൽ അവർണർക്ക് പ്രവേശനം നിഷേധിക്കപ്പെട്ടപ്പോൾ ക്രിസ്ത്യൻ മിഷനറിമാരുടെ പള്ളിക്കൂടങ്ങളിലൂടെ വിജ്ഞാനം സമ്പാദിച്ച ഒരു പുതിയ തലമുറ രൂപപ്പെടുകയും ചെയ്തു. കേരളത്തിന്റെ വിദ്യാഭ്യാസ സാംസ്കാരിക പ്രവർത്തനങ്ങളിലും അച്ചടിയുടെ വ്യാപനത്തിലും വിലമതിക്കാനാവാത്ത

സംഭാവനകളാണ് ക്രിസ്ത്യൻ മിഷനറിമാരുടെ ഭാഗത്തുനിന്നുണ്ടായി കൊണ്ടിരുന്നത്. മലയാള സാഹിത്യത്തിൽ ഗദ്യഭാഷ പ്രചാരം നേടി യതോടെ അറിവിന്റെ പുതിയൊരു ലോകം തുറക്കുകയായിരുന്നു. ഇതോടെ പത്രങ്ങളും മാസികകളും ഭാഷയിൽ തഴച്ചു വളരുവാനും തുടങ്ങി. ജനങ്ങളുടെ ഇടയിൽ സാഹിത്യകൃതികൾ അതിവേഗം പ്രചരി ക്കുന്നതിനും രാഷ്ട്രീയവും സാംസ്കാരികവും സാമൂഹികവുമായ കാ ര്യങ്ങൾ പ്രതിപാദിക്കുന്നതിനും കരുത്തുള്ള ഒരു ഗദ്യശൈലി രൂപപ്പെ ടുത്തുക തന്നെ ചെയ്തു. ആധുനിക രീതിയിലുള്ള വിദ്യാഭ്യാസം നേടേണ്ടതിന്റെ ആവശ്യകതയും അതിന്റെ മേന്മയും കേരളത്തിലെ ജനങ്ങൾക്ക് ഒന്നടങ്കം ബോധ്യപ്പെടുന്ന കാലം കൂടിയായിരുന്നു അത്.

മതപ്രചരണത്തിനും പിന്നീട് വിദ്യാഭ്യാസത്തിനും പത്രപ്രവർത്ത നത്തിനും വേണ്ടി മിഷനറികൾ ഉപയോഗിച്ച ഭാഷയിലും സംസ്കൃത ത്തിന്റെ അതിപ്രസരമുള്ള നാടുവാഴി സാഹിത്യഭാഷയിലും അടിസ്ഥാ നപരമായ മാറ്റങ്ങൾ വന്നുകൊണ്ടിരുന്നു. ഇതിഹാസ ഭക്തി പാരമ്പര്യങ്ങളിൽ നിന്ന് വ്യത്യസ്തമായി സാമുഹ്യചരിത്രാഖ്യാന രൂപ ങ്ങൾ നോവൽ സാഹിത്യത്തെയും ജനകീയമാക്കാൻ തുടങ്ങി.

ഈ പരിവർത്തനങ്ങൾക്ക് ആക്കം കൂട്ടാൻ സോദ്ദേശ സാഹിത്യ കൃതികളും അവയുടേതായ പങ്കുവഹിച്ചിട്ടുണ്ട്. സാമൂഹിക യാഥാർ ത്ഥ്യങ്ങളെ കവിതകളിലൂടെ ഹൃദയോന്മാദിയായി പ്രതിഫലിപ്പിച്ച ആശാൻ, ഉള്ളൂർ, വള്ളത്തോൾ എന്നീ കവിത്രയങ്ങൾ ഒരു കാല ഘട്ടത്തെ തന്നെ ത്രസിപ്പിച്ചു നിർത്തുകയും സമരോത്സുകമാക്കുക യും ചെയ്തു. കാലാകാലങ്ങളിൽ സമൂഹത്തിൽ സംഭവിച്ചുകൊണ്ടി രിക്കുന്ന പരിണാമ വികാസങ്ങളുടെ ചൈതന്യം ഉൾകൊള്ളുക മാത്ര മല്ല അത്തരം പരിവർത്തനങ്ങൾക്ക് വെളിച്ചം തെളിയിക്കേണ്ട ബാധ്യ തകൂടി അവർ ഏറ്റെടുക്കുകയായിരുന്നു. സാമൂഹ്യപരിഷ്കാരങ്ങൾക്കു വേണ്ടി സമരം നടത്തുക എന്ന രീതി അന്നത്തെ ഒരു രാഷ്ട്രീയസംസ് കാരവുമായിരുന്നു.

സമുദായ പരിഷ്കരണ രംഗത്തും വിദ്യാഭ്യാസ രംഗത്തുമുള്ള ഗു രുദേവന്റെ ഇടപെടലുകൾ, വർണ്ണവിവേചനത്തിനെതിരെയുള്ള അയ്യ ങ്കാളിയുടെ പ്രക്ഷോഭങ്ങൾ, അഭിപ്രായ സ്വാതന്ത്ര്യത്തിനും പത്രപ്ര വർത്തനത്തിനും വേണ്ടിയുള്ള സ്വദേശാഭിമാനിയുടെ മുന്നേറ്റങ്ങൾ, ആശാനിലൂടെ കവിതയിലും സാഹിത്യത്തിലുമുണ്ടായ പുതിയ ചിന്താ ധാര തുടങ്ങി ഇരുപതാം നൂറ്റാണ്ടിന്റെ ആദ്യദശകം പിന്നീടുള്ള പ തിറ്റാണ്ടുകൾക്ക് ദിശാസൂചകമായി മാറി.

ഇരുപതാം നൂറ്റാണ്ടിന്റെ തുടക്കം ചലനാത്മക വിപ്ലവത്തിന്റേതാ യിരുന്നു. ബഹുജന പ്രക്ഷോഭം കൊടുങ്കാറ്റുപോല രാജാധികാരത്തെ കടപുഴക്കിയെറിയാൻ തയ്യാറെടുക്കുമ്പോൾ നാടുവാഴിത്തം നില നിൽപ്പിനുവേണ്ടി ശക്തി സംഭരിക്കുകയായിരുന്നു.

ആത്മീയാചാര്യന്മാരായിരുന്ന വിവേകാനന്ദന്റേയും ചട്ടമ്പിസ്വാമികളുടേയും നാരായണഗുരുവിന്റേയും മറ്റും സന്ദേശവും ഉദ്ബോധനവും കൂടിയായപ്പോൾ സാമൂഹിക പരിവർത്തനങ്ങൾക്ക് വേഗത കൂടുകയും ചെയ്തു. പുത്തനാശയങ്ങൾ ആവേശത്തോടെ വാരിപ്പുണർന്ന് അടിമുടിയൊരു സാമൂഹിക വിപ്ലവത്തിന് വിധേയമാകുകയാണ് ഇരുപതാംനൂറ്റാണ്ടിന്റെ ആദ്യദശകത്തിൽ കേരളം.

വിദ്യകൊണ്ട് പ്രബുദ്ധരാകാനും സംഘടന കൊണ്ട് ശക്തരാകാനും ഗുരുദേവൻ ആഹ്വാനം ചെയ്തു. ഒരു പ്രത്യേക ഘട്ടത്തിൽ ഇനി ക്ഷേത്രങ്ങൾ സ്ഥാപിക്കേണ്ടതില്ലെന്നും വിദ്യാലയങ്ങൾ സാർവ്വത്രികമായി സ്ഥാപിയ്ക്കണമെന്നും ഗുരു നിർദ്ദേശിച്ചു. ഇതോടെ അറിവിന്റെ പുറമ്പോക്കിൽ നിർത്തിയവന് കർണ്ണപുടത്തിലെ ഈയത്തെക്കുറിച്ചുള്ള ഭയാശങ്കകൾ ഇല്ലാതാവുകയായിരുന്നു.

സാമൂഹികവും സാമ്പത്തികവുമായ അധികാരത്തിന്റെ മതാധിഷ്ഠിതരീതിയായ ജാതീയതയുടെ കാട്ടുനീതികളെ നിരാകരിച്ചുകൊണ്ടുമാത്രമേ സമൂഹത്തിന് മുന്നോട്ട് പോകാൻ കഴിയൂ എന്ന് ഗുരുദേവൻ ഉദ്ബോധിപ്പിച്ചത് തികഞ്ഞ ഉൾക്കാഴ്ചയോടുകൂടിത്തന്നെയായിരുന്നു. അതുവരെ സജീവമായിരുന്ന മതാത്മക സംവാദങ്ങളിൽ നിന്നും മാറി രാഷ്ട്രീയ ജനകീയ സംവാദ മേഖലകൾ രൂപപ്പെടാൻ തുടങ്ങി.

1928 ൽ ഗുരു അന്തരിക്കുമ്പോൾ പുതിയ കേരളം എങ്ങനെ ഉരുത്തിരിയുമെന്ന് നിർവ്വചിയ്ക്കപ്പെടുക മാത്രമല്ല, ആ ദർശനങ്ങൾ ഏറ്റെടുത്ത് പൂർത്തിയാക്കാൻ പര്യാപ്തമായ മാനസികാവസ്ഥയിലേക്ക് കേരളം നീങ്ങിത്തുടങ്ങുകയും ചെയ്തിരുന്നു. സാഹിത്യവും കലയും സംഗീതവും വഴി അധീശപ്രത്യയശാസ്ത്രത്തിന്റെ കോയ്മകളെ കുറയ്ക്കുകയോ തകർക്കുകയോ ചെയ്തതിന്റെ കഥയാണ് പിന്നീട് നാം കാണുന്നത്. 1929 ൽ വി.ടി യുടെ 'അടുക്കളയിൽ നിന്ന് അരങ്ങത്തേയ്ക്ക്' പുതിയൊരു ചിന്താധാരയ്ക്ക് വഴിമരുന്നിടുകയും ചെയ്തു. സാഹിത്യവും സാമൂഹിക ജീവിതവും തമ്മിലുള്ള ബന്ധമായിരുന്നു അന്ന് ഏറെ ചർച്ച ചെയ്യപ്പെട്ട വിഷയങ്ങളിലൊന്ന്. മതേതരവും അധ്വാനപ്രധാനവും ബഹുസ്വരവുമായ പുരോഗമന സാഹിത്യ പ്രസ്ഥാനം നവോത്ഥാനക്കിനാവിന്റെ സാംസ്കാരിക രൂപമെന്ന നിലയിൽ മുഖ്യധാരയിലേക്ക് വന്നുകൊണ്ടിരുന്നു. ബ്രാഹ്മണ – വൈദികാധികാരത്തിന്റെ പാരമ്പര്യയുക്തികൾക്കും സൗന്ദര്യസംഹിതയ്ക്കും വായനാരീതിയ്ക്കും എതിർദിശയിലേക്കായിരുന്നു പുരോഗമന സാഹിത്യത്തിന്റെ പ്രയാണം. പുരോഗമന സാഹിത്യപ്രസ്ഥാനം അതിന്റെ ആയുധപ്പുരകളിൽ ശേഖരിച്ചുവെച്ചിരുന്ന ആയുധങ്ങളെല്ലാം യാഥാസ്ഥിതിക പക്ഷത്തിനു നേരെ ഉന്നം തെറ്റാതെ പ്രയോഗിക്കുകയും ചെയ്തു. 'ജടയുടെ സംസ്കാരപ്പനയോലക്കെട്ടുകൾ' കത്തിയ്ക്കുന്നതിലേയ്ക്ക് വരെ കാര്യങ്ങൾ ചെന്നെത്തുകയായി.

ഫാസിസം ജനാധിപത്യമൂല്യങ്ങളെ തകർത്തെറിഞ്ഞ ഭീദിതമായ ഒരു ചരിത്രസന്ധിയിൽ സാഹിത്യത്തിനുവേണ്ടിയുള്ള മുറവിളിയുമാ

യിട്ടല്ല മറിച്ച് മനുഷ്യസംസ്കാരത്തിന് കാവൽമാടം തീർത്തുകൊണ്ടാണ് പുരോഗമന സാഹിത്യപ്രസ്ഥാനം രൂപം കൊള്ളുന്നത്. സാഹിത്യ കലകളെ ചുറ്റിവരിയുന്ന അതിഭൗതിക പരിവേഷത്തിന്റെ അസംബന്ധ സ്വഭാവം, കലാകാരന്റെ പ്രതിബദ്ധത തുടങ്ങി സാഹിത്യചിന്തയെ തന്നെ അഴിച്ചുപണിയും വിധം പുരോഗമന പ്രസ്ഥാനം തുടങ്ങിവെച്ച ആശയസംവാദങ്ങളുടെ സൃഷ്ടി കൂടിയാണ് ഇന്നത്തെ കേരളീയ ഭാവുകത്വത്തിന്റെ അടിസ്ഥാന ഘടന.

ബാല്യം

ചങ്ങനാശ്ശേരി താലൂക്കിലെ നീലംപേരൂർ ഗ്രാമത്തിൽ പുതുവായിൽ കുടുംബത്തിലെ ഗോവിന്ദപിള്ളയുടെയും ജാനകി അമ്മയുടെയും രണ്ടാമത്തെ മകനായി 1909 മാർച്ച് 1 ന് 1084 കുംഭം 18 ന് തിരുവാതിര നാളിലാണ് നാണുപണിക്കൽ ജനിക്കുന്നത്. ഒരു സാധാരണ കർഷക കുടുംബം. ഗോവിന്ദ പിള്ള കർഷകൻ മാത്രമല്ല, പൊതുകാര്യ പ്രസക്തൻ കൂടിയായിരുന്നു. ജാതി അടിസ്ഥാനത്തിൽ തൊഴിൽ വിഭജനവും ജന്മി - കുടിയാൻ ബന്ധവും മൂർത്തമായി നിലനിൽക്കുന്ന കാലമായിരുന്നു അത്. തീണ്ടൽ - തൊടീൽ മുതലായ അയിത്താചാരങ്ങളും നാട്ടുനടപ്പായിരുന്നു. സവർണ്ണജാതിക്കാരുടെ വീട്ടിൽ നിന്ന് സ്കൂളിൽ പോയിവരുന്ന കുട്ടികൾ കുളിച്ച് ദേഹശുദ്ധി വരുത്തിയ ശേഷം മാത്രമേ വീട്ടിനകത്ത് കയറാൻ പാടുള്ളൂ. കീഴ്ജാതിക്കാരുമായി തൊട്ടുതീണ്ടിയ അയിത്തം മാറാൻ കുട്ടികൾക്ക് നൽകിയ നിർദ്ദേശം അതായിരുന്നു.

ഉന്നതകുലജാതരായിരുന്നിട്ടും ഗോവിന്ദപിള്ളയും ജാനകി അമ്മയും തങ്ങളുടെ കുട്ടികളെ വളർത്തിയത് ആ രീതിയിലായിരുന്നില്ല. ജാതി-മത വിഭാഗീയതകൾക്കതീതമായി ജീവിക്കുകയും അതുതന്നെ കുട്ടികളെ പഠിപ്പിക്കുകയുമായിരുന്നു അവർ ചെയ്തത്. ഗുരുകുല വിദ്യാഭ്യാസവും കുടിപ്പള്ളിക്കൂടവും അന്ന് സർവ്വസാധാരണമായിരുന്നു. വീടിനടുത്തെ ഇട്ടനാശാനിൽ നിന്നാണ് നാണു പണിക്കർ പ്രാഥമിക വിദ്യാഭ്യാസം നേടിയത്. വീട്ടിൽ നിന്ന് ഒന്നര മൈൽ അകലെയുള്ള വിദ്യാലയത്തിലായിരുന്നു പിന്നീടുള്ള പഠനം. പരന്നുകിടക്കുന്ന നെൽപ്പാടങ്ങൾക്കിടയിലൂടെയും വള്ളത്തിലുമൊക്കെ പിതാവിനൊപ്പം സഞ്ചരിച്ചായിരുന്നു വിദ്യാലയത്തിലെത്തിയത്. പഠനത്തേക്കാൾ കൗതുകം വഴിവക്കിലെ കാഴ്ചകളിലായിരുന്നു. ജന്മിയും കുടിയാനും കർഷകത്തൊഴിലാളിയുമുൾപ്പെടെ നെൽപ്പാടങ്ങളിൽ നിറഞ്ഞുനിന്ന കാർഷിക സംസ്കാരത്തിന്റെ നേർകാഴ്ചകളായിരുന്നു ആ ചെറുബാല്യത്തെ സമ്പന്നമാക്കിയത്. ഒറ്റമുണ്ടും പാളത്തൊപ്പിയുമണിഞ്ഞ് പകലന്തിയോളം പണിയെടുക്കുന്ന അടിസ്ഥാനവർഗ്ഗത്തിന്റെ ഒറ്റയടിപ്പാതയിലൂടെയായിരുന്നു നാണുപ്പണിക്കരുടെ സഞ്ചാരം. നീലംപേരൂർ, വാഴപ്പിള്ളി എന്നിവിടങ്ങളിൽ നിന്നായി പ്രാഥമിക വിദ്യാഭ്യാസം പൂർത്തിയാകുന്നു.

പതിവിൽ കവിഞ്ഞ പക്വതയും സഹജീവി സ്നേഹവും വിനയവും കൈമുതലാക്കിക്കൊണ്ടാണ് നാണുപ്പണിക്കർ വളർന്നുവന്നത്. കൂട്ടുകാരോടൊപ്പം ആർത്തുല്ലസിച്ച് കളിയ്ക്കുവാനും കൂട്ടുകൂടി ചുറ്റിക്കറങ്ങാനുമൊന്നും സ്വതവേ കൃശഗാത്രനായ നാണുവിന് നേരമുണ്ടായിരുന്നില്ല. ശാന്തനും മിതഭാഷിയുമായ നാണു വായനയിലാണ് ആഹ്ലാദം കണ്ടെത്തിയത്. പത്രമാധ്യമങ്ങളും പ്രസിദ്ധീകരണങ്ങളും പരിമിതമായിരുന്ന അക്കാലത്ത് തൊട്ടടുത്ത ജന്മി കുടുംബങ്ങളിൽ നിന്ന് ശേഖരിയ്ക്കുന്ന പുസ്തകങ്ങളാണ് തന്റെ വിജ്ഞാനദാഹം ശമിപ്പിക്കാൻ വേണ്ടി ഉപയോഗപ്പെടുത്തിയത്.

നാണുപ്പണിക്കരുടെ ശൈശവദശയിലെ കുടുംബപശ്ചാത്തലം അത്രയൊന്നും സുഖകരമായിരുന്നില്ല. പഴയ നായർ തറവാടുകളിലെ കോടതി വ്യവഹാരങ്ങളും സ്വത്തുതർക്കവുമെല്ലാമായി അടിസ്ഥാന സൗകര്യം പോലുമില്ലാതെ ജീവിത പ്രയാസമനുഭവിക്കുന്ന കാലത്താണ് പിതാവ് ഗോവിന്ദപ്പിള്ളയുടെ മരണം. അന്ന് നാണു അഞ്ചാം ക്ലാസിൽ പഠിക്കുന്ന പന്ത്രണ്ടു വയസ്സുള്ള കുട്ടിയായിരുന്നു. തുടർന്ന് ജ്യേഷ്ഠൻ കേശവപ്പണിക്കരുടെ സംരക്ഷണയിലായിരുന്നു കുട്ടിക്കാല ജീവിതവും പഠനവും. കേശവപ്പണിക്കർ പുരോഗമനപ്രസ്ഥാനങ്ങളുടെ നേതൃനിരയിൽ പ്രവർത്തിച്ചിരുന്ന ഒരധ്യാപകനായിരുന്നു. നെടുമുടിയിലുണ്ടായിരുന്ന ഇളയച്ഛനും നാണുപ്പണിക്കരുടെ പഠനകാര്യങ്ങളിൽ താൽപര്യമെടുത്തതോടെ ഏറെയൊന്നും ബുദ്ധിമുട്ടില്ലാതെ സ്കൂൾ പഠനം പൂർത്തിയാക്കാൻ കഴിഞ്ഞു. താൻ വളർന്ന് വന്ന കാലഘട്ടത്തിലെ ജീവിതയാഥാർത്ഥ്യങ്ങളിൽ ഇടപെട്ടും അനുഭവിച്ചറിഞ്ഞുമാണ് നാണുപ്പണിക്കർ തന്റെ വിദ്യാഭ്യാസം പൂർത്തിയാക്കിക്കൊണ്ടിരുന്നത്.

പുതുവായിൽ തറവാടിനടുത്തുള്ള നീലംപേരൂർ ഭഗവതി ക്ഷേത്രത്തിലെ വിശാലമായ ആൽത്തറ അക്കാലത്തെ നാട്ടുകൂട്ടത്തിന്റെ വിശ്രമകേന്ദ്രമായിരുന്നു. വാമൊഴിയായി കൈമാറി വരുന്ന നാട്ടുവിശേഷങ്ങളും ദേശീയ പ്രസ്ഥാനത്തിലെയും സ്വാതന്ത്ര്യസമരത്തിലെയും നേതാക്കളുടെ നിർദ്ദേശങ്ങളും ഇവിടെ ചർച്ച ചെയ്യപ്പെടുന്നു. കരപ്രമാണിമാരും കർഷകത്തൊഴിലാളികളും ഇവിടെ സംഘം ചേരുന്നു. ഈ ക്ഷേത്രനടയിൽ വെച്ചാണ് നാണുപ്പണിക്കർ തന്റെ പൊതുജീവിതത്തിന് തുടക്കംകുറിക്കുന്നത്. ആൽത്തറയിലെ ആൾക്കൂട്ടത്തിനിടയിലേക്ക് 'ശ്രീവാഴും കോട്' പത്രവുമായി കടന്നുവരുന്നു. കേൾവിക്കാരിൽ ജിജ്ഞാസയുണർത്തുന്ന രീതിയിൽ ഉറക്കെ പത്രം വായിക്കുന്നു. മുടങ്ങാതെ ആ പാരായണ പ്രക്രിയ തുടർന്നുവന്നു. കേൾവിക്കാരുടെ എണ്ണവും കൂടിക്കൊണ്ടിരുന്നു. രാജവാഴ്ചയുടെ അപദാനങ്ങൾ വാഴ്ത്തുന്ന പത്രങ്ങളായിരുന്നു അന്നുണ്ടായിരുന്നതെങ്കിലും ദേശീയ സ്വാതന്ത്ര്യത്തിനും സ്വയംഭരണത്തിനും വേണ്ടിയുള്ള പ്രക്ഷോഭസമരങ്ങളിലേക്ക് ജനശ്രദ്ധ തിരിയ്ക്കുകയായിരുന്നു നാണുപ്പണിക്കരുടെ ലക്ഷ്യം.

ആൽത്തറയിലെ നിരക്ഷരരുടെ ബാഹുല്യം നാണുപ്പണിക്കരെ അലോസരപ്പെടുത്തുകയായിരുന്നു. പത്രപാരായണം കാണാനും കേൾക്കാനുമെത്തുന്നവരുടെ താൽപര്യവും സഹകരണവും ആ കുരുന്നു മനസ്സിൽ പുതിയ ചില ആശയങ്ങൾക്ക് വഴിമരുന്നിടുകയും ചെയ്തു. നിരക്ഷരന് അക്ഷരമറിയാനും അക്ഷരമറിയുന്നവർക്ക് ലോകത്തെ അറിയുവാനുമുള്ള ഒരു പൊതു ഇടം. മഹത്തായൊരു ലക്ഷ്യത്തിന്റെ നന്ദിയായിരുന്നു അത്. ദേശീയ പ്രസ്ഥാനവും സ്വാതന്ത്ര്യസമരവും നാടിനെ ഇളക്കിമറിയ്ക്കുകയും നവോത്ഥാന നായകൻമാർ നിലവിലുള്ള സാമൂഹ്യ രാഷ്ട്രീയ വ്യവസ്ഥയെ ചോദ്യം ചെയ്യുകയും ചെയ്യുമ്പോൾ ബഹുഭൂരിപക്ഷം വരുന്ന സാധാരണ ജനങ്ങൾ നിർന്നിമേഷരായ് നോക്കിനിൽക്കുന്നു. പ്രസ്താവനകൾ കൊണ്ടോ ആഹ്വാനങ്ങൾ കൊണ്ടോ ഇവരെ സമരസജ്ജരാക്കാൻ കഴിയില്ലെന്ന യാഥാർത്ഥ്യം നാണുപ്പണിക്കർ നേരത്തെ തിരിച്ചറിഞ്ഞു. എക്കാലവും പ്രസക്തമായൊരു ചോദ്യം സ്വയം ചോദിച്ചു.

'ജനബോധത്തെ വളർത്തിടാതെ
എങ്ങനെ നാടിനെ മാറ്റാനാകും?'

വിഭാഗീയതകളില്ലാത്ത പൊതു സമൂഹത്തെ രൂപപ്പെടുത്തുക എന്ന ലക്ഷ്യം മുൻനിർത്തി ഒരു വായനാകേന്ദ്രത്തിന് അടിത്തറയിടുകയായിരുന്നു നാണുപ്പണിക്കരുടെ ലക്ഷ്യം. ആൽത്തറയിലെ സംഗമം ഇതിന് സഹായകമാവുകയും ചെയ്തു. നീലംപേരൂർ 638-ാം നമ്പർ സഹകരണ സംഘവും അതിന്റെ സെക്രട്ടറിയായിരുന്ന പി.എൻ.മാധവ പിള്ളയും പണിക്കരെയും കൂട്ടുകാരെയും അകമഴിഞ്ഞ് പ്രോത്സാഹിപ്പിക്കുകയും ചെയ്തു. നേരത്തെ തന്നെ വായനാശീലമുണ്ടായിരുന്ന മാധവ പിള്ളയ്ക്ക് ചെറിയൊരു ഗ്രന്ഥശേഖരവുമുണ്ടായിരുന്നു. സ്വദേശാഭിമാനി, സമദർശി മുതലായ ആനുകാലികങ്ങൾ അദ്ദേഹം വരുത്തുകയും ചെയ്തിരുന്നു. ആ പുസ്തകങ്ങളും പത്രങ്ങളും വെച്ചുകൊണ്ട് ഒരു വായനശാല അവർ ആരംഭിച്ചു. സഹകരണ സംഘം പ്രവർത്തിച്ചിരുന്ന ദേവസ്വം കെട്ടിടത്തിലെ ഒരു കൊച്ചുമുറിയിലായിരുന്നു തുടക്കം. നാണുപ്പണിക്കർ അതിന്റെ ആദ്യ സെക്രട്ടറിയുമായി. അങ്ങനെ നീലംപേരൂർ 'സനാതന ധർമ്മം' വായനശാല യാഥാർത്ഥ്യമാവുകയും ചെയ്തു. നാണുപ്പണിക്കരും കൂട്ടുകാരും വീടുവീടാന്തരം കയറിയിറങ്ങി കുറേ പുസ്തകങ്ങളും സംഘടിപ്പിച്ചു. സഹകരണ സംഘത്തിൽ സമാഹരിച്ചു വെച്ചിരുന്ന പുസ്തകങ്ങൾ മാധവപ്പിള്ളയുടെ പ്രത്യേക താൽപര്യപ്രകാരം സനാതന ധർമ്മത്തിനു ലഭിച്ചു. ഉദാരമനസ്കനായിരുന്ന മാധവപ്പിള്ളയുടെ സഹകരണം ഗ്രന്ഥാലയത്തിന്റെ വളർച്ചയെ ത്വരിതപ്പെടുത്തുകയും ചെയ്തു. സാഹിത്യ - സാംസ്കാരിക രംഗങ്ങളിൽ വ്യക്തിമുദ്ര പതിപ്പിച്ച നീലംപേരൂർ രാമകൃഷ്ണൻ നായരുടെയും നീലംപേരൂർ മധുസൂദനൻ നായരുടെയും പിതാവായിരുന്നു ശ്രീ. മാധവൻ പിള്ള. തന്റെ ജീവിതത്തിന് ദിശാബോധം നൽകിയതിൽ

മാധവൻ പിള്ളയ്ക്കുണ്ടായിരുന്ന പങ്കിനെക്കുറിച്ച് നാണുപ്പണിക്കർ പലപ്പോഴായി പരാമർശിച്ചിരുന്നു.

സനാതന ധർമ്മം വായനശാലയ്ക്ക് സ്വന്തമായി ഒരു ആസ്ഥാനമുണ്ടാക്കുന്നതിനുള്ള പ്രാരംഭ പ്രവർത്തനങ്ങളാരംഭിച്ചു. നീലംപേരൂർ ദേവസ്വം അധികൃതർ അനുവദിച്ച ദേവസ്വം ഭൂമിയിൽ കെട്ടിടനിർമ്മാണ ജോലികൾ തുടങ്ങുകയും ചെയ്തു. നിർമ്മാണഘട്ടത്തിലെ യാതനകളും സാമ്പത്തിക സമാഹരണത്തിനായുള്ള ക്ലേശങ്ങളുമൊന്നും അവരെ ലക്ഷ്യത്തിൽ നിന്ന് പിൻതിരിപ്പിക്കുകയോ നിരാശപ്പെടുത്തുകയോ ചെയ്തില്ലെന്ന് മാത്രമല്ല, നാടിന്റെ ശ്രദ്ധയാകർഷിച്ചുകൊണ്ട് കെട്ടിടം പണി നിശ്ചിത സമയത്തിനുള്ളിൽ പൂർത്തിയാകുകയും ചെയ്തു. വായനശാലക്ക് സർക്കാരിന്റെ അംഗീകാരം നേടിയെടുക്കാനും ഗ്രാന്റ് ലഭ്യമാക്കുന്നതിനുമായി പിന്നീടുള്ള ശ്രമം. വിദ്യാഭ്യാസ വകുപ്പ് മുഖേനയാണ് അന്ന് ഗ്രന്ഥശാലകൾക്ക് ഗ്രാന്റ് ലഭിച്ചിരുന്നത്. ധനസഹായം ലഭിച്ചിരുന്ന വായനശാലകൾ വളരെ കുറവായിരുന്നു. പ്രശസ്തരായ വ്യക്തികളാരെങ്കിലും താൽപര്യമെടുത്താൽ മാത്രമേ വിദ്യാഭ്യാസ വകുപ്പിൽ നിന്ന് ആനുകൂല്യം കരസ്ഥമാക്കാൻ കഴിയുകയുള്ളൂ എന്നതായിരുന്നു അവസ്ഥ. തിരുവിതാംകൂറിലെ ആദ്യകാല കോൺഗ്രസ് നേതാവും അഭിഭാഷകനും ജഡ്ജിയുമെല്ലാമായിരുന്ന ചങ്ങനാശ്ശേരി പരമേശ്വരൻ പിള്ളയുടെ സൗഹൃദത്തിലൂടെ വായനശാലയ്ക്കാവശ്യമായ ധനസഹായങ്ങളെല്ലാം നേടിയെടുക്കുകയായിരുന്നു പണിക്കർ ചെയ്തത്. ചങ്ങനാശ്ശേരിയിൽ നിന്ന് ഒമ്പത് കിലോമീറ്റർ നടന്ന് കോട്ടയത്തെ മലയാള മനോരമ ഓഫീസിലെത്തി പത്രാധിപരായ കെ.സി. മാമ്മൻ മാപ്പിളയെ കണ്ട് പത്രത്തിന്റെ ഒരു കോപ്പി സൗജന്യമായി സമ്പാദിച്ച കഥ പ്രസിദ്ധമാണ്. പത്രം ലഭിച്ച വിവരം നാട്ടുകാരെ അറിയിക്കാൻ തിരിച്ച് ഒൻപത് കിലോമീറ്റർ ദൂരം നീലംപേരൂരിലേക്ക് ഓടുകയായിരുന്നു നാണുപ്പണിക്കർ. ഒരു നാടിന്റെ അക്ഷരസ്വപ്നങ്ങൾ സാക്ഷാത്കരിക്കാൻ അൻപതിന്റെ പക്വതയോടെ വിയർപ്പൊഴുക്കുമ്പോൾ നാണുപ്പണിക്കർക്ക് പ്രായം പതിനെട്ടിനും താഴെയായിരുന്നു. സംഘടനാപാടവവും ഇച്ഛാശക്തിയും നിറഞ്ഞ ആ വ്യക്തിത്വത്തിന്റെ വ്യാപ്തി ആരെയാണ് അത്ഭുതപ്പെടുത്താത്.

ചങ്ങനാശ്ശേരി ഹൈസ്കൂളിൽ നിന്ന് ജെ.എസ്.എൽ.സി. പരീക്ഷയിൽ ശ്രദ്ധേയമായ വിജയം കൈവരിച്ചെങ്കിലും സാമ്പത്തിക പ്രയാസം കാരണം തുടർന്ന് പഠിക്കാൻ കഴിഞ്ഞിരുന്നില്ല. ഒരു മാസത്തിനുള്ളിൽ തന്റെ പതിനാറാമത്തെ വയസ്സിൽ 1925 ൽ നാണു പണിക്കർ നീലംപേരൂർ മിഡിൽ സ്കൂളിൽ അധ്യാപകനായി ജോലിയിൽ പ്രവേശിക്കുന്നു. അധ്യാപകനായിരുന്ന ജ്യേഷ്ഠൻ കേശവപ്പണിക്കർ അവധിയിൽ പ്രവേശിച്ച ഒഴിവിലായിരുന്നു ആദ്യനിയമനം. ഒരു മാതൃകാധ്യാപകനെന്ന നിലയിൽ മാത്രമല്ല സാമൂഹിക – സാംസ്കാരിക രംഗത്തെ സജീവ സാന്നിധ്യമെന്നനിലയിലും നാണുപ്പണിക്കർ എന്ന പുതുവായിൽ നാരായണപ്പണിക്കർ നാട്ടുകാർക്കെല്ലാം പ്രിയങ്കരനായ പി.എൻ. പണിക്കരായി മാറിക്കഴിഞ്ഞിരുന്നു.

ബോധവൽക്കരണത്തിലെ വ്യതിരിക്തതയും പഠനത്തിലെ ശുഷ്കാന്തിയും സ്കൂൾ ഇൻസ്പെക്ടറായിരുന്ന പി.ടി. ഇടിക്കുളയിലൂടെ പണിക്കരുടെ താത്കാലിക നിയമനം സ്ഥിരനിയമനത്തിലെത്തുകയും ചെയ്തു. അധ്യാപകനെന്ന നിലയിൽ പണിക്കരുടെ നൈസർഗ്ഗിക സിദ്ധികൾ മാനിച്ചാണ് യാതൊരു വിധ സമ്മർദ്ദങ്ങളും കൂടാതെ ജോലിയിൽ സ്ഥിരമായി തുടരാൻ അധികൃതർ അനുമതി നൽകിയത് പ്രഗത്ഭ വാഗ്മി, സ്വാതന്ത്ര്യസമര യോദ്ധാവ്, കമ്മ്യൂണിസ്റ്റ് പ്രസ്ഥാനത്തിന്റെ നേതാവ്, ലോകസഭാംഗം എന്നീ നിലകളിൽ സമുന്നതനായ പി.ടി. പുന്നൂസിന്റെ സഹോദരനായിരുന്നു പണിക്കർക്ക് സ്ഥിരനിയമനം നൽകിയ ഇൻസ്പെക്ടർ പി.ടി. ഇടിക്കുള. പണിക്കർ ജോലിയിലിരിയ്ക്കെ തന്നെ മലയാളം വിദ്വാൻ പരീക്ഷ പാസ്സാവുകയും ഹിന്ദി പഠനം നടത്തുകയും ചെയ്യുന്നുണ്ടായിരുന്നു.

1920 ആഗസ്തിലെ ഗാന്ധിജിയുടെ ആദ്യസന്ദർശനത്തോടു കൂടിത്തന്നെ ദേശീയ സ്വാതന്ത്ര്യപ്രക്ഷോഭങ്ങൾക്കെല്ലാം പുതിയൊരു മാനം കൈവന്നുകഴിഞ്ഞിരുന്നു. മഹാത്മജി അഖിലേന്ത്യാ തലത്തിൽ ഹരിജനോദ്ധാരണം മുഖ്യ കർമ്മപരിപാടിയായി ആവിഷ്കരിച്ചു നടപ്പാക്കുകയായിരുന്നു. പണിക്കരും തന്റെ ഗ്രാമത്തിലെ ജനങ്ങളുടെ ഉന്നമനത്തിനായി 'ഹരിജന സേവാസമിതി' എന്നൊരു സംഘടനയ്ക്ക് രൂപം കൊടുക്കുകയും ചെയ്തു. പൊതുമുതൽ കൊണ്ട് സംരക്ഷിക്കപ്പെടുന്ന പൊതുനിരത്തിൽക്കൂടി അവർണ്ണർക്ക് സഞ്ചരിക്കുന്നതിനുള്ള അവകാശം ഉറപ്പിയ്ക്കുന്നതിനുവേണ്ടി നടക്കുന്ന വൈക്കം സത്യാഗ്രഹം ദേശീയ ശ്രദ്ധയാകർഷിക്കുകയും ചെയ്തു. വൈക്കം ക്ഷേത്രത്തിന്റെ സമീപത്തുള്ള റോഡുകളിൽ പോലും അവർണ്ണർക്ക് പ്രവേശനമില്ലായിരുന്നു. തൊട്ടുകൂടാത്തവരും തീണ്ടിക്കൂടാത്തവരും കണ്ണിൽപ്പെട്ടാൽ പോലും ദോഷമുള്ളവരായി ഒരു വർഗ്ഗത്തെ ഇവിടെ പാർശ്വവൽക്കരിയ്ക്കപ്പെട്ടു നിർത്തിയിരുന്നു. സ്വന്തം കൈകൾ ചേർത്തു വെച്ച് മാറ് മറയ്ക്കാനോ കഴുത്തിലൊരു മാലയിടാനോ എല്ലാവരും നടക്കുന്ന വഴിയിലൂടെ സഞ്ചരിയ്ക്കാനോ അവകാശമുണ്ടായിരുന്നില്ല. കഴിക്കേണ്ടുന്ന ഭക്ഷണങ്ങളും ധരിയ്ക്കേണ്ട വസ്ത്രവും നിൽക്കേണ്ട അകലവും നിശ്ചയിക്കാൻ ഒരു ബാഹ്യശക്തിയുണ്ടായിരുന്നു. ജാത്യാചാരങ്ങൾ കേരളത്തിലെന്നപോലെ മറ്റെങ്ങും അതിന്റെ പരകോടിയിലെത്തിയിരുന്നില്ല. വിവേകാനന്ദനെക്കൊണ്ട് ഭ്രാന്താലയമെന്ന് വിളിപ്പിച്ച് ലോകത്തിനുമുന്നിൽ പരിഹാസ്യരാക്കിമാറ്റിയത് പട്ടിണിയോ ദാരിദ്ര്യമോ ആയിരുന്നില്ല. രാജവാഴ്ചയും അതിനോട് ചേർന്ന് വളരുന്ന സവർണ്ണ മേധാവിത്വവുമായിരുന്നു.

ശ്രേണീബദ്ധമായ ജാതിവ്യവസ്ഥയിൽ ഓരോ വ്യക്തിയുടെയും സ്ഥാനം നിർണ്ണയിച്ചത് അവരുടെ ജാതിയായിരുന്നു. സ്വന്തം ജാതിയ്ക്ക് കൽപ്പിച്ചിട്ടുള്ള അവകാശങ്ങളും വിലക്കുകളും ദൈവദത്തവും അലംഘനീയവുമാണെന്ന് ഓരോ ജാതിയും വിശ്വസിച്ചിരുന്നു. അല്ലെങ്കിൽ വിശ്വസിപ്പിച്ചിരുന്നു. മതം ജീവിതത്തിൽ മൗലികമായത് കൊണ്ട്

മതനിരപേക്ഷതയോ സർവ്വമത സമഭാവനയോ ആധുനിക പൂർവ്വകേരളത്തിൽ ചർച്ചയിലേക്ക് പോലും വന്നതുമില്ല. മതാനുഷ്ഠാനങ്ങളിൽ നിന്ന് വേറിട്ടൊരു ജീവിതം മലയാളികൾക്ക് സങ്കൽപ്പിക്കാൻ പോലും കഴിഞ്ഞത് നവോത്ഥാനത്തിലൂടെ കൈവന്ന ഉൾക്കരുത്ത് കൊണ്ട് മാത്രമാണ്.

1925 മാർച്ചിലെ ഗാന്ധിജിയുടെ രണ്ടാമത്തെ കേരള സന്ദർശനത്തോടെ പണിക്കർ ഗാന്ധിയൻ ആദർശങ്ങളോട് ഏറെ അടുത്തിരുന്നു. ഗ്രാമസ്വരാജ് അദ്ദേഹത്തെ സ്വാധീനിക്കുകയും ചെയ്തു.

വിദ്യാഭ്യാസ ഡയരക്ടറുടെ ഉത്തരവു പ്രകാരം സ്ഥിരാധ്യാപകനായി ആദ്യനിയമനം ലഭിച്ചത് മീനച്ചൽ താലൂക്കിലെ ഒരു സ്കൂളിലായിരുന്നു. പണിക്കരുടെ ഖദർ വേഷം സഹപ്രവർത്തകരിൽ ആശങ്കയുണർത്തുകയുണ്ടായി. ദേശീയനേതാക്കളും കോൺഗ്രസ് പ്രവർത്തകരുമായിരുന്നു അക്കാലത്തെ ഖദർ ധാരികൾ. അവരാണെങ്കിൽ അധികാരികളുടെ നോട്ടപ്പുള്ളികളും. കുറച്ചുകാലം മീനച്ചലിൽ ജോലി ചെയ്ത ശേഷം ജ്യേഷ്ഠനായ കേശവപ്പണിക്കരുടെ സഹായത്തോടെ നീലംപേരൂരിലേക്ക് തന്നെ മടങ്ങുകയായിരുന്നു പണിക്കർ. നീലംപേരൂർ, വാകത്താനം, കുറുമ്പ്രനാട് എന്നീ സ്കൂളുകളിലും തുടർന്ന് പാലയിലും കിടങ്ങൂരിലും അദ്ദേഹം അധ്യാപകനായി സേവനമനുഷ്ഠിച്ചു. അവിടെ നിന്നാണ് അദ്ദേഹം അമ്പലപ്പുഴയിലേക്ക് സ്ഥലം മാറി വരുന്നത്.

അത്യാവശ്യം വേണ്ട വസ്ത്രങ്ങളും കുറച്ച് പുസ്തകങ്ങളും അടക്കം ചെയ്ത ഒരു പെട്ടിയുമായി പണിക്കർ അമ്പലപ്പുഴയിലെത്തുന്നു. ഒരു അധ്യാപകന് വേണ്ട യോഗ്യതാ സർട്ടിഫിക്കറ്റ് മാത്രമായിരുന്നില്ല അദ്ദേഹം കരസ്ഥമാക്കിയത്. നീലംപേരൂർ ഗ്രാമത്തിന് വെളിച്ചം പകർന്ന 'സനാതന ധർമ്മ'ത്തിലൂടെ ലഭിച്ച അനുഭവത്തിന്റെ ഉൾക്കരുത്തും ഈ ആത്മവിശ്വാസത്തിൽ നിന്നുടലെടുത്ത മറ്റനേകം തീരുമാനങ്ങളും ആ ചെറിയ മനസ്സിൽ നീറുന്നുണ്ടായിരുന്നു.

അമ്പലപ്പുഴ:

കലാ-സാംസ്കാരിക രംഗത്തെ കുലപതിമാരുടെ പ്രൗഢപാരമ്പര്യങ്ങളും രാജവാഴ്ചയുടെ അവശിഷ്ടങ്ങളും അമ്പലപ്പുഴയ്ക്ക് വേണ്ടതിലേറെയുണ്ടായിരുന്നു. ചെമ്പകശ്ശേരി രാജാക്കന്മാരുടെ ആസ്ഥാനമെന്ന നിലയിലും ശ്രദ്ധേയമായൊരു സ്ഥാനം അമ്പലപ്പുഴയ്ക്കുണ്ടായിരുന്നു. കുഞ്ചൻ നമ്പ്യാർ തുള്ളൽ പ്രസ്ഥാനത്തിന് രൂപം നൽകിയതും ഇവിടെ വെച്ചുതന്നെ. മേൽപ്പത്തൂർ നാരായണ ഭട്ടതിരി മുതൽ സാഹിത്യ പഞ്ചാനനൻ പി.കെ. നാരായണപ്പിള്ള വരെയുള്ള ഒട്ടേറെ പ്രഗല്ഭർ അമ്പലപ്പുഴയ്ക്ക് സ്വന്തമായിരുന്നു. പണിക്കരുടെ അക്ഷര സ്വപ്നങ്ങൾ വളർന്ന് പന്തലിയ്ക്കാൻ എന്തുകൊണ്ടും അനുയോജ്യമായിരുന്നു അമ്പലപ്പുഴ.

സാഹിത്യപഞ്ചാനനൻ ജീവിച്ചിരിയ്ക്കെത്തന്നെ അദ്ദേഹത്തിന്റെ പേരിൽ ഒരു വായനശാല ശ്രീകൃഷ്ണ സ്വാമി ക്ഷേത്രത്തിന്റെ തെക്കേ നടയിൽ നിലവിലുണ്ടായിരുന്നു. ആളും കോളുമില്ലാതെ കിടന്ന ഈ സ്ഥാപനത്തെ 1937 ൽ പി.കെ. വിലാസം വായനശാലയെന്ന പേരിൽ പുനരുദ്ധരിക്കുകയായിരുന്നു പണിക്കർ. കെ.കെ. കുഞ്ചുപ്പിള്ളയെപ്പോലുള്ള സ്റ്റേറ്റ് കോൺഗ്രസ് നേതാക്കൾ പി.കെ. വിലാസം ഗ്രന്ഥശാലയ്ക്ക് കരുത്ത് പകരാനുണ്ടായിരുന്നു. സ്റ്റേറ്റ് കോൺഗ്രസ് പ്രവർത്തനം ശക്തിയാർജ്ജിച്ചിരുന്ന ഘട്ടത്തിലാണ് പി.കെ. മെമ്മോറിയൽ വായനശാലയുടെ പ്രവർത്തനങ്ങൾ ആരംഭിച്ചത്. കെ.കെ. കുഞ്ചുപ്പിള്ളയെപ്പോലുള്ള സ്വാതന്ത്ര്യസമര രംഗത്തെ സമുന്നത നേതാക്കൾക്ക് ഗ്രന്ഥശാലയുമായുണ്ടായിരുന്ന ബന്ധം വായനശാലാ പ്രവർത്തനങ്ങളെയും സാരമായി ബാധിച്ചു. ഗ്രന്ഥശാലാ പ്രവർത്തകരെല്ലാം തന്നെ ദേശീയ സമരത്തിലും ദിവാനെതിരായ പ്രക്ഷോഭത്തിലും മുൻപന്തിയിലായിരുന്നു. വായനശാലകൾ സമരസംഘങ്ങളുടെ താവളങ്ങളുമായിരുന്നു. കെ.കെ. കുഞ്ചുപ്പിള്ളയെപ്പോലുള്ള കോൺഗ്രസ് നേതാക്കൾ വായനശാലാ പ്രവർത്തനങ്ങളിൽ സഹകരിച്ചിരുന്നത് ദിവാൻ ഭരണത്തെ അലോസരപ്പെടുത്തുകയായിരുന്നു. അമ്പലപ്പുഴ സ്കൂളിലെ അധ്യാപകനായ പി.എൻ. പണിക്കരെ അകലെ പീരുമേട്ടിലേക്ക് സ്ഥലം മാറ്റാൻ വേറെ കാരണമൊന്നും അന്വേഷിക്കേണ്ടതില്ലായിരുന്നു. എല്ലാ പ്രതിബന്ധങ്ങളെയും തരണം ചെയ്ത് കൊണ്ട് തിരുവിതാംകൂറിന്റെ മണ്ണിൽ തന്റെ പ്രവർത്തനം വ്യാപിപ്പിക്കുകയായിരുന്നു അദ്ദേഹം.

ക്ഷേത്രപ്രവേശന വിളംബരത്തിന്റെ പശ്ചാത്തലത്തിൽ 1937 ജനുവരിയിൽ ഗാന്ധിജിയുടെ അഞ്ചാമത്തേതും അവസാനത്തേതുമായ കേരള സന്ദർശനം പൂർത്തിയാകുന്നു. വൈക്കം സത്യാഗ്രഹത്തിനു ശേഷം തിരുവിതാംകൂറിൽ അലയടിച്ചുകൊണ്ടിരുന്ന ക്ഷേത്രപ്രവേശന പ്രക്ഷോഭങ്ങളോടെല്ലാം ദിവാൻ സർ സി.പി. അനുകൂലമായ നിലപാടുകളെടുത്തിരുന്നെങ്കിലും ഉത്തരവാദ ഭരണ സമരങ്ങളോടും ദേശീയ പ്രക്ഷോഭങ്ങളോടുമെല്ലാം നിഷേധാത്മകമായ സമീപനമായിരുന്നു കൈക്കൊണ്ടിരുന്നത്.

മഹാത്മജിയുടെ ആഹ്വാനങ്ങളിൽ നിന്ന് ആവേശമുൾക്കൊണ്ടും രാജഭക്തിയിലുള്ള വിധേയത്വം കൊണ്ടും തിരുവിതാംകൂറിലുടനീളം വായനാകേന്ദ്രങ്ങൾ രൂപപ്പെട്ടുകൊണ്ടിരുന്നു. സാക്ഷരതാ രംഗത്തും ഭാഷാരംഗത്തുമുള്ള കൃസ്ത്യൻ മെഷനറിമാരുടെ പ്രവർത്തനം കൂടിയായപ്പോൾ അതിന് വേഗതയേറുകയും ചെയ്തുകൊണ്ടിരുന്നു. ശ്രീനാരായണ പ്രസ്ഥാനവും സഹോദരനയ്യപ്പന്റെ സാമൂഹ്യ പരിഷ്കരണ നടപടികളും വായനശാലകളുടെ വ്യാപനത്തിൽ ഭാഗഭാക്കാകുകയും ചെയ്തു. ഗുരുദേവനിലൂടെയും ആശാനിലൂടെയും മുഴങ്ങിക്കേട്ട സമൂഹ സമത്വത്തിന്റെയും മാനവീയതയുടെയും ആശയങ്ങൾ നിരക്ഷരരെപ്പോലും ഇരുത്തിച്ചിന്തിപ്പിക്കാൻ പര്യാപ്തമായിരുന്നു. കേരളത്തിലെ നവോത്ഥാന പ്രസ്ഥാനം സൃഷ്ടിച്ച ആവേശവും ഉൽപതിഷ്ണുത്വ

വും 'വിദ്യ നേടി രക്ഷനേടുക' എന്ന ഗുരുദേവന്റെ ആഹ്വാനവും കീഴാളന് പഠിപ്പ് നിഷേധിച്ച മേലാളന്റെ ധിക്കാരത്തിനെതിരെ അവഗണിയ്ക്കപ്പെട്ട അടിസ്ഥാന വർഗ്ഗത്തിന്റെ സമരനിര പടുത്തുയർത്തിയ അയ്യങ്കാളിയുടെ ഉദ്ബുദ്ധമായ നേതൃത്വവും അക്ഷരജ്ഞാനത്തിന്റെ വിളംബര ഘോഷങ്ങളായിരുന്നു. ഫ്യൂഡൽ പാരമ്പര്യങ്ങൾക്കൊത്ത് ജീവിതം ചിട്ടപ്പെടുത്തുകയും രാജവാഴ്ചയെ ഭയഭക്തി ബഹുമാനത്തോടെ താണുവണങ്ങുകയും ചെയ്യുന്ന ജനസാമാന്യത്തെ സംഘടനാ ബോധത്തിലേക്കും ജനാധിപത്യത്തിന്റെ ബാലപാഠങ്ങളിലേക്കും കടന്നുചെല്ലാൻ പ്രേരിപ്പിച്ച അടിസ്ഥാന ഘടകം ഗ്രന്ഥശാലകളായിരുന്നു.

തിരുവിതാംകൂറിലെ ഗ്രാമങ്ങളിൽ സാക്ഷരതാ കേന്ദ്രങ്ങളും വായനശാലകളും വളർന്നു കൊണ്ടേയിരുന്നു. പണിക്കരുടെ സന്ദർശനങ്ങളും സമ്മർദ്ദങ്ങളും ഈ പ്രക്രിയക്ക് ആക്കം കൂട്ടുകയും ചെയ്തു. സാഹിത്യ പഞ്ചാനനൻ പി.കെ. നാരായണ പിള്ളയുടെ മരണശേഷം 1938 ൽ പി.കെ. മെമ്മോറിയലായി മാറിയ ഗ്രന്ഥശാലയ്ക്ക് രണ്ട് സെന്റ് ഭൂമിയും രണ്ട് നില കെട്ടിടവും പണിയാൻ പണിക്കരും സംഘവും ഏറെ പാടുപെടുകയായിരുന്നു. ലക്ഷ്യം കാണാതെ അദ്ദേഹം മടങ്ങിയില്ല. അമ്പലപ്പുഴയുടെ സാംസ്കാരിക പൈതൃകത്തിന് മുതൽക്കൂട്ടായി സാഹിത്യപഞ്ചാനനന്റെ നിത്യസ്മാരകമായി പണിക്കർ വിഭാവനം ചെയ്ത ഒരു ഗ്രന്ഥശാല യാഥാർത്ഥ്യമാവുകയും ചെയ്തു.

മലബാർ :

ഇരുപതാം നൂറ്റാണ്ടിന്റെ ആരംഭകാലം മുതൽ മലബാറിൽ വായനശാലകൾ പ്രവർത്തനമാരംഭിച്ചിരുന്നു. വയോജന പാഠശാലകളും അനൗപചാരിക വിദ്യാഭ്യാസ കേന്ദ്രങ്ങളും വായനശാലകളായി രൂപപ്പെടുകയായിരുന്നു ഇവിടെ. സ്വാതന്ത്ര്യസമര പ്രവർത്തനത്തിന്റെ ഭാഗമായി സംഘടിപ്പിച്ച ബോധവൽക്കരണ കേമ്പുകളും ഹിന്ദി ക്ലാസുകളും വായനാകേന്ദ്രങ്ങളായി മാറുകയും ചെയ്തു. ആത്മവിദ്യാസംഘം പ്രവർത്തകരും ഗുരുദേവശിഷ്യൻമാരും കൃസ്ത്യൻ മിഷനറിമാരും കാര്യമായ സംഭാവനകൾ നൽകുന്നുമുണ്ടായിരുന്നു.

തിരുവിതാംകൂറിൽ നിലനിന്നത് പോലുള്ള രാജവാഴ്ചയും രാഷ്ട്രീയ സാഹചര്യവും മലബാറിലുണ്ടായിരുന്നില്ല. മദിരാശി സംസ്ഥാനത്തിന്റെ ഭാഗമെന്ന നിലയിൽ ബ്രിട്ടീഷുകാരുടെ നേരിട്ടുള്ള ഭരണത്തിൻകീഴിലായിരുന്നു മലബാർ. രാജാധികാരത്തിന്റെ ആനുകൂല്യങ്ങൾ ഉപയോഗപ്പെടുത്തിയോ നാടുവാഴിത്തത്തോടുള്ള കൂറിൽ നിന്നുടലെടുത്തതോ ആയ ഗ്രന്ഥാലയങ്ങളൊന്നും മലബാറിൽ സ്ഥാപിതമായില്ലെന്നതും ശ്രദ്ധേയമാണ്. രാഷ്ട്രീയ പ്രവർത്തനത്തിന്റെ ഭാഗമായി വളർത്തിയതായിരുന്നു മലബാറിലെ ഒട്ടുമിക്ക വായനശാലകളും. സാംസ്കാരിക രാഷ്ട്രീയ രംഗത്ത് പ്രശസ്തരായി മാറിയ പലരും പ്രാരംഭഘട്ടത്തിൽ ഗ്രന്ഥശാലാ പ്രവർത്തകരുമായിരുന്നു. ശ്രീ. എ.

ബാലഗോപാൽ, പി.ടി. ഭാസ്കരപ്പണിക്കർ, സ്വാതന്ത്ര്യ സമര സേനാനിയും ചിന്തകനുമായ മലബാർ കെ. ദാമോദരൻ തുടങ്ങിയ ദേശീയ രാഷ്ട്രീയ പ്രവർത്തകർ വായനശാലകളുടെ സ്ഥാപനത്തിനും വികസനത്തിനുമായി നിരന്തരം പ്രവർത്തിക്കുകയും ചെയ്തു.

മലബാറിലെ ഗ്രന്ഥശാലകൾക്ക് കേന്ദ്രീകൃതമായൊരു സംഘടന രൂപീകരിയ്ക്കുക എന്ന ലക്ഷ്യം മുൻനിർത്തി 1937 ജൂൺ 11 ന് ശ്രീ. കെ. കേളപ്പന്റെ അധ്യക്ഷതയിൽ കോഴിക്കോട്ട് വെച്ച് 'മലബാർ വായനശാലാ സംഘം' രൂപീകരിക്കുകയുണ്ടായി. ശ്രീ. ഇ. രാമൻ മേനോൻ പ്രസിഡണ്ടും ശ്രീ. കെ. ദാമോദരൻ സെക്രട്ടറിയുമായി രൂപീകരിച്ച സംഘടനയിൽ ശ്രീ. എം.കെ. കേളു, കോഴിപ്പുറത്ത് മാധവമേനോൻ, വി.ആർ. നായനാർ, മൊയ്യാരത്ത് ശങ്കരൻ, കെ.പി. ആർ. ഗോപാലൻ, എ. ബാലഗോപാൽ തുടങ്ങിയവരായിരുന്നു സംഘാടകർ. താലൂക്കുകൾ തോറും സമ്മേളനങ്ങളും ബോധവൽക്കരണ ക്യാമ്പുകളും വായനശാലാ സന്ദർശനങ്ങളും നടത്തി സംഘം സാന്നിധ്യമറിയിക്കുകയും ചെയ്തു.

സ്റ്റേറ്റ് കോൺഗ്രസിന്റെയും ദേശീയ പ്രസ്ഥാനത്തിന്റെയും ചുവടൊത്ത് വളർന്ന വായനശാലകളായിരുന്നു അന്ന് മലബാറിലുണ്ടായിരുന്നത്. സർക്കാർ തലത്തിൽ ആനുകൂല്യങ്ങൾ ലഭിച്ചില്ലെന്ന് മാത്രമല്ല ബ്രിട്ടീഷ് ഭരണത്തിൽ നിന്ന് ഗ്രന്ഥശാലകളെ തകർക്കാനുള്ള ശ്രമവും നടക്കുന്നുണ്ടായിരുന്നു. വായനശാലാ പ്രവർത്തനങ്ങളിലൂടെ പൊതുരാഷ്ട്രീയ രംഗത്തിറങ്ങിയ നേതാക്കൻമാരിലധികവും പോലീസ് മർദ്ദനത്തിനിരയാവുകയും ജയിൽവാസമനുഭവിക്കുകയും ചെയ്തുകൊണ്ടിരുന്നു. മലബാറിലെ വായനശാലകളുടെ ഏകീകരണം ലക്ഷ്യമിട്ട് പ്രവർത്തിച്ച മലബാർ വായനശാലാ സംഘത്തിന്റെ സംഘാടകരിൽ പ്രമുഖൻ ശ്രീ. കെ. ദാമോദരനായിരുന്നു. 1945 ലെ അമ്പലപ്പുഴ സമ്മേളനത്തിലേയ്ക്ക് പണിക്കരുടെ ശ്രദ്ധ തിരിയാൻ നിമിത്തമായത് 1937 ലെ മലബാർ വായനശാലാ സംഘത്തിന്റെ പ്രവർത്തനങ്ങളാണെന്ന് വിലയിരുത്തുന്നതിൽ തെറ്റുണ്ടെന്ന് തോന്നുന്നില്ല.

1940 കളിൽ കെ.പി.സി.സി ജനറൽ സെക്രട്ടറിയും എ.ഐ.സി.സി. അംഗവുമായിരുന്ന കെ. ദാമോദരൻ 1953 ൽ പനമ്പിള്ളി ഗോവിന്ദ മേനോൻ ഗ്രന്ഥശാലാ സംഘത്തിന്റെ പ്രസിഡണ്ടായിരുന്നപ്പോൾ വൈസ് പ്രസിഡണ്ടായി പ്രവർത്തിക്കുകയും ചെയ്തു. പുരോഗമന സാഹിത്യത്തിന് മൗലികമായ അടിസ്ഥാനം നൽകാൻ ശ്രമിച്ച ബുദ്ധിജീവി, മികച്ച വാഗ്മി, കേരളത്തിലുടനീളം വിപ്ലവപരമായ സാമൂഹ്യാവബോധത്തിന്റെ ഊർജ്ജകേന്ദ്രമായി പരിഗണിയ്ക്കപ്പെടുകയും കാലാതീതമായി ചർച്ച ചെയ്യപ്പെടുകയും ചെയ്ത പാട്ടബാക്കിയുടെ രചയിതാവ് തുടങ്ങി കെ. ദാമോദരന് വിശേഷണങ്ങൾ വേറെയുമുണ്ട്. കേരളീയ ജീവിതത്തിന്റെ വിവിധ മേഖലകളിൽ ധൈഷണികവും സർഗാത്മകവുമായ സംഭാവനകൾ നൽകിയ വ്യക്തിയാണ് കെ. ദാമോദരൻ. ഇന്ത്യയിലെ നാനാതരം ദാർശനിക പ്രവണതകളെ സമഗ്രമായി വിലയിരുത്തലിനും

പുനഃപരിശോധനയ്ക്കും വിധേയമാക്കുകയും ഇന്ത്യൻ ചിന്താപാരമ്പര്യത്തെ മാർക്സിസ്റ്റ് വീക്ഷണകോണിലൂടെ നോക്കിക്കാണാനുള്ള അർത്ഥപൂർണ്ണമായ ശ്രമവുമായിരുന്നു കെ. ദാമോദരന്റെ ഏറ്റവും വലിയ സംഭാവന. ഭാരതീയ ചിന്താപാരമ്പര്യത്തിലെ വിവിധ ധാരകളോടും ആശയാവലികളോടും സംവാദാത്മക ബന്ധം സ്ഥാപിയ്ക്കാൻ ഇന്ത്യയിലെ മറ്റൊരു രാഷ്ട്രീയ നേതാവിനും കഴിഞ്ഞിട്ടില്ല എന്നുള്ളതാണ് അദ്ദേഹത്തെ വേറിട്ടുനിർത്തുന്നത്. 1945 ലെ തിരുവിതാംകൂർ ഗ്രന്ഥശാലാ സമ്മേളന കാലത്ത് കെ. ദാമോദരൻ ജയിൽവാസമനുഭവിയ്ക്കുകയായിരുന്നു. സംഘത്തിന്റെ നേതൃനിരയിലേക്ക് അവരോധിയ്ക്കപ്പെടാവുന്ന ചുരുക്കം ചിലരിലൊരാളായിരുന്നു അദ്ദേഹം.

കോഴിപ്പുറത്ത് മാധവമേനോൻ മദിരാശിയിൽ മന്ത്രിയായിരുന്ന കാലത്താണ് 1948 ൽ മദ്രാസ് ലൈബ്രറി ആക്ട് നിയമമാകുന്നത്. ആ നിയമത്തിന്റെ അടിസ്ഥാനത്തിൽ മലബാറിൽ ലോക്കൽ ലൈബ്രറി അഥോറിറ്റികൾ നിലവിൽ വരികയും ചെയ്തു.

അഖില തിരുവിതാംകൂർ ഗ്രന്ഥാലയസംഘം:

തിരുവിതാംകൂറിന്റെ വിവിധ ഭാഗങ്ങളിൽ ഉയർന്നു വരുന്ന ഗ്രന്ഥാലയങ്ങളെ ഐക്യപ്പെടുത്തി ഒരു കുടക്കീഴിലാക്കുന്നതിനെപ്പറ്റിയായിരുന്നു പണിക്കരുടെ പിന്നീടുള്ള ചിന്ത. ജനങ്ങളുടെ ആവശ്യകതയിൽ നിന്നുയർന്നുവരുന്ന ഇത്തരം സ്ഥാപനങ്ങൾക്ക് സർക്കാരിന്റെ സഹായവും പരിരക്ഷയും അത്യന്താപേക്ഷിതമാണെന്ന് പണിക്കർ മനസ്സിലാക്കി. മുഴുവൻ ഗ്രന്ഥശാലകളെയും കൂട്ടിയോജിപ്പിച്ച് ഗവൺമെന്റിന്റെ ശ്രദ്ധ ക്ഷണിക്കാനായിരുന്നു അദ്ദേഹത്തിന്റെ ശ്രമം. ഗ്രന്ഥശാലകളുടെ ഏകീകരണം ലക്ഷ്യം വെച്ച് തിരുവിതാംകൂറിൽ തന്നെ ഒറ്റപ്പെട്ട ശ്രമങ്ങൾ നടക്കുകയുണ്ടായി. 1937 ൽ മലബാറിൽ തുടങ്ങിവെച്ച മലബാർ വായനശാലാ സംഘത്തിന്റെ പ്രവർത്തനങ്ങളും കൂട്ടി വായിക്കുകയായിരുന്നു പണിക്കർ ചെയ്തത്. ഗ്രന്ഥശാലകളെ കൂട്ടി യോജിപ്പിക്കാൻ പണിക്കർക്ക് പ്രചോദനമായത് തിരുവിതാംകൂറിൽ നടന്ന ഐക്യശ്രമങ്ങളും മലബാർ വായനശാലാ സംഘത്തിന്റെ പ്രവർത്തനങ്ങളുമായിരുന്നു.

1945 സെപ്റ്റംബർ 14:

കേരളത്തിലെ ഗ്രന്ഥശാലാ പ്രസ്ഥാനത്തിന്റെ ചരിത്രത്തിലെ നിർണ്ണായകമായ ഒരു ദിനമാണ് സെപ്റ്റംബർ 14. പണിക്കരുടെ തന്നെ കാർമ്മികത്വത്തിൽ ഉയർന്നുവന്ന അമ്പലപ്പുഴയിലെ പി.കെ. നാരായണപ്പിള്ള മെമ്മോറിയൽ ഗ്രന്ഥാലയത്തിന്റെ നേതൃത്വത്തിൽ തിരുവിതാംകൂറിലെ 47 വായനശാലകൾ ചേർന്ന് അഖില തിരുവിതാംകൂർ ഗ്രന്ഥശാലാ സംഘത്തിന് രൂപം കൊടുക്കുന്നു. ഏവൂർ ദേശബന്ധു ഗ്രന്ഥശാലാ പ്രതിനിധി കെ.എം. കേശവൻ പ്രസിഡണ്ടായും പി.എൻ. പണിക്കർ സെക്രട്ടറിയായും തെരഞ്ഞെടുക്കപ്പെട്ട സംഘത്തിന്റെ ഉദ്ഘാടകൻ

ദിവാൻ സർ. സി.പി.രാമസ്വാമി അയ്യരായിരുന്നു. ഗ്രന്ഥശാലകളുടെ സ്ഥാപനത്തിനും സംരക്ഷണത്തിനും ഒരു കേന്ദ്ര സംഘടന നിലവിൽ വന്നു എന്ന തോന്നൽ വളരെ വേഗം വളർന്നുവന്നു. സർക്കാർ ആനുകൂല്യങ്ങൾ നേടിയെടുക്കുന്നതിനായി ഒരു നിവേദന സംഘത്തെ ചുമതലയേൽപ്പിച്ചു. തിരുവിതാംകൂറിലെ മുഴുവൻ ഗ്രന്ഥാലയങ്ങൾക്കും സർക്കാരിന്റെ പരിരക്ഷ ഉറപ്പാക്കുക എന്ന ദൗത്യം ഏറ്റെടുത്തുകൊണ്ട് സംഘത്തിൽ സജീവമാവുകയായിരുന്നു പണിക്കർ. സംഘത്തിന്റെ നിയമാവലി തയ്യാറാക്കി രജിസ്റ്റർ ചെയ്ത് പ്രാരംഭ പ്രവർത്തനങ്ങൾ ആരംഭിച്ചു. ഓരോ വായനശാലയും സന്ദർശിച്ചുകൊണ്ട് നിരന്തരം യാത്രയിലായിരുന്നു അദ്ദേഹം. കരപ്രമാണിമാരെ കണ്ട് സൗജന്യമായി സ്ഥലം സംഘടിപ്പിക്കുക, കെട്ടിടനിർമ്മാണത്തിനാവശ്യമായ യോഗങ്ങൾ വിളിച്ചുചേർത്ത് മാർഗ്ഗനിർദ്ദേശം നൽകുക, വീണ്ടും സന്ദർശനം നടത്തി പ്രവർത്തന പുരോഗതി വിലയിരുത്തുക, ഗ്രന്ഥശാലകൾക്ക് പ്രവർത്തനരേഖകൾ തയ്യാറാക്കുക, കലാസാഹിത്യ രംഗത്തെ പ്രശസ്തരെ ഗ്രന്ഥാലയവുമായി ബന്ധപ്പെടുത്തുക, കൺവൻഷനുകളും സെമിനാറുകളും സംഘടിപ്പിക്കുക തുടങ്ങി വായനാകേന്ദ്രങ്ങൾക്കും സർക്കാരിനുമിടയിൽ രക്ഷാധികാരിയായി പണിക്കർ നിറഞ്ഞുനിന്നു. മാറിവരുന്ന ഗവൺമെന്റിൽ നിന്നും കാലാകാലങ്ങളിൽ സ്വാധീനവും സമ്മർദ്ദവും ചെലുത്തി കിട്ടാവുന്ന ആനുകൂല്യങ്ങൾ വാങ്ങിയെടുക്കുകയായിരുന്നു. ഇതിനിടയിൽ ഗ്രന്ഥശാലകളുടെ ഗ്രേഡ് നിർണ്ണയത്തിൽ സംഘത്തിന്റെ സ്വാധീനം ഉറപ്പാക്കുന്നതിൽ അദ്ദേഹം വിജയിക്കുകയും ചെയ്തു. വായനശാലകൾക്ക് ധനസഹായം അനുവദിക്കാനുള്ള യോഗ്യത പരിശോധിച്ചുകൊണ്ടിരുന്നത് വിദ്യാഭ്യാസ വകുപ്പിലെ ഇൻസ്പെക്ടർമാരായിരുന്നു. സംഘത്തിന്റെ പ്രതിനിധിയെ കൂടി പരിശോധനാ സമിതിയിൽ ഉൾപ്പെടുത്താൻ പണിക്കർ സമ്മർദ്ദം ചെലുത്തുകയായിരുന്നു.

നാട്ടിലുടനീളം വളർന്നുവരുന്ന വായനശാലകൾക്ക് നിശ്ചിത മാനദണ്ഡങ്ങൾക്കനുസരിച്ച് സംഘത്തിൽ അഫിലിയേഷൻ നടത്തുകയും അഫിലിയേഷൻ പൂർത്തിയാകുമ്പോൾ സർക്കാരിൽ നിന്ന് ധനസഹായം നേടിക്കൊടുക്കുകയായിരുന്നു പണിക്കരുടെ ലക്ഷ്യം. ഭരണസിരാ കേന്ദ്രത്തിന്റെ ഇടനാഴികൾക്കും ഗ്രാമാന്തരങ്ങളിലെ ഒറ്റയടിപ്പാതകൾക്കും പണിക്കർ സുപരിചിതനായിരുന്നു.

സുദീർഘമായ പോരാട്ടങ്ങൾക്കൊടുവിൽ സ്വാതന്ത്ര്യം സ്വപ്നം കണ്ടുണരുന്ന ഒരു ജനതയുടെ മുന്നിൽ ദിവാൻ സർ സി.പി. രാമസ്വാമി അയ്യർ പുതിയ ഭരണപരിഷ്കാരം പ്രഖ്യാപിച്ചു. പ്രതിഷേധം അക്രമാസക്തമായപ്പോൾ പോലീസ് വെടിവെപ്പിൽ നിരവധി പേർ മരിക്കുന്നു. 1946 ഒക്ടോബർ 24 കേരള ചരിത്രത്തിൽ പുതിയ ഒരു അധ്യായം എഴുതിച്ചേർത്തു.

1947 ഫെബ്രുവരിയിൽ ഗ്രന്ഥശാലാ സംഘത്തിന്റെ രണ്ടാമത്തെ സമ്മേളനം കോട്ടയത്ത് ചേരുകയും സാക്ഷരതാ രംഗത്തേക്ക് പ്ര

വർത്തനം വ്യാപിപ്പിക്കുവാനും ഗ്രന്ഥശാലകളുടെ സംരക്ഷണത്തിന് നിയമമുണ്ടാക്കാനുള്ള നടപടികൾക്കായും സർക്കാരിനെ സമീപിക്കാനും തീരുമാനിച്ചു. 1948 ൽ ഒരു ഗ്രന്ഥശാലാ മാന്വൽ പുറത്തിറക്കാനും സംഘത്തിന് സാധിച്ചു. ഇതേ വർഷം തന്നെ തിരുവിതാംകൂർ ഗ്രന്ഥശാലാ സംഘത്തിന്റെ മുഖപത്രമായ 'ഗ്രന്ഥാലോകം' പ്രസിദ്ധീകരിക്കാൻ തുടങ്ങി.

1948 ജൂലൈ 15, 16 തിയ്യതികളിൽ വടക്കൻ പറവൂരിൽ ചേർന്ന ഗ്രന്ഥശാലാ സംഘത്തിന്റെ മൂന്നാം വാർഷിക സമ്മേളനത്തിലെ അധ്യക്ഷൻ പനമ്പിള്ളി ഗോവിന്ദ മേനോനായിരുന്നു. അതേ വർഷം ആഗസ്റ്റ് മാസത്തിൽ കൊച്ചിയിൽ ദിവാൻ ഭരണത്തിന് അന്ത്യം കുറിച്ചുകൊണ്ട് ഗോവിന്ദമേനോൻ പ്രധാനമന്ത്രിയായി സത്യപ്രതിജ്ഞ ചെയ്യുകയും ചെയ്തു. 1952 മുതൽ 60 വരെയുള്ള 8 വർഷക്കാലം സംഘത്തിന്റെ പ്രസിഡണ്ടായിരുന്ന പനമ്പിള്ളിയുടെ കാലത്താണ് ഗ്രന്ഥശാലകളുടെ പ്രവർത്തനക്ഷമതയുടെ അടിസ്ഥാനത്തിൽ വിലയിരുത്തുന്ന ഗ്രഡേഷൻ സംവിധാനം നിലവിൽ വരുന്നത്. ഗ്രന്ഥശാലകളിൽ ഗുണനിലവാരമുള്ള പുസ്തകങ്ങൾ ഉറപ്പുവരുത്തുന്നതിന് 1959 മുതൽ രൂപീകരിച്ച ബുക് സെലക്ഷൻ കമ്മിറ്റിയും പനമ്പിള്ളിയുടെ സൃഷ്ടിയായിരുന്നു. സംഘത്തിന്റെ അധ്യക്ഷനായ വ്യക്തി കൊച്ചിയുടെ ഭരണസാരഥ്യം ഏറ്റെടുത്തപ്പോൾ ആ സൗഹൃദത്തിലൂടെ സംഘടനയെ പരിപോഷിപ്പിക്കാനുള്ള അവസരം പണിക്കർ പാഴാക്കിയതുമില്ല.

സാർവത്രിക വിദ്യാഭ്യാസവും സമ്പൂർണ്ണ സാക്ഷരതയും നേടിയെടുക്കാൻ ഇത്തരം പ്രസ്ഥാനങ്ങൾക്ക് മാത്രമേ കഴിയുകയുള്ളൂ എന്ന് പൊതുസമൂഹത്തെയും ഭരണകൂടത്തേയും ബോധ്യപ്പെടുത്താൻ പണിക്കർക്ക് കഴിഞ്ഞു. ഗ്രന്ഥശാലാ സംഘത്തിന്റെ ലക്ഷ്യവും സാമൂഹിക പുരോഗതിയും സാംസ്കാരിക രംഗത്തുള്ള അതിന്റെ പ്രശസ്തിയും അംഗീകരിക്കപ്പെട്ടു. രാഷ്ട്രീയ സ്വാതന്ത്ര്യത്തിലേക്ക് നാട് അടിവെച്ചു കടന്നുവരുമ്പോൾ ജനാധിപത്യത്തിന്റെ പ്രാഥമിക പാഠങ്ങൾ ജനങ്ങൾ ആദ്യം അനുഭവിച്ചറിഞ്ഞത് വായനശാലകളുടെ ഭരണത്തിലൂടെയായിരുന്നു. ജാതീയമായ അടിമത്തത്തിലും രാജഭരണത്തിലുള്ള വിനീത വിധേയത്വത്തിലും ജീവിക്കാൻ വിധിക്കപ്പെട്ട പൊതുജനങ്ങൾക്ക് ഗ്രന്ഥശാലകളിലൂടെ പുതിയൊരു ലോകത്തെ കാണാനും വരവേൽക്കാനും കഴിഞ്ഞു. അതുതന്നെയായിരുന്ന പണിക്കരും ലക്ഷ്യമിട്ടിരുന്നത്.

1949 ജൂലൈ മാസത്തിൽ തിരുവിതാംകൂറും കൊച്ചിയും ലയിച്ച് തിരു-കൊച്ചി സംസ്ഥാനം രൂപം കൊണ്ടപ്പോൾ രണ്ടു സംസ്ഥാനങ്ങളിലും പ്രവർത്തിച്ചുവന്നിരുന്ന വായനശാലകളെ ഒരു കേന്ദ്ര സംഘടനയിലേക്ക് കൊണ്ടുവരാനുള്ള രൂപരേഖ തയ്യാറാക്കുന്നതിനും നിയമാവലി ചിട്ടപ്പെടുത്തുന്നതിനുമായി പി.വി. കൃഷ്ണൻ, പി.എൻ. പണിക്കർ, എന്നിവരെ എറണാകുളം പബ്ലിക് ലൈബ്രറിയിൽ ചേർന്ന ഗ്രന്ഥശാലാ പ്രവർത്തകരുടെ യോഗം ചുമതലപ്പെടുത്തി. പ്രസ്തുത

നിയമാവലിയുടെ അടിസ്ഥാനത്തിൽ അഖില തിരുവിതാംകൂർ ഗ്രന്ഥശാലാ സംഘം തിരുകൊച്ചി ഗ്രന്ഥശാലാ സംഘമായി രൂപാന്തരപ്പെട്ടു. കൊച്ചിയിൽ പ്രവർത്തിച്ചിരുന്ന ഇരുനൂറ്റിനാൽപത്തിയാറ് ഗ്രന്ഥശാലകൾ തിരുകൊച്ചി ഗ്രന്ഥശാലാ സംഘത്തിൽ അംഗഗ്രന്ഥശാലകളായി മാറുകയും ചെയ്തു. ഗ്രന്ഥശാലാസംഘം ആരംഭിച്ചപ്പോൾ തന്നെ അതിനെ മുഴുവൻ കേരളീയരുടെയും ഒരു പ്രസ്ഥാനമാക്കി വളർത്തിയെടുക്കണമെന്ന സങ്കൽപ്പമാണുണ്ടായിരുന്നത്. പ്രാരംഭ ഘട്ടത്തിൽ ചരിത്രപരമായ കാരണങ്ങളാൽ അഖിലതിരുവിതാംകൂർ ഗ്രന്ഥശാലാ സംഘമെന്ന പേരിൽ പഴയ തിരുവിതാംകൂറിൽ പ്രവർത്തനം ഒതുക്കി നിർത്തുകയായിരുന്നു. മൂന്നു വർഷത്തെ പ്രവർത്തനങ്ങൾക്ക് ശേഷമുണ്ടായ തിരു-കൊച്ചി സംയോജനം സംഘത്തിന്റെ പ്രവർത്തനത്തെ പ്രായോഗികതലത്തിൽ കൊച്ചി ഭാഗത്തേക്കും വ്യാപിപ്പിക്കാൻ സഹായിച്ചു.

തിരുവിതാംകൂറിലുടനീളം പണിക്കർ നടത്തിയ പര്യടനങ്ങളും പദയാത്രയും ഏതാണ്ടെല്ലാ ഗ്രാമങ്ങളിലും ഗ്രന്ഥശാലകൾ ഉണ്ടാകുകയോ അടിത്തറ ഉറപ്പിക്കുകയോ ചെയ്തുകഴിഞ്ഞിരുന്നു. കൊച്ചിയിൽ അങ്ങിങ്ങായി ഗ്രന്ഥശാലകളുണ്ടായിരുന്നെങ്കിലും അവയ്ക്കൊന്നും തിരുവിതാംകൂറിലുണ്ടായിരുന്നത് പോലെ ഒരു ജനകീയ പ്രസ്ഥാനത്തിന്റെ സംരക്ഷണമോ നേതൃസ്ഥാനത്ത് ഒരു വ്യക്തിയോ ഉണ്ടായിരുന്നില്ല. ഗ്രന്ഥശാലകളിലധികവും സർക്കാർ സംവിധാനത്തിന്റെ ഭാഗമായിരുന്നു. ജനങ്ങളുടെ സേവനത്തെ പ്രയോജനപ്പെടുത്തുന്ന പ്രവർത്തന ശൈലിയും ഉണ്ടായിരുന്നില്ല.

തിരുവിതാംകൂറിൽ ചെയ്തത് പോലെ ജനകീയാടിസ്ഥാനത്തിൽ കൊച്ചിയിലെ ഗ്രന്ഥാലയങ്ങളെയും പുനഃസ്ഥാപിക്കാനുള്ള ശ്രമത്തിലായിരുന്നു പണിക്കർ. 1949 മാർച്ച് 10 മുതൽ സംഘത്തിന്റെ പ്രവർത്തകർ പണിക്കരുടെ നേതൃത്വത്തിൽ പദയാത്ര തുടങ്ങി. ഒരു മാസത്തോളം കൊച്ചിയിലൂടെ അവർ സഞ്ചരിച്ചു. സ്വാതന്ത്ര്യത്തിലേക്കും സാമൂഹിക സമത്വത്തിലേക്കും കടന്നുവന്ന ജനങ്ങൾക്ക് ഗ്രന്ഥശാലകളുടെ രൂപീകരണവും പ്രവർത്തനവും പുതിയൊരു അനുഭവമായി മാറി. പുതിയ വായനശാലകൾ സ്ഥാപിയ്ക്കുമ്പോൾ അവയ്ക്ക് പരിരക്ഷ നൽകേണ്ടത് സർക്കാരിന്റെ ബാധ്യതയാണെന്ന് ഓർമ്മപ്പെടുത്താനും പണിക്കർ മറന്നില്ല. കൊച്ചി പ്രധാനമന്ത്രി ഇക്കണ്ട വാര്യർ, സഹമന്ത്രിമാരായ പനമ്പിള്ളി ഗോവിന്ദമേനോൻ, സി.എ. ഔസേപ്പ് എന്നിവരെ സന്ദർശിച്ചു വായനാകേന്ദ്രങ്ങളുടെ വളർച്ചയ്ക്കാവശ്യമായ പ്രവർത്തനപദ്ധതികൾ സമർപ്പിച്ചു.

1949 ജൂലൈ 1 ന് തിരു-കൊച്ചി സംസ്ഥാനം നിലവിൽ വന്നപ്പോൾ രൂപംകൊണ്ട പറവൂർ ടി.കെ. നാരായണപിള്ള മന്ത്രിസഭയിൽ വിദ്യാഭ്യാസ മന്ത്രിയായിരുന്ന പനമ്പിള്ളി ഗോവിന്ദ മേനോനുമായി പണിക്കർക്കുണ്ടായിരുന്ന സൗഹൃദവും പനമ്പിള്ളിക്ക് ഗ്രന്ഥശാലാ പ്രസ്ഥാനത്തോടുണ്ടായിരുന്ന താൽപര്യവും ഉപയോഗപ്പെടുത്തി ഗ്രന്ഥ

ശാലകളുടെ വളർച്ചക്ക് വിഘാതമായിരുന്ന ലൈബ്രറി ഡിപ്പാർട്ടുമെന്റു കളെ സംഘം സെക്രട്ടറി നിർവീര്യമാക്കുകയായിരുന്നു. കെട്ടിട നിർമ്മാണ ധനസഹായ വിതരണത്തിലും ഗ്രാന്റ് വിനിയോഗത്തിലും വിദ്യാഭ്യാസ വകുപ്പിലെ ഉദ്യോഗസ്ഥർക്കുണ്ടായിരുന്ന മേൽക്കോയ്മ കളെല്ലാം തന്നെ പണിക്കരുടെ ഇടപെടലുകളിലൂടെ ഇല്ലാതാവുകയും ചെയ്തു.

മലബാറിൽ നിന്നുള്ള മധുരവനം കൃഷ്ണക്കുറുപ്പ്, ഇ. രാമൻ മേനോൻ എന്നിവരെക്കൂടി ഉൾപ്പെടുത്തിയതോടെ അഖില കേരളാടിസ്ഥാനത്തിലുള്ള പ്രാതിനിധ്യം കൈവന്നു. ഗ്രന്ഥശാലാ സംഘത്തിന്റെ പ്രവർത്തക സമിതി നിവേദകസംഘം, നിയമനിർമ്മാണ സമിതി എന്നിവയിലെല്ലാം അംഗമായി പ്രവർത്തിച്ചുകൊണ്ടിരുന്ന സി. കേശവൻ തിരു-കൊച്ചിയിൽ പറവൂർ ടി.കെ. നാരായണ പിള്ളയുടെ നേതൃത്വത്തിലുള്ള മന്ത്രിസഭ രാജിവെച്ചതിനെ തുടർന്ന് മുഖ്യമന്ത്രിയായി സത്യപ്രതിജ്ഞ ചെയ്യുന്നു.

പണിക്കരോടൊപ്പം ഗ്രന്ഥശാലാ രംഗത്ത് പ്രവർത്തിക്കുകയും പിന്നീട് സംസ്ഥാന ഭരണത്തിൽ നിർണ്ണായക പങ്ക് വഹിക്കുകയും ചെയ്തവരെല്ലാം സംഘത്തെ പരിരക്ഷിക്കുന്നതിൽ അതീവ തൽപ്പരരായിരുന്നു. രാഷ്ട്രീയ രംഗത്തെ നിറ സാന്നിധ്യങ്ങളെ സംഘത്തിന്റെ ഉന്നതപദവികളിലിരുത്താനുള്ള അവസരം പണിക്കർ പാഴാക്കാറുമില്ല. തിരു-കൊച്ചി സംയോജനത്തിനു ശേഷം പണിക്കരുടെ നേതൃത്വത്തിലുള്ള സംഘം പ്രവർത്തകർ ഗ്രാമീണ ഗ്രന്ഥശാലാ പ്രവർത്തകർക്ക് ഗ്രന്ഥാലയ ശാസ്ത്രത്തിൽ പ്രായോഗിക പരിജ്ഞാനം നൽകുന്നതിനുള്ള ബോധവൽക്കരണ ക്ലാസുകളാരംഭിച്ചു. പണിക്കർ തന്നെയായിരുന്നു മുഖ്യ പ്രഭാഷകൻ. തമിഴ് ഭാഷ സംസാരിച്ചിരുന്ന തോവാള, അഗസ്തീശ്വരം, കൽക്കുളം, പിരപ്പൻകോട് വരെ പണിക്കരുടെ പദയാത്രകൾ നീണ്ടുനിന്നു. അധ്യാപക ജോലിയിൽ നിന്ന് മാറ്റി അദ്ദേഹത്തിന്റെ സേവനം പൂർണ്ണമായും സർക്കാർ ഉപയോഗപ്പെടുത്തുകയായിരുന്നു. ഇതിനിടയിൽ വയോജന വിദ്യാഭ്യാസ പ്രവർത്തനങ്ങളും സാക്ഷരതാ പ്രവർത്തനവും പണിക്കർ ഏറ്റെടുത്തു കഴിഞ്ഞിരുന്നു. ഐക്യകേരളം യാഥാർത്ഥ്യമായതോടെ തിരു-കൊച്ചി ഗ്രന്ഥശാലാ സംഘത്തെ കേരളത്തിന്റെ മുഴുവൻ പ്രാതിനിധ്യവും അവകാശപ്പെടുന്ന കേരള ഗ്രന്ഥശാലാ സംഘമാക്കുന്ന ചരിത്രപ്രക്രിയക്ക് പണിക്കർ ശ്രമമാരംഭിച്ചു. 1958 സപ്തംബർ 28 ന് കേരളത്തിലെ മുഴുവൻ ഗ്രന്ഥശാലാ പ്രവർത്തകരും യോഗം ചേർന്ന് പനമ്പിള്ളി ഗോവിന്ദമേനോൻ പ്രസിഡണ്ടും പി.എൻ. പണിക്കർ സെക്രട്ടറിയുമായി കാസർഗോഡു മുതൽ തിരുവനന്തപുരം വരെയുള്ള വായനാകേന്ദ്രങ്ങളെ ഏകോപിപ്പിച്ചുകൊണ്ട് കേരളഗ്രന്ഥശാലാ സംഘത്തിന് രൂപം നൽകി.

സംഘം സെക്രട്ടറി എന്നതിനു പുറമെ ചീഫ് ഓർഗനൈസർ കൂടിയായിരുന്ന പണിക്കർ ഒരു ഗ്രാമത്തിൽ നിന്ന് മറ്റൊരു ഗ്രാമത്തിലേക്ക് കാൽനടയായും കാളവണ്ടിയിലും ബസ്സിലും സഞ്ചരിച്ച് ഗ്രന്ഥശാലക

ളുടെ പുരോഗതി പഠിച്ചുകൊണ്ടിരുന്നു. ഇത്തരം പ്രവർത്തനങ്ങൾക്ക് നേതൃത്വം കൊടുക്കുമ്പോൾ തന്നെ ഉന്നതോദ്യോഗസ്ഥർ, മന്ത്രിമാർ, സാഹിത്യകാരൻമാർ തുടങ്ങിയവരുമായി സംഘത്തിന്റെ പ്രവർത്തന ങ്ങളെക്കുറിച്ച് ചർച്ചകൾ നടത്തുകയും ചെയ്തുകൊണ്ടിരുന്നു.

1957 മെയ് മാസം മുതൽ പണിക്കരുടെ മലബാർ പര്യടനം ആരം ഭിക്കുകയും ചെയ്തു. സംഘത്തിന്റെ മുഖപത്രമായ ഗ്രന്ഥാലോകത്തിന്റെ പത്രാധിപർ ശ്രീ. എസ്. ഗുപ്തൻ നായർ, എ. ബാലഗോപാൽ, പി.ടി. ഭാസ്കരപ്പണിക്കർ എന്നിവരും പണിക്കരുടെ സംഘത്തിലുണ്ടായിരു ന്നു. വിദ്യാർത്ഥിയായിരിക്കെത്തന്നെ വായനശാലാ പ്രവർത്തകനായി പൊതുരംഗത്തിറങ്ങിയ ശ്രീ. ഐ.വി. ദാസ് പണിക്കരോടൊപ്പം കണ്ണൂർ തലശ്ശേരി മേഖലകളിൽ സഞ്ചരിയ്ക്കുന്നുണ്ടായിരുന്നു. ഗ്രന്ഥശാലാ സംഘത്തിന്റെ തലശ്ശേരി താലൂക്ക് യൂനിയൻ സെക്രട്ടറി പദത്തിൽ നിന്ന് സ്റ്റേറ്റ് ലൈബ്രറി കൗൺസിൽ സെക്രട്ടറി (1994 മുതൽ 2004 വരെയുള്ള പത്ത് വർഷം) വരെ നീണ്ടുനിന്നതായിരുന്നു ഐ.വി. ദാ സിന്റെ ഗ്രന്ഥശാലാ രംഗത്തെ സേവനം.

പണിക്കരുടെ പര്യടനത്തോടെ വായനശാലാ പ്രവർത്തകർ പുതിയ കർമ്മപദ്ധതികൾ ഏറ്റെടുത്തുകൊണ്ടിരുന്നു. അഫിലിയേഷൻ പൂർത്തി യായ മുറക്ക് ധനസഹായം നൽകാനും പണിക്കരുടെ സന്ദർശനത്തി ലൂടെ കഴിഞ്ഞു. കെ.പി. കേശവമേനോൻ, വി.ടി. ഇന്ദുചൂഡൻ, കെ. ദാമോദരൻ എന്നിവരും മലബാർ മേഖലയിൽ രംഗത്തുണ്ടായിരുന്നു. വി.ടി. ഭട്ടതിരിപ്പാട്, ചെറുകാട്, ഇടശ്ശേരി ഗോവിന്ദൻ നായർ തുടങ്ങിയ സാഹിത്യകാരൻമാരെ അതാത് പ്രദേശത്തെ ഗ്രന്ഥശാലകളോട് ചേർത്തുവെക്കാനും പണിക്കർ ശ്രദ്ധിക്കുന്നുണ്ടായിരുന്നു.

1957 മെയ് മാസത്തിലാരംഭിച്ച പര്യടനം സെപ്തംബർ മാസത്തോടെ വയനാട്ടിലെത്തുകയായിരുന്നു. നോർത്തും സൗത്തും താലൂക്കുകളിലെ ലൈബ്രറി പ്രതിനിധികളുടെ കോൺഫറൻസ് വിളിച്ചുചേർക്കുകയും രണ്ട് താലൂക്കിലും യൂനിയന്റെ അഡ്ഹോക്ക് കമ്മറ്റിയെ തെരഞ്ഞെടു ക്കുകയും ചെയ്തു. വാഹന സൗകര്യമില്ലായ്മയും പ്രതികൂലമായ കാലാവസ്ഥയും കാരണം പഞ്ചായത്ത്തല യോഗങ്ങളായിരുന്നു ഏറെ യും സംഘടിപ്പിച്ചിരുന്നത്. വായനശാലാ പ്രവർത്തകർക്ക് പണിക്ക രുടെ സന്ദർശനം ആവേശം പകരുകയും ചെയ്തു. ഏൽപ്പിച്ച ജോലികൾ പൂർത്തിയായോ എന്നറിയാനുള്ള തുടരന്വേഷണങ്ങളും അദ്ദേഹത്തിന്റെ ഭാഗത്തുനിന്നുണ്ടായിരുന്നു. അതുകൊണ്ടുതന്നെ പണിക്കർ പതിച്ചുന ൽകിയ ഉത്തരവാദിത്വങ്ങളിൽ നിന്ന് ആരും പിന്നോട്ട് പോയതുമില്ല. അതായിരുന്നു ആ പ്രവർത്തന ശൈലിയുടെ പ്രത്യേകത.

സംസ്ഥാനത്തൊട്ടാകെ വ്യാപിച്ചുകിടക്കുന്ന ഗ്രന്ഥശാലകളുടെ പ്ര വർത്തനം കാര്യക്ഷമമാക്കാൻ ഭരണസിരാകേന്ദ്രത്തോട് ചേർന്ന് സംഘ ത്തിന് ഒരു ആസ്ഥാനമുണ്ടാക്കണമെന്ന് പണിക്കർക്ക് മോഹമുണ്ടായി. ശ്രീ ചിത്തിര തിരുനാൾ ഗ്രന്ഥാലയത്തിന്റെ ഒരു മൂലയിൽ ഗ്രന്ഥശാലാ

സംഘത്തിന്റെ ആസ്ഥാനമായി പ്രവർത്തനമാരംഭിച്ചു. ഉദ്യോഗസ്ഥ മേധാവിത്വത്തിൽ നിന്നുള്ള കടുത്ത എതിർപ്പുകൾ വകവെയ്ക്കാതെ തിരു-കൊച്ചി മുഖ്യമന്ത്രിയായിരുന്ന സി. കേശവന്റെ സഹായത്തോടെ തുളസി ഹിൽ ബംഗ്ലാവ് സംഘത്തിന് ലഭിച്ചു. മുഖ്യമന്ത്രിയെക്കൊണ്ട് അത് അംഗീകരിപ്പിച്ചതിനു പിന്നിൽ പണിക്കരുടെ നിരന്തരമായ സമ്മർദ്ദ മുണ്ടായി. തുളസിഹിൽ ബംഗ്ലാവ് പബ്ലിക് സർവ്വീസ് കമ്മീഷൻ ഓഫീ സിനു വേണ്ടി വിട്ടുകൊടുക്കാൻ സർക്കാർ ഉത്തരവുണ്ടായപ്പോൾ കന്റോൺമെന്റ് ഹൗസിലെ ഒരു ഔട്ട്ഹൗസ് സംഘത്തിന് ലഭിച്ചു. അത്തരമൊരു തീരുമാനം പട്ടം താണുപിള്ള മന്ത്രിസഭയെക്കൊണ്ട് അംഗീകരിപ്പിക്കുന്നതിലും പണിക്കർ ഏറെ പാടുപെടേണ്ടിവന്നു. സ്ഥിര മായൊരു മന്ദിരമുണ്ടാക്കുക എന്ന ലക്ഷ്യത്തോടെ പണിക്കർ അധി കാരത്തിന്റെ ഇടനാഴികളിൽ നിവേദനവുമായെത്തി. പബ്ലിക് ലൈബ്ര റി പരിസരത്ത് പത്ത് സെന്റ് സ്ഥലമായിരുന്നു പണിക്കരുടെ ആവശ്യം. ഇവിടെയും എതിർപ്പുകൾ ഒരുപാടുണ്ടായിരുന്നു. പറവൂർ ടി.കെ. നാരായണപിള്ളയായിരുന്നു ഗ്രന്ഥശാലാ സംഘത്തിന്റെ അധ്യക്ഷൻ.

കേരള സംസ്ഥാനത്തിൽ ആദ്യമുണ്ടായ ജനകീയ മന്ത്രിസഭ നില വിൽ വരുന്നതിന് തൊട്ടുമുമ്പുണ്ടായിരുന്ന പ്രസിഡണ്ട് ഭരണകാലത്ത് മാത്രമാണ് ഗ്രന്ഥശാലാ സംഘത്തിന് ആഫീസ് കെട്ടിടമുണ്ടാക്കാൻ സ്ഥലം ലഭിച്ചത്. കേരളത്തിലെ ആദ്യത്തെ ജനകീയ സർക്കാർ അധി കാരമേറ്റ ശേഷമാണ് ആ സ്ഥലത്ത് ഒരു കെട്ടിടം പണി പൂർത്തിയാ ക്കാൻ കഴിഞ്ഞത്. അതിന്റെ ഉദ്ഘാടനം 1957 ജൂലൈ 31 ന് പബ്ലിക് ലൈബ്രറിയിൽ നടത്തിയ ഒരു ചടങ്ങിൽ വെച്ച് അന്നത്തെ വിദ്യാഭ്യാസ മന്ത്രി പ്രൊഫസർ ജോസഫ് മുണ്ടശ്ശേരി നിർവ്വഹിച്ചു. പണിക്കരുടെ ചിരകാലഭിലാഷം ഇതോടെ യാഥാർത്ഥ്യമാവുകയും ചെയ്തു.

1958 ഒക്ടോബറിൽ വിദ്യാഭ്യാസ മന്ത്രി ജോസഫ് മുണ്ടശ്ശേരിയുടെ പ്രൈവറ്റ് സെക്രട്ടറിയായി ചുമതലയേറ്റ ശ്രീ. പി.ടി. ഭാസ്കരപ്പണിക്ക രുമായി ചേർന്ന് പുതിയ പ്രവർത്തന പദ്ധതികൾ തയ്യാറാക്കുകയായി രുന്നു പണിക്കർ ചെയ്തത്. ശാസ്ത്രീയാടിസ്ഥാനത്തിൽ ഒരു ഗ്രന്ഥ ശാലാ നിയമമുണ്ടാക്കുന്നതിനുള്ള ശ്രമമാരംഭിച്ചു. ലൈബ്രേറിയൻ പ രിശീലന കോഴ്സിനു രൂപരേഖ തയ്യാറാക്കുകയും ചെയ്തു. 1970 ൽ സംഘത്തിന്റെ പ്രസിഡണ്ടായി ചുമതലയേറ്റ പി.ടി. ഭാസ്കര പണിക്കർ മറ്റു മേഖലകളിലേക്കു കൂടി പ്രവർത്തനം വ്യാപിപ്പിച്ചു. സാക്ഷരതാ പരിപാടി, നഴ്സറി സ്കൂൾ, ഗ്രന്ഥാലോകം സുഹൃദ് സമിതി, സാക്ഷ രകേരള സാംസ്കാരിക നവോത്ഥാന സമിതി, ലിറ്ററസി കൗൺസിൽ, ജൂബിലി സാംസ്കാരിക ജാഥ തുടങ്ങി ഗ്രന്ഥശാലാ സെമിനാറുകൾ വരെ ഈ കാലയളവിൽ പ്രവർത്തനക്ഷമമായി.

ഗ്രാമീണ ഗ്രന്ഥശാലകൾക്ക് സ്വന്തമായി കെട്ടിടം നിർമ്മിക്കാനും ഉപകരണങ്ങൾ വാങ്ങുന്നതിനും ധനസഹായം വർദ്ധിപ്പിക്കണമെന്നു മാവശ്യപ്പെട്ടുകൊണ്ട് പുതുക്കിയ ഒരു മാർഗ്ഗരേഖ 1969 ൽ പണിക്കർ സർക്കാരിനു കൈമാറി. കെട്ടിടനിർമ്മാണം പൂർത്തിയാക്കിക്കഴിഞ്ഞാൽ

മൂന്നിലൊരു ഭാഗം ധനസഹായം ലഭിക്കാമെന്ന് സർക്കാർ ഉത്തരവിറക്കുകയും ചെയ്തു. ഉപകരണങ്ങളുടെ കാര്യത്തിലും ഇതുതന്നെയായിരുന്നു വ്യവസ്ഥ. ഗ്രന്ഥശാലകൾക്ക് സ്വന്തമായി ആസ്ഥാനമുണ്ടാക്കുന്ന കാര്യത്തിൽ ഈ ഉത്തരവ് ഏറെ പ്രയോജനം ചെയ്തു. പുസ്തക ഗ്രാന്റ് വിതരണത്തിൽ സംഘം സെക്രട്ടറിയുടെ നിർദ്ദേശങ്ങൾ സർക്കാർ അംഗീകരിച്ച് ധനസഹായം വർദ്ധിപ്പിക്കുകയും ചെയ്തു. ഗ്രാന്റ് നൽകുന്നതിനുള്ള പരിശോധനാധികാരം ക്രമേണ സംഘത്തിന്റെ പരിധിയിലേക്ക് വന്നുകൊണ്ടിരുന്നു. ഗ്രന്ഥശാലകൾ സന്ദർശിച്ച ധനസഹായം ശുപാർശ ചെയ്യാൻ സംഘം പ്രത്യേക പ്രതിനിധി സംഘത്തെ ചുമതലയേൽപ്പിക്കുകയും ചെയ്തു.

കേരള ഗ്രന്ഥശാലാ സംഘത്തിന്റെ പ്രവർത്തനങ്ങളെ മാറിവരുന്ന ഗവൺമെന്റിനെക്കൊണ്ട് അംഗീകരിപ്പിക്കാനും ഈ സാംസ്കാരിക പ്രസ്ഥാനത്തിന്റെ വളർച്ച ത്വരിതപ്പെടുത്തേണ്ടുന്നതിന്റെ ആവശ്യകത അവരെ ബോധ്യപ്പെടുത്താനും പണിക്കർക്ക് കഴിയുന്നുണ്ടായിരുന്നു. സംഘത്തെ അവഗണിക്കാൻ ഒരു ഭരണാധികാരിയ്ക്കും കഴിയാത്തൊരു സാഹചര്യത്തിലേക്ക് എത്തിച്ചുനിർത്തുകയായിരുന്നു പണിക്കരുടെ ലക്ഷ്യം.സാംസ്കാരിക രംഗത്തെ ശക്തികേന്ദ്രമായി സംഘം വളർന്നു കഴിഞ്ഞു. രജത ജൂബിലിയോടനുബന്ധിച്ച് 1970 നവംബർ മാസം 8 ന് കേരളത്തിന്റെ വടക്കേ അറ്റമായ കാസർഗോഡ് മുനിസിപ്പൽ ലൈബ്രറിയിൽ നിന്ന് ഒരു സാംസ്കാരിക ജാഥ ആരംഭിച്ച് ഡിസംബർ 20 ന് തിരുവനന്തപുരത്ത് സമാപിക്കുന്നു. 'വായിച്ചു വളരുക' എന്ന മുദ്രാവാക്യവുമായി കേരളത്തിലെ ഗ്രാമങ്ങളെയും നഗരങ്ങളെയും വിളിച്ചുണർത്തിയതുപോലുള്ള ഒരു ജാഥ ഇന്ത്യയിൽ മറ്റൊരു സംസ്ഥാനത്തും നടന്നിട്ടുണ്ടോ എന്ന് സംശയമാണ്. വായനാകേന്ദ്രങ്ങൾക്കൊപ്പം സാക്ഷരതാ പ്രവർത്തനവും ചേർത്തുവെച്ചായിരുന്നു പണിക്കരുടെ യാത്ര. ഈ മാതൃകയാണ് 1972 ൽ ശാസ്ത്ര സാഹിത്യപരിഷത്തും 1975 ൽ കാൻഫെഡും സ്വീകരിച്ചത് എന്നറിയുമ്പോഴാണ് വായിച്ചു വളരുക എന്ന മുദ്രാവാക്യമുയർത്തി കടന്നുപോയ പണിക്കരുടെ സാംസ്കാരിക ജാഥയുടെ പ്രസക്തി നാം മനസ്സിലാക്കുന്നത്. തിരുവനന്തപുരത്തെ സ്വീകരണ കേന്ദ്രത്തിൽ കാത്തിരിയ്ക്കുകയായിരുന്നില്ല മുഖ്യമന്ത്രിയും മന്ത്രിമാരും ചെയ്തത്. പണിക്കരോടൊപ്പം മുദ്രാവാക്യം മുഴക്കിക്കൊണ്ടാണ് അവർ ജാഥയെ വരവേറ്റത്.

സാംസ്കാരിക ജാഥ ഗ്രന്ഥശാലാ പ്രസ്ഥാനത്തിന്റെ വളർച്ചയിലൊരു പുതിയ വഴികാട്ടിയായി. ഭാവി എന്തായിരിക്കണമെന്ന സൂചനയും അതിലുണ്ടായിരുന്നു. നാട്ടിലൊരു സാസ്കാരിക വിപ്ലവത്തിന്റെ ആവശ്യകത സംഘം മുന്നോട്ടുവച്ചു. വായനയും എഴുത്തും സംസ്കാരത്തിലേയ്ക്കുള്ള ചുവടുവെപ്പാണെന്നും സമഗ്രമായ പുരോഗതിയ്ക്ക് അറിവിന്റെ അനിവാര്യത അടിവരയിടുകയുമായിരുന്നു ജാഥയിലൂടെ പണിക്കർ ചെയ്തത്. വായിച്ചു വളരുക എന്ന മുദ്രാവാക്യം പൊതുസമൂഹം ഏറ്റെടുക്കുകയും ചെയ്തു.

ശാസ്ത്രീയാടിസ്ഥാനത്തിലുള്ള ഒരു ഗ്രന്ഥശാലാ നിയമവും ആ നിയമത്തിന്റെ ആനുകൂല്യത്തോടെ വായനശാലകളുടെ ആരോഗ്യകരമായ വളർച്ച ഉറപ്പുവരുത്തുക എന്നതും പണിക്കരുടെ മറ്റൊരു അജണ്ടയായിരുന്നു. വായനശാലകളുടെ ഏകീകരണത്തിനും പ്രവർത്തന സ്വാതന്ത്ര്യത്തിനും നിയമത്തിന്റെ പരിരക്ഷ ആവശ്യമാണെന്ന തോന്നലിന് സംഘത്തിന്റെ ചരിത്രത്തോളം തന്നെ പഴക്കവുമുണ്ട്. ശ്രീ. പി.ടി. ഭാസ്കരപ്പണിക്കർ പ്രസിഡണ്ടായിരുന്ന 1970 മുതൽ 73 വരെയുള്ള കാലഘട്ടം നിയമത്തിനു വേണ്ടിയുള്ള പ്രക്ഷോഭത്തിന്റെയും കാലഘട്ടമായിരുന്നു. നിയമനിർമ്മാണത്തിലൂടെ ഗ്രന്ഥശാലകളെ സംരക്ഷിക്കുന്നതിൽ സർക്കാരിൽ നിന്നുണ്ടായ അവഗണനയിൽ പ്രതിഷേധിച്ചായിരുന്നു സമരം. 1973 ജൂൺ 18 ന് സമരപരിപാടികളുടെ തുടക്കമെന്ന നിലയിൽ സെക്രട്ടറിയേറ്റിനു മുന്നിൽ ധർണ്ണ നടത്തുകയുണ്ടായി. തെങ്ങമം ബാലകൃഷ്ണൻ, എ.എ. റഹിം, സിബിസി വാര്യർ, വിദ്യാഭ്യാസ മന്ത്രി ചാക്കീരി അഹമ്മദ്കുട്ടി എന്നിവർ ധർണ്ണയെ അഭിസംബോധന ചെയ്ത് സംസാരിച്ചു. നിയമം നിലവിലില്ലാതിരുന്നിട്ടും ആനുകൂല്യങ്ങൾ നേടിയെടുക്കുന്നതിൽ ഏറെ മുന്നോട്ട് പോയ പണിക്കരെ അഭിനന്ദിച്ചുകൊണ്ട് മുഖ്യമന്ത്രി സി. അച്ച്യുതമേനോൻ ഒരു കരടു നിയമത്തിന് രൂപം നൽകാനുള്ള പ്രാരംഭ പ്രവർത്തനങ്ങൾ ഏറ്റെടുത്തു. ഗ്രന്ഥശാലാ സംഘത്തിന്റെ സവിശേഷതകൾ നിലനിർത്തിക്കൊണ്ട് നിയമത്തിന്റെ പരിരക്ഷ ലഭിക്കണമെന്നതായിരുന്നു പണിക്കർ മുന്നോട്ടുവെച്ച നിർദ്ദേശം. അച്ചുതമേനോൻ മന്ത്രിസഭയുടെ രാജിയെത്തുടർന്ന് നിയമനിർമ്മാണ പ്രവർത്തനങ്ങൾ വീണ്ടും തടസ്സപ്പെട്ടു.

1973 അവസാനത്തോടെ നടന്ന സംഘം തെരഞ്ഞെടുപ്പ് പ്രസ്ഥാനത്തിന്റെ ചരിത്രത്തിലെ നാഴികക്കല്ലായി മാറുന്നു. ശ്രീ തായാട്ട് ശങ്കരൻ പ്രസിഡണ്ട് പി. എൻ. പണിക്കർ സെക്രട്ടറിയുമായി പ്രവർത്തക സമിതി അധികാരമേറ്റു. ഭരണകാര്യങ്ങളിൽ പ്രസിഡണ്ടും സെക്രട്ടറിയും തമ്മിലുണ്ടായിരുന്ന ഭിന്നതകൾ സംഘത്തിന്റെ സുഗമമായ പ്രവർത്തനത്തെ ബാധിക്കാൻ തുടങ്ങി. സാക്ഷരതാ പ്രവർത്തനങ്ങൾ കാര്യക്ഷമമാക്കുന്നതിന്റെ ഭാഗമായി പണിക്കർ രൂപീകരിച്ച സാക്ഷരതാ വിദഗ്ദ സമിതിയുടെ പേരിലായിരുന്നു തുടക്കം. പ്രസിഡണ്ടും സെക്രട്ടറിയും പത്രപംക്തികളിലൂടെ തങ്ങളുടെ നിലപാടുകൾ വിശദീകരിക്കാൻ തുടങ്ങിയതോടെ സംഘടന അന്നോളം പുലർത്തിപ്പോന്നിരുന്ന ജനാധിപത്യ സ്വഭാവത്തിനും യശസ്സിനും മങ്ങലേറ്റു. അനന്തരഫലങ്ങൾ പ്രവർത്തകരെയാകെ വേദനിപ്പിക്കുകയും ചെയ്തു.

1977 മാർച്ച് 16 ന് ഗ്രന്ഥശാലാ സംഘത്തിന്റെ ഭരണ ചുമതല സർക്കാർ ഏറ്റെടുത്തു. തുടർന്നുള്ള ഭരണം ഒരു കൺട്രോൾ ബോർഡിന്റെ നിയന്ത്രണത്തിലുമായി. കേരള ഗ്രന്ഥശാലാ സംഘത്തിന്റെ മുഴുവൻ പ്രവർത്തനങ്ങളും പി.എൻ. പണിക്കരെ ഏൽപ്പിച്ചുകൊണ്ട് സർക്കാർ ഓർഡിനൻസ് പുറപ്പെടുവിക്കുകയും ചെയ്തു. പണിക്കരെ

ഫുൾ ടൈം മെമ്പറാക്കിക്കൊണ്ട് നിയമിച്ച കൺട്രോൾ ബോർഡിൽ വിദ്യാഭ്യാസ മന്ത്രിയായിരുന്നു ചെയർമാൻ.

ജനകീയ അടിത്തറയിൽ രൂപപ്പെട്ടു വന്ന സംഘത്തിന്റെ ജനാധിപത്യ സ്വഭാവം സർക്കാർ ഇടപെടലുകളിലൂടെ നഷ്ടമായെന്ന വിമർശനം ശക്തമായപ്പോൾ കൺട്രോൾ ബോർഡ് വീണ്ടും പുനഃസംഘടിപ്പിക്കപ്പെട്ടു. ബോർഡിൽ നിന്ന് പണിക്കരെ ഒഴിവാക്കുകയും ചെയ്തു. ബോർഡിൽ നിന്ന് പുറത്തായതോടെ ഗ്രന്ഥശാലാ സംഘം പ്രവർത്തനത്തിൽ നിന്ന് പൂർണമായും പിൻവാങ്ങാൻ അദ്ദേഹം നിർബന്ധിതനായി. പതിറ്റാണ്ടുകൾ നീണ്ടുനിന്ന അനസ്യൂതമായ സേവനത്തിന്റെയും ആത്മസമർപ്പണത്തിന്റെയും ഒരു അധ്യായം ഇവിടെ പൂർണമാവുന്നു.

1977 ലെ സംഭവ വികാസങ്ങളിൽ പണിക്കർ അസ്വസ്ഥനായിരുന്നു. 32 വർഷക്കാലം ഒരു സംഘടനയുടെ അമരത്തിരുന്നുകൊണ്ട് എല്ലാ കക്ഷി രാഷ്ട്രീയക്കാരെയും വ്യത്യസ്ത ചിന്താഗതിക്കാരെയും സംഘടനക്കുവേണ്ടി ചലിപ്പിച്ചെടുക്കാൻ അദ്ദേഹത്തിന് കഴിഞ്ഞിരുന്നു. സംഘത്തിൽ നിന്ന് പുറത്തേക്കുള്ള വഴി താങ്ങാവുന്നതിലും അപ്പുറമായിരുന്നു. താൻ വിയർപ്പൊഴുക്കി പണിതുയർത്തിയ പ്രസ്ഥാനത്തോടുള്ള ആഭിമുഖ്യം ഒന്നുകൊണ്ടു മാത്രം അദ്ദേഹം പടിയിറങ്ങി നടന്നകന്നു. പതിനായിരക്കണക്കിന് വരുന്ന കേരളത്തിലെ ഗ്രന്ഥശാലാ പ്രവർത്തകർ തങ്ങളുടെ ഹൃദയത്തിലേക്ക് ഒരു പടി കയറ്റി ഇരുത്തുകയായിരുന്നു അദ്ദേഹത്തെ.

കേരളത്തെ സമ്പൂർണ്ണ സാക്ഷരതയിലേക്ക് നയിക്കുക എന്ന ലക്ഷ്യം മുൻനിർത്തി പി.ടി.ഭാസ്കര പണിക്കർ, തെങ്ങമം ബാലകൃഷ്ണൻ, ശൂരനാട് കുഞ്ഞൻപിള്ള, ഡോ. കെ. ശിവദാസൻ പിള്ള തുടങ്ങിയവരുമായി ചേർന്ന് 1977 ജൂൺ 30 ന് കേരള അനൗപചാരിക വിദ്യാഭ്യാസ സമിതിക്ക് (കാൻഫെഡ്) രൂപം നൽകുകയായിരുന്നു പണിക്കർ. കാൻഫെഡ് പ്രവർത്തനസജ്ജമായി. പണിക്കരുടെ സംഘടനാ പ്രവർത്തനത്തിലെ രണ്ടാം ഘട്ടത്തിന്റെ പ്രാരംഭം കുറിക്കലും ആ ജീവിതത്തിന്റെ നിർണ്ണായക വഴിത്തിരിവും അതോടെയാണ് ആരംഭിക്കുന്നത്.

ജനങ്ങളിൽ വായനാശീലം വളർത്തുന്നതിനും നിരക്ഷരരെ സാക്ഷരരാക്കുന്നതിനുമുള്ള തീവ്രയത്ന പരിപാടികളുമായി രാജ്യത്തുടനീളം പണിക്കർ യാത്രയാരംഭിച്ചു. വയോജന വിദ്യാഭ്യാസ പ്രവർത്തനങ്ങൾക്ക് നേതൃത്വം നൽകുന്ന ദേശീയ സാക്ഷരതാ മിഷൻ സംസ്ഥാന തലത്തിൽ ആരംഭിച്ച സ്റ്റേറ്റ് റിസോഴ്സ് സെന്ററുകളുടെ കേരളത്തിന്റെ ചുമതല കാൻഫെഡിന് ലഭിച്ചു. പണിക്കരെ അതിന്റെ എക്സിക്യൂട്ടീവ് ഡയരക്ടറായി നിയമിക്കുകയും ചെയ്തു. ജർമ്മൻ അഡൽട്ട് എജുക്കേഷൻ കാൻഫെഡിന് സാമ്പത്തികസഹായവുമായി രംഗത്തുവന്നു. സാക്ഷരതയിൽ നിന്നു മാറി തുടർവിദ്യാഭ്യാസത്തിലും അനൗപചാരിക വിദ്യാഭ്യാസത്തിലും കൂടുതൽ ശ്രദ്ധ പതിപ്പിക്കാൻ പ്രവർത്തന രേഖ തയ്യാറാക്കി കേന്ദ്രഗവൺമെന്റിന് സമർപ്പിച്ചു. ഇന്ത്യയിലെ ഇതര

സംസ്ഥാനങ്ങൾക്കുകൂടി സ്വീകാര്യമായ രീതിയിലുള്ള അനൗപചാരിക വിദ്യാഭ്യാസ പ്രവർത്തനങ്ങളായിരുന്നു അദ്ദേഹം തയ്യാറാക്കിയത്. ഇന്ത്യയുടെ പുതിയ വിദ്യാഭ്യാസ നയത്തിൽ അനൗപചാരിക വിദ്യാഭ്യാസത്തിന് നൽകിയ ഊന്നലും ദേശീയ സാക്ഷരതാ മിഷന്റെ ആവിർഭാവവും കാൻഫെഡിന്റെ പ്രവർത്തനം കൂടുതൽ ആധികാരികവും വ്യാപകവുമാക്കി.

കോട്ടയം നഗരവും എറണാകുളം ജില്ലയും സംസ്ഥാനവും സമ്പൂർണ്ണ സാക്ഷരത കൈവരിക്കുന്നതിൽ ഗണനീയമായ സംഭാവന നൽകിയത് കാൻഫെഡായിരുന്നു. ഒപ്പം ശാസ്ത്രസാഹിത്യ പരിഷത്തും രംഗത്തുണ്ടായിരുന്നു. അവിടെയും പണിക്കർ ശ്രദ്ധേയനായിരുന്നു. സാക്ഷരതാ സമിതിയുടെ എക്സിക്യൂട്ടീവ് ഡയരക്ടർ എന്ന നിലയിൽ പ്രതിമാസം 4000 രൂപ നൽകാൻ സർക്കാർ ഉത്തരവിടുകയും ചെയ്തു. പതിനെട്ട് വർഷം കാൻഫെഡിനെ നയിച്ച പണിക്കർ ഒരു രൂപ പോലും വേതനമായി കൈപ്പറ്റിയില്ല. ഉരലു വിഴുങ്ങാൻ വിരല് മറയാക്കുന്ന പൊതുപ്രവർത്തകർക്ക് പണിക്കരുടെ സന്ദേശം!

കേന്ദ്രഗവൺമെന്റിന്റെ പ്രവൃത്ത്യുന്മുഖ സാക്ഷരതാ പരിപാടി അംഗീകരിപ്പിച്ചെടുത്തതിലൂടെ ദേശീയ തലത്തിൽ തന്നെ കാൻഫെഡ് ചർച്ച ചെയ്യപ്പെട്ടു. നിരക്ഷരത ശാപമാണെന്ന ഗാന്ധിജിയുടെ ആശയം പ്രാവർത്തികമാക്കണമെന്ന ലക്ഷ്യത്തോടെ കേന്ദ്ര ഗവൺമെന്റ് നാഷണൽ ലിറ്ററസി മിഷന് രൂപം കൊടുക്കുകയായിരുന്നു. ആദ്യകാലങ്ങളിൽ രാഷ്ട്രീയ പ്രവർത്തകരുടെ മുഖ്യ കർമ്മ പദ്ധതിയായിരുന്നു നിരക്ഷരതാ നിർമ്മാർജ്ജനം. ക്രമേണ രാഷ്ട്രീയ പാർട്ടികൾ സ്വന്തം അജണ്ടയിൽ നിന്ന് അത് നീക്കം ചെയ്യുകയായിരുന്നു. അത് സർക്കാരിന്റെ പ്രവർത്തന മേഖലയും കടമയുമാണെന്ന് അവർ പ്രചരിപ്പിക്കുകയും ചെയ്തു. ഈ വിശ്വാസത്തെ തിരിച്ചെടുക്കുകയും പൊതു പ്രവർത്തകരിലേക്ക് സാക്ഷരതാ പ്രവർത്തനം കൈമാറുകയുമായിരുന്നു പണിക്കർ. നഷ്ടപ്പെടുന്ന മൂല്യബോധത്തെ പുനസ്ഥാപിക്കുക തന്നെയായിരുന്നു പണിക്കരുടെ ലക്ഷ്യം.

സംസ്ഥാനത്തുടനീളം കാൽനടജാഥ നയിച്ചും പുസ്തകങ്ങളും ലഘുലേഖകളും ചുമർപത്രങ്ങളും പ്രസിദ്ധീകരിച്ചും ജയിലുകളിലും റെസ്ക്യൂ ഹോമുകളിലും പുവർ ഹോമിലും മാനസികാരോഗ്യകേന്ദ്രങ്ങളിലുമൊക്കെ പ്രവർത്തനം സംഘടിപ്പിച്ചും അദ്ദേഹം ജനശ്രദ്ധയാകർഷിച്ചുകൊണ്ടിരുന്നു. സ്കൂൾ പഠനത്തിൽ നിന്ന് കൊഴിഞ്ഞുപോയവർക്കുള്ള പ്രത്യേക ക്ലാസുകൾ യുവജനബ്രിഗേഡ്, കാൻഫെഡ് ക്ലബ്ബ്, ഫോർഡ് ഫൗണ്ടേഷന്റെ സഹായത്തോടെ നടത്തുന്ന ജനകീയ നീതിവേദി തുടങ്ങി പണിക്കരുടെ അജണ്ടയ്ക്ക് ദൈർഘ്യമേറുകയും ചെയ്തു. ഖാദി കമ്മീഷന്റെ സഹകരണത്തോടെ 'കേഡസ്' എന്നൊരു സ്ഥാപനത്തിന് രൂപംകൊടുക്കാനും കേഡസിലൂടെ ആയിരക്കണക്കിന് തൊഴിൽ രഹിതർക്ക് ആശ്വാസമേകാനും ഇതിനിടയിലൂടെ അദ്ദേഹം ശ്രമിയ്ക്കുന്നുണ്ടായിരുന്നു.

ജനവിദ്യാകേന്ദ്രങ്ങൾ, അക്ഷര സംഘങ്ങൾ, വനിതാ വേദി തുടങ്ങിയ കാൻഫെഡ് ഇടപെടാത്ത മേഖലകളില്ലായിരുന്നു. പ്രസിദ്ധീകരണ രംഗത്തും പണിക്കർ സജീവമായിരുന്നു. കാൻഫെഡ് ന്യൂസ്, സാക്ഷരകേരളം, നാട്ടുവെളിച്ചം, നമ്മുടെ പത്രം മുതലായ ബോധവൽക്കരണ പത്രങ്ങളും പണിക്കരിലൂടെ പുറത്തുവന്നു.

തിരുവനന്തപുരം ജില്ലയിലെ കടലോര ഗ്രാമങ്ങളിലൂടെ വയോജന വിദ്യാഭ്യാസ കേന്ദ്രങ്ങൾ സംഘടിപ്പിച്ചുകൊണ്ട് നിരവധി പദയാത്രകൾ അദ്ദേഹം നടത്തുകയുണ്ടായി. കാൻഫെഡിന്റെ അരങ്ങിലും അണിയറയിലുമായി പണിക്കരോടൊപ്പം നിഴൽ പോലെ പി.ടി. ഭാസ്കരപ്പണിക്കരും ഉണ്ടായിരുന്നു. 1943 ൽ സ്വന്തം ഗ്രാമത്തിലെ തൊഴിലാളികളെ വിളിച്ച് ചേർത്ത് അക്ഷരം പഠിപ്പിച്ചുകൊണ്ടാണ് അദ്ദേഹം പൊതുരംഗത്തേക്ക് കടന്നുവരുന്നത്. കേരളപ്പിറവിക്ക് മുമ്പ് മലബാർ ഡിസ്ട്രിക്ട് ബോർഡ് അധ്യക്ഷനായിരിക്കെ മലപ്പുറം, കോഴിക്കോട് ജില്ലകളിലെ 1500 ലധികം വരുന്ന സാക്ഷരതാ കേന്ദ്രങ്ങളെ അംഗീകൃത വിദ്യാലയങ്ങളാക്കി മാറ്റിയത് പി.ടി. യുടെ ധീരമായ നടപടിയായിരുന്നു. സാക്ഷരതാ രംഗത്ത് സുദീർഘമായൊരു പ്രവർത്തന പാരമ്പര്യം പി.ടി. ക്കുണ്ടായിരുന്നു. കേരള ഗ്രന്ഥശാലാ സംഘത്തിന്റെ പ്രസിഡന്റായി അദ്ദേഹം സേവനമനുഷ്ഠിച്ച 1970 മുതൽ 73 വരെയുള്ള കാലയളവിലാണ് സാക്ഷരതാ പ്രവർത്തനം ഏറ്റെടുത്ത് നടത്താൻ സംഘം തത്വത്തിൽ അംഗീകരിയ്ക്കുന്നത്. സാക്ഷരതാ രംഗത്തെ പ്രവർത്തനത്തിന് ലോക പ്രശസ്തമായ ക്രൂപ്സ്കയാ അവാർഡ് സംഘത്തിന് ലഭിച്ചതും ഈ കാലഘട്ടത്തിലാണ്. വിപ്ലവാചാര്യനായ ലെനിന്റെ സഹധർമ്മിണിയും സോവിയറ്റ് യൂനിയനിലെ വിദ്യാഭ്യാസ മന്ത്രിയുമായിരുന്ന ക്രൂപ്സ്കയയുടെ പേരിൽ യുനസ്കോ, ഐക്യരാഷ്ട്ര വിദ്യാഭ്യാസ സാമൂഹ്യ സാംസ്കാരിക സംഘടന ഏർപ്പെടുത്തിയ അവാർഡാണ് സംഘത്തിന് ലഭിച്ചത്.

അക്ഷരജ്ഞാനത്തിന്റെ ദീപശിഖതെളിയിച്ചുകൊണ്ട് വായനശാലയുടെ അകത്തളങ്ങളിൽ നിന്നാരംഭിച്ച യാത്ര ലക്ഷ്യത്തോടടുക്കുകയായിരുന്നു. 1989 – 90 ൽ നടത്തിയ ദേശീയ വായന സർവ്വേയിൽ കേരളത്തിലെ ജനസംഖ്യയിൽ നഗരത്തിൽ 81 ശതമാനവും ഗ്രാമത്തിൽ 53 ശതമാനവും വായനക്കാരാണെന്ന് തെളിഞ്ഞു. ഇത് ഇന്ത്യയിലെ ഏറ്റവും ഉയർന്ന വായനനിരക്കായിരുന്നു. ഗ്രാമീണ മേഖലയിൽ മറ്റൊരു സംസ്ഥാനത്തിനും ഈ നേട്ടം അവകാശപ്പെടാനുമായില്ല. ഇന്നും ഈ നിലവാരം കേരളത്തിനുമാത്രം അവകാശപ്പെട്ടു കിടക്കുന്നു. 1901 ൽ 19 ശതമാനം പുരുഷൻമാരും 3 ശതമാനം സ്ത്രീകളുമായിരുന്നു സാക്ഷരർ. 1990 ആയപ്പോഴേക്കും പുരുഷൻമാരിൽ 94 ശതമാനവും സ്ത്രീകളിൽ 87 ശതമാനവും അക്ഷരവും പഠിച്ചുകഴിഞ്ഞു. സാക്ഷരതയുടെ കാര്യത്തിൽ മറ്റു സംസ്ഥാനങ്ങളിൽ നിന്ന് നാം ഒരുപാട് മുന്നോട്ടുപോയിക്കഴിഞ്ഞിരുന്നു. മഹത്തായ ഈ നേട്ടത്തിനു പിന്നിൽ സർക്കാരിന്റെ ഇടപെടലുകൾക്കപ്പുറം ഗ്രന്ഥശാലാ സംഘത്തിന്റെ സാക്ഷരതാ

പ്രവർത്തനങ്ങളും അനൗപചാരിക വിദ്യാഭ്യാസ രംഗത്ത് കാൻഫെഡിന്റെ പ്രവേശനവും ശാസ്ത്രസാഹിത്യ പരിഷത്തിന്റെ ആശയ പ്രചാരണങ്ങളും ഗണ്യമായ സംഭാവനകൾ ചെയ്തു.

കാൻഫെഡിന്റെ അനൗപചാരിക വിദ്യാഭ്യാസ പ്രവർത്തനങ്ങൾ നടന്നുകൊണ്ടിരിക്കുമ്പോൾ തന്നെ ഫോർഡ് ഫൗണ്ടേഷന്റെ സഹായത്തോടെ സ്ത്രീനീതിവേദി എന്നൊരു സംഘടനയിലും അദ്ദേഹം സജീവമായിരുന്നു. ഏറ്റവും ഒടുവിൽ സൗഹാർദ്ദ ഗ്രാമങ്ങൾ സ്ഥാപിയ്ക്കാനുള്ള യത്നമാണ് അദ്ദേഹം നടത്തിയത്. ഓരോ ജില്ലയിലും പത്ത് ഗ്രാമങ്ങൾ വീതം തെരഞ്ഞെടുത്ത് അവയെ മാതൃകാ ഗ്രാമങ്ങളാക്കി പൊതുസമൂഹത്തിനു മുന്നിൽ അനുകരണീയമാക്കുക എന്നതായിരുന്നു ഇതിന്റെ ഉദ്ദേശം. പ്രായത്തേയും ക്ഷീണത്തേയും വകവെയ്ക്കാതെ എൺപത്തി ഏഴാം വയസ്സിലും ഓടി നടക്കുകയായിരുന്നു അദ്ദേഹം. കോട്ടയത്ത് മഹാത്മാഗാന്ധി സർവ്വകലാശാലയുടെ സഹകരണത്തോടെ മാന്നാനം സൗഹൃദ ഗ്രാമമായി തെരഞ്ഞെടുത്ത് അതിന്റെ പ്രവർത്തനങ്ങൾ ആരംഭിച്ചു കഴിഞ്ഞിരുന്നു. 1995 ജൂൺ 30 ന് കാൻഫെഡിന്റെ സംസ്ഥാന സമ്മേളനം കോഴിക്കോട് നടക്കുന്നതിന്റെ ഒരുക്കങ്ങൾ വേറെയും നടക്കുന്നുണ്ടായിരുന്നു. വിശ്രമമില്ലാതെ ജോലിയിൽ മുഴുകിയ പണിക്കരെ നെഞ്ചുവേദനയെ തുടർന്ന് ജൂൺ 12 ന് ആശുപത്രിയിൽ പ്രവേശിപ്പിക്കുകയായിരുന്നു. പണിക്കർ ആശുപത്രിയിലാണെന്ന വിവരം അറിഞ്ഞതോടെ മുഖ്യമന്ത്രി എ.കെ. ആന്റണിയും ആരോഗ്യമന്ത്രി വി.എം. സുധീരനും ആശുപത്രിയിലെത്തി അദ്ദേഹത്തെ സന്ദർശിച്ചു.

നിരവധി പുരുഷായുസ്സുകൾ കൊണ്ട് നിർവ്വഹിയ്ക്കപ്പെടേണ്ട ഭാരിച്ച ഉത്തരവാദിത്വങ്ങൾ ഒരു ജീവിതകാലയളവ് കൊണ്ട് പൂർത്തിയാക്കിയ സംഭവബഹുലമെന്ന് വിശേഷിപ്പിക്കാവുന്ന ആ ജീവിതം 1995 ജൂൺ 19 ന് അവസാനിച്ചു.

പ്രസംഗവും പ്രവർത്തിയും സമന്വയിച്ചപ്പോൾ

സാംസ്കാരിക രംഗത്തെ ഗതിമാറ്റത്തിന് അരനൂറ്റാണ്ടിലേറെ നേതൃത്വം നൽകിയ ഈ നവോത്ഥാന നായകൻ ഒരു തത്വശാസ്ത്രത്തിന്റെയും കുപ്പായമെടുത്തണിയാതെ വിവിധ പ്രസ്ഥാന നേതാക്കളെ തന്റെ പിന്നിൽ അണിനിരത്തുകയായിരുന്നു. സ്വാതന്ത്ര്യലബ്ധിയ്ക്ക് മുൻപ് ദിവാൻ സർ. സി.പി. മുതൽ സ്വാതന്ത്ര്യാനന്തരം അച്ചുതമേനോൻ വരെയുള്ള ഭരണാധികാരികൾ അദ്ദേഹത്തിന്റെ സഹപ്രവർത്തകരായിരുന്നു. കെ.കെ. കുഞ്ചുപ്പിള്ള മുതൽ എം.ഐ. തങ്ങൾ വരെയുള്ള സാംസ്കാരിക രംഗത്തെ പ്രമുഖരും പണിക്കരുമായി സംഘം ചേർന്നവരായിരുന്നു. അതല്ലെങ്കിൽ ഗ്രന്ഥശാലാ പ്രവർത്തനത്തെയും അനൗപചാരിക വിദ്യാഭ്യാസ പ്രവർത്തനങ്ങളെയും പരിപോഷിപ്പിക്കാൻ ഇവരെയെല്ലാം അണിനിരത്തുകയെന്ന നയപരമായ ദൗത്യത്തിൽ അദ്ദേഹം വിജയിച്ചുവെന്ന് സാരം.

ആചാരാനുഷ്ഠാനങ്ങൾ കൊണ്ട് കെട്ടിമറച്ച് ജാതിയും ഉപജാതിയും അറകളും ഉള്ളറകളുമായി കേരളീയ സമൂഹം വീർപ്പുമുട്ടുന്നൊരു കാലം – നാനാ ജാതി മതസ്ഥർക്ക് ഒത്തുകൂടി പ്രവർത്തിക്കാനുള്ള ഒരു പൊതു ഇടം ഉണ്ടായിരുന്നില്ല. സമൂഹത്തെ പരസ്പരം അറിയാത്ത കള്ളികളായി ഒതുക്കുകയും ബാഹ്യലോകത്ത് സംഭവിച്ചുകൊണ്ടിരിക്കുന്ന മാറ്റങ്ങളിൽ നിന്നും പുരോഗതിയിൽ നിന്നും പുറംതിരിച്ച് നിർത്തുകയും ചെയ്തത് മുഖ്യമായും ജാതിസമ്പ്രദായമായിരുന്നു. മനുഷ്യനെ ജാതി തിരിച്ച് അടിയളന്ന് അകലം നിർണ്ണയിച്ചു. ചെയ്തുവന്ന തൊഴിലും അനുഭവിച്ചുവന്ന ജീവിതാവകാശങ്ങളും ജാതീയതയുടെ സൗജന്യമായിരുന്നു. കാഴ്ചവട്ടത്ത് എവിടെയെങ്കിലും പെട്ടുപോയാൽ അയിത്തം ചാർത്തുന്ന ശുദ്രനും അന്ന് സമൂഹത്തിലുണ്ടായിരുന്നു. ഇതെല്ലാം ചെയ്യുന്നത് ഈശ്വരഹിതം അനുസരിച്ചാണെന്ന് കരുതിയ ഒരു വർഗ്ഗവും ഇതിനെല്ലാം വിധേയമാകേണ്ടത് തന്റെ വിധിവിഹിതമാണെന്ന് കരുതിയ മറ്റൊരു വർഗ്ഗവും ഇവിടെ നിലനിന്നിരുന്നു. ഏതെങ്കിലും ഒരു സാമൂഹ്യ പരിഷ്കർത്താവിന്റെ ആഹ്വാനത്തിലൂടെ തിരുത്തിയെഴുതാൻ കഴിയുന്നതായിരുന്നില്ല നിലവിലുള്ള ജീവിതക്രമം. ഇവിടെയാണ് പണിക്കരുടെ മുദ്രാവാക്യം പ്രസക്തമാവുന്നത്. തന്നെ ഉൾക്കൊള്ളാൻ പര്യാപ്തമായൊരു സമൂഹം തനിക്ക് ചുറ്റും ഇല്ലെന്നറിഞ്ഞിട്ടും അദ്ദേഹം ചോദിച്ചു.

"ജനബോധത്തെ വളർത്തിടാതെ
എങ്ങനെ നാടിനെ മാറ്റാനാകും?"

അനാചാരങ്ങളിൽ നിന്നും അന്ധവിശ്വാസങ്ങളിൽ നിന്നും മോചിപ്പിച്ച് പുതിയ യുഗത്തിന്റെ സ്രഷ്ടാവെന്ന അവസ്ഥയിലേക്ക് സാധാരണ മനുഷ്യനെ ഉയർത്തികൊണ്ടുവരാൻ അക്ഷരവെളിച്ചം അനിവാര്യമാണെന്ന് പണിക്കർ പറഞ്ഞുകൊണ്ടേയിരുന്നു. സാമൂഹിക നീതിയിലധിഷ്ഠിതമായ മനുഷ്യാവകാശങ്ങളുടെ സ്ഥാപനം ഉറപ്പ് വരുത്താൻ പാർശ്വവൽക്കരിക്കപ്പെട്ട ഒരു സമൂഹത്തിന് കഴിയില്ലെന്നദ്ദേഹം ആവർത്തിച്ചു. അന്ന് നിലവിലുണ്ടായിരുന്ന വിദ്യാഭ്യാസത്തിന് പരിമിതികൾ ഏറെയുണ്ടായിരുന്നു. അടിസ്ഥാന വർഗ്ഗത്തെ ഉൾകൊള്ളുകയോ ജനസാമാന്യത്തെ ലക്ഷ്യമാക്കുകയോ സ്പർശിക്കുകയോ ചെയ്യാതെ കടന്നുപോയ ഒന്നായിരുന്നു അത്. ബഹുഭൂരിപക്ഷവും വിദ്യാഭ്യാസത്തിന്റെ പരിധിയിലേക്ക് വന്നത് പോലുമില്ല. വിദ്യാഭ്യാസത്തിന്റെ ഗുണപരമായ മികവോ സമൂഹത്തിന്റെ സമഗ്രമായ പുരോഗതിയോ ആരുടെയെങ്കിലും അജണ്ടയിലുണ്ടായിരുന്നോ എന്നതും സംശയം.

മാറ്റങ്ങളോട് അസഹിഷ്ണുത പുലർത്തുകയും സാർവ്വത്രിക വിദ്യാഭ്യാസത്തെ നിഷേധിക്കുകയും ചെയ്യുന്ന ജാത്യാചാരങ്ങളെ നിയന്ത്രിച്ചുകൊണ്ട് അറിവ് പകരുന്നതിലൂടെ മാത്രമെ വ്യക്തിയെ സ്വയം സജ്ജമാക്കാൻ കഴിയൂ എന്ന് നവോത്ഥാന നായകരിലൂടെ സമൂഹം തിരിച്ചറിയുന്ന കാലത്തിലൂടെയായിരുന്നു പണിക്കരുടെ മുദ്രാവാക്യം.

ഒരു ധാർമ്മികാചാര്യന്റെയും ഭാവനാശാലിയായ പണ്ഡിതന്റെയും സമ്മോഹനമായ സമന്വയം അദ്ദേഹത്തിന്റെ സംസാരശൈലിയിലും ശരീര ഭാഷയിലും പ്രകടമായതോടെ വല്ലപ്പോഴുമൊരിക്കൽ സംഭവിയ്ക്കുന്ന ഒരു അക്ഷര നക്ഷത്രത്തിന്റെ തിരുപ്പിറവി ജനസമൂഹം അനുഭവിച്ചറിയുകയായിരുന്നു. കാലം കാത്തുവെച്ച നിയോഗം പോലെ സ്വന്തം വാക്കുകൾ ജീവിതം കൊണ്ടു പൂരിപ്പിക്കുന്ന കാഴ്ചയായിരുന്നു പിന്നീടും മലയാളിക്ക് പി.എൻ.പണിക്കർ.

'ശൂദ്രമക്ഷര സംയുക്തം ദുരത വരിവർജ്ജയേത്' എന്ന സ്മൃതി വാക്യത്തിലൂടെ ചെവിയിൽ നിറയുന്ന ഉരുകിയ ഈയത്തെക്കുറിച്ച് ഭയപ്പെട്ടവർ അന്നം തേടുകമാത്രമായിരുന്നു ചെയ്തത്. അവർക്കിടയിലൂടെ ഒരവദൂതനെപ്പോലെ വഴിവിളക്ക് തെളിയിച്ചുകൊണ്ടായിരുന്നു അദ്ദേഹത്തിന്റെ യാത്ര. വർത്തമാന കാലത്തിന്റെ പരിമിതികളിൽ അസ്വസ്ഥനാകുകയും ആ പരിമിതികളെ മറികടക്കുന്നതിന് ക്രാന്തദർശിയെപ്പോലെ പ്രായോഗികമായ മാർഗ്ഗങ്ങൾ നിർദ്ദേശിക്കുകയും അവ പ്രാവർത്തികമാക്കി സ്വന്തം ജീവിതം കൊണ്ട് ബോധ്യപ്പെടുത്തുകയുമായിരുന്നു അദ്ദേഹം ചെയ്തത്.

ജനസാമാന്യത്തിന് ഭൗതികമായ മനുഷ്യാവകാശങ്ങളുടെ സ്ഥാപനം ലക്ഷ്യമാക്കുകയും സാമൂഹ്യനീതിക്ക് പ്രാമുഖ്യം നൽകുകയും ചെയ്യുന്ന ഒരു പുതിയ ചിന്താധാര കേരളത്തിന്റെ പൊതുരംഗത്ത് കടന്നുവന്ന് കൊണ്ട് ഒരു പൊതു ഇടം രൂപപ്പെടുത്തുക എന്നത് തന്നെയായിരുന്നു പണിക്കരുടെ ലക്ഷ്യം. ഒരുമിച്ചിരുന്ന പങ്കിട്ടെടുക്കുന്ന അറിവിലൂടെ കണ്ടെത്തുന്ന ഒരു പുതിയ ലോകം അദ്ദേഹം മുൻകൂട്ടി കാണുകയായിരുന്നു. കേരളത്തിന്റെ സാംസ്കാരിക ഔന്നത്യം എന്നു പറയുന്നത് ഈ പൊതു മണ്ഡലത്തിന്റെ വികാസ പരിണാമമായിരുന്നു. വിവേകാനന്ദൻ ഭ്രാന്താലയമെന്ന് വിശേഷിപ്പിച്ച മലയാളത്തെ ബോധത്തെളിമയുള്ള നാടാക്കി മാറ്റാൻ ഒരു ഭഗീരഥനായി പരകായ പ്രവേശം നേടുകയായിരുന്നു അദ്ദേഹം. പാരമ്പര്യത്തിന്റെ പുരാതന നൻമകളെക്കുറിച്ചും വായനയുടെ മഹത്വത്തെ കുറിച്ചും മലയാളികളോട് പറഞ്ഞും പാടിയും അക്ഷരം കൂട്ടിയിട്ട് ഉലയൂതി തീ പടർത്തി ഒരു പുരുഷായുസ്സ് തന്നെ ഹോമിക്കുകയും ചെയ്തു. ഒരു ജനതയുടെ നാവിൽ അക്ഷരമാധുര്യത്തിന്റെ തേനും വയമ്പും പുരട്ടാനുള്ള ദൗത്യം വിജയകരമായി പൂർത്തിയാക്കുകയായിരുന്നു അദ്ദേഹം. ഇരുപതാം നൂറ്റാണ്ടിന്റെ തുടക്കം വരെയും ജാതീയമായ ഉച്ചനീചത്വത്തിന്റെ കാരാഗൃഹങ്ങളിൽ കഴിഞ്ഞ മലയാളികളുടെ സമൂഹത്തിന് വിലക്കുകളില്ലാത്ത ഒരു മേൽക്കൂര അദ്ദേഹം യാഥാർത്ഥ്യമാക്കി.

നീലംപേരൂരിലെ ഭഗവതിത്തറയിൽ കണ്ട ആൾക്കൂട്ടത്തിന്റെ മുഖത്തുനിന്ന് ഒരു നാടിന്റെ ദൈന്യതയായിരുന്നു തന്റെ പതിനാറാമത്തെ വയസ്സിൽ പണിക്കർ വായിച്ചെടുത്തത്. തന്റെ നിയോഗമെന്തെന്ന് തിരിച്ചറിഞ്ഞതോടെ അജണ്ടയിൽ മറ്റൊന്നും എഴുതിച്ചേർത്തതുമില്ല. രാഷ്ട്രീയ സ്വാതന്ത്ര്യത്തിന് വേണ്ടിയുള്ള സമരവും ദേശീയ പ്രക്ഷോഭ

വും നാടിന്റെ ഇളക്കി മറിക്കുമ്പോൾ പണിക്കർ യുദ്ധം പ്രഖ്യാപിച്ച് നിരക്ഷരതയോടായിരുന്നു.

വിദ്യ നേടി പ്രബുദ്ധരാകാനും സംഘടനകൊണ്ട് ശക്തരാകാനും ഗുരുദേവൻ ആഹ്വാനം ചെയ്യുന്നുണ്ടായിരുന്നു. ബഹുഭൂരിപക്ഷവും അത് ആഗ്രഹിക്കുകയും ചെയ്തു. പക്ഷേ നിലനിന്ന ജീവിതക്രമവും സാമൂഹ്യ വ്യവസ്ഥയും ജാതി ആചാരങ്ങളും അറിവിന്റെ വ്യാപനത്തിന് അക്ഷരങ്ങളെ ജനകീയമാക്കാൻ പര്യാപ്തമായിരുന്നില്ല. പ്രാകൃതമായ അനാചാരങ്ങൾക്കുള്ളിൽ ഞെരുങ്ങുകയായിരുന്നു കേരളീയന്റെ വ്യക്തി ജീവിതവും സാമൂഹികാസ്തിത്വവുമെന്നും ജാതി വ്യവസ്ഥയുടെ താഴേ തട്ടുമുതൽ മുകളറ്റം വരെ അതിൽ നിന്ന് മുക്തമല്ലെന്നുമുള്ള കാഴ്ച പ്പാട് പണിക്കരുടേത് മാത്രമായിരുന്നില്ല. അവിടെയാണ് അദ്ദേഹം വ്യതി രിക്തനാകുന്നത്.

ആഹ്വാനങ്ങൾക്കപ്പുറം വാക്കും പ്രവൃത്തിയും സമന്വയിപ്പിച്ച് ശിവ ജഢയിൽ നിന്ന് ഗംഗയെ ഊഷരതയിലേക്കൊഴുക്കാനുള്ള നിയോഗ മാണ് ഈ ജന്മമെന്ന് അദ്ദേഹം തിരിച്ചറിഞ്ഞു. കഴിഞ്ഞ നൂറ്റാണ്ടിലെ നവോത്ഥാന നായകരും പ്രസ്ഥാനങ്ങളും തുടങ്ങിവെച്ച സാമൂഹ്യപ്ര വർത്തനങ്ങളുടെ തുടർച്ചയിലൂടെ ഒരു നിശ്ശബ്ദ വിപ്ലവമായിരുന്നു പ ണിക്കർ ഏറ്റെടുത്തത്. തിരുവിതാംകൂറിലെ രാജവാഴ്ചയ്ക്കും ദിവാന്റെ തേർവാഴ്ചയ്ക്കുമെതിരെ ഏതെങ്കിലും സമരത്തിൽ പങ്കെടുത്ത് അറസ്റ്റ് വരിച്ചതായി ചരിത്രം രേഖപ്പെടുത്തുന്നില്ല. പല മുഖങ്ങളും വിപ്ലവം പ്രസംഗിച്ച് ഉദ്ബോധനങ്ങളും പ്രസ്താവനകളും കൊണ്ട് അന്തരീക്ഷം ശബ്ദായമാനമാക്കിയപ്പോൾ പണിക്കർ ആകാശത്തിലേക്കൊന്ന് മുഷ്ടി ചുരുട്ടിയെറിഞ്ഞോ എന്നു പോലും സംശയം!

ക്ഷോഭാകുലമായ ഒരു കാലഘട്ടത്തിന്റെ ഹൃദയവ്യഥകളെ അക്ഷ രങ്ങളിലേക്ക് ആവാഹിച്ചുകൊണ്ട് വാക്കും പ്രവൃത്തിയും വിഘടിച്ച് പോകാതെ ഏത് അനീതിയേയും നേരിട്ടെതിർക്കാൻ ജനസമൂഹത്തെ മേലങ്കിയണിയിക്കുന്ന വിപ്ലവമായിരുന്നു പണിക്കർ നയിച്ചത്. അറി വാർജ്ജിക്കാത്തവനും അറിവ് എന്തെന്ന് തിരിച്ചറിയാത്തവനും ചൂഷണം ചെയ്യപ്പെടുന്നത് കണ്ടപ്പോൾ പുസ്തകത്തെ പുത്തനൊരാ യുധമാക്കിക്കൊണ്ട് പ്രതിരോധം തീർക്കാനാണ് അദ്ദേഹം പഠിപ്പിച്ചത്.

രാഷ്ട്രീയ സ്വാതന്ത്ര്യം നേടി അധികാരത്തെ പ്രയോഗിക്കാൻ തുട ങ്ങിയപ്പോൾ ഒന്നിനും വഴങ്ങാത്ത ഒരു സമൂഹമാണ് നമ്മുടെ മുന്നി ലുള്ളതെന്ന് ഭരണാധികാരികൾ തിരിച്ചറിഞ്ഞു തുടങ്ങി. അക്ഷരജ്ഞാ നമില്ലാത്ത സമൂഹത്തിലൂടെ രാഷ്ട്ര പുനർനിർമ്മിതി പ്രായോഗികമല്ലെന്ന് വിദ്യാഭ്യാസ ചിന്തകൻമാർ വിലയിരുത്തുകയും ചെയ്തു. നിശാപാഠ ശാലകളും വയോജന വിദ്യാഭ്യാസ കേന്ദ്രങ്ങളും സ്ഥാപിച്ചുകൊണ്ട് അനൗപചാരിക വിദ്യാഭ്യാസ രംഗം ശക്തിപ്പെടുത്തുകയായിരുന്നു സർക്കാരിന്റെ മുന്നിലുള്ള ആദ്യത്തെ കടമ. ദേശാഭിമാനവും ജനാധിപ ത്യ ബോധവും ഉൾക്കൊള്ളാൻ കഴിയാത്ത ഒരു സമൂഹം രാഷ്ട്ര

നിർമ്മാണത്തിന് ഭീഷണിയാണെന്ന് തിരിച്ചറിയാൻ ഏറെയൊന്നും ചിന്തിക്കേണ്ടി വന്നില്ല. രാഷ്ട്രീയ അധികാര പ്രയോഗത്തിലൂടെ ഇവയൊന്നും ജനങ്ങളിലെത്തിക്കാൻ കഴിയില്ലെന്ന് ഭരണനേതൃത്വം വിലയിരുത്തി.

ഇവിടെയാണ് പണിക്കരും പണിക്കർ നേതൃത്വം നൽകിയ സംഘടനകളും പ്രസക്തമാവുന്നത്. നാട്ടിടവഴികളിൽ പണിക്കരും സംഘവും കൊളുത്തിവെച്ച മൺചെരാതുകളിലെ തിരി നീട്ടുക മാത്രമായിരുന്നു സ്വാതന്ത്ര്യാനന്തരം വന്ന ജനകീയ സർക്കാരുകൾക്ക് ചെയ്യാനുണ്ടായിരുന്നത്. കേരളപ്പിറവിക്ക് മുമ്പും ശേഷവും അധികാരം പങ്കിട്ട രാഷ്ട്രീയ നേതാക്കളിലധികവും ഗ്രന്ഥശാലാ സംഘത്തിന്റെ അധ്യക്ഷരോ അതല്ലെങ്കിൽ സഹയാത്രികരോ ആയിരുന്നു. പി.കെ. നാരായണ പിള്ള, പനമ്പിള്ളി ഗോവിന്ദ മേനോൻ, ആർ. ശങ്കർ തുടങ്ങി രാഷ്ട്രീയ രംഗത്തെ അതികായൻമാരെല്ലാം സംഘത്തിനുവേണ്ടി പണിക്കരോടൊപ്പം വിയർപ്പൊഴുക്കിയവരായിരുന്നു. പുരോഗമന പ്രസ്ഥാനങ്ങളുടെ മുൻനിരയിൽ നിന്ന ജോസഫ് മുണ്ടശ്ശേരിയും പി. ഗോവിന്ദ പിള്ളയും സംഘത്തിന്റെ ചരിത്രത്തിൽ നിർണ്ണായക സ്ഥാനമുള്ളവരുമാണ്.

കന്യാകുമാരി മുതൽ കാസർഗോഡ് വരെ വ്യാപിച്ച വിശാലമായ ഭൂപ്രദേശത്ത് വായനശാലകളും വായനശാലകളോട് ചേർന്ന് വായനാസമൂഹവും രൂപപ്പെട്ടുവന്നു. എന്നാൽ വർദ്ധിച്ചവരുന്ന ആവശ്യങ്ങൾക്കനുസൃതമായി അച്ചടിയിലോ പ്രസാധനത്തിലോ കാര്യമായ പുരോഗതിയൊന്നും അന്നുണ്ടായിരുന്നില്ല. അമ്പലപ്പുഴ സമ്മേളനം നടന്ന 1945 ൽ തന്നെ കോട്ടയം കേന്ദ്രീകരിച്ചുകൊണ്ട് എഴുത്തുകാർ എഴുത്തുകാർക്കുവേണ്ടി സാഹിത്യ പ്രവർത്തക സഹകരണ സംഘത്തിന് രൂപം നൽകുന്നു. എഴുത്തിനെ ഏറ്റുവാങ്ങാനും അതുൾക്കൊള്ളാനും പര്യാപ്തമായൊരു സമൂഹം വളർന്നുവരുന്നു എന്നതിന്റെ തെളിവ് കൂടിയായിരുന്നു സാഹിത്യപ്രവർത്തക സഹകരണ സംഘത്തിന്റെ വളർച്ച. ഇവിടെയും പണിക്കരുടെ കണക്കുകൂട്ടൽ പിഴച്ചില്ല.

കൃഷിയും അനുബന്ധ ജോലികളും കാർഷിക സംസ്കാരവും നിലനിന്ന കേരളത്തിൽ തൊഴിലാളികളെയും കർഷകരെയും വായനശാലയിലേക്ക് ആകർഷിക്കുന്നതിനായി ഗ്രന്ഥാലയങ്ങളിൽ കാർഷിക പുസ്തക കോർണർ സ്ഥാപിക്കൻ സംഘം തീരുമാനിക്കുന്നു. കേരള ഭാഷാ ഇൻസ്റ്റിറ്റ്യൂട്ടിന്റെയും ഫാം ഇൻഫർമേഷൻ ബ്യൂറോയുടെയും സഹകരണത്തോടു കൂടി ഒരു പൈലറ്റ് പ്രൊജക്റ്റ് എന്ന നിലയിലാണ് 50 ഗ്രന്ഥാലയങ്ങളിൽ ഈ പദ്ധതി ആരംഭിച്ചത്. കാർഷിക വിജ്ഞാന ശാഖയിൽ ലളിതമായി രചിച്ച പുസ്തകങ്ങൾ കർഷകർക്ക് പ്രയോജനപ്പെടുത്തുന്ന വിധത്തിൽ ഗ്രാമീണ ഗ്രന്ഥശാലകളിൽ ശേഖരിക്കുകയും വിതരണം ചെയ്യുകയുമാണ് ഈ പദ്ധതി കൊണ്ടുദ്ദേശിച്ചത്.

കൃഷിക്കാരുടെ സമ്മേളനങ്ങളും ചർച്ചകളും ഗ്രന്ഥാലയങ്ങൾ കേന്ദ്രീകരിച്ച് സംഘടിപ്പിക്കുകയും ചെയ്തു.

പരമ്പരാഗത കൃഷിരീതികളിൽ നിന്ന് മാറി ചിന്തിക്കാനും ഉൽപാദന രംഗത്ത് പുതിയ രീതികൾ അവലംബിക്കാനും കർഷകരെ സജ്ജരാക്കുകയായിരുന്നു സംഘത്തിന്റെ ലക്ഷ്യം. സാമൂഹ്യ ജീവിതത്തിന്റെ സമഗ്ര തലങ്ങളെയും വായനാകേന്ദ്രങ്ങളുമായി ബന്ധപ്പെടുത്തുകയായിരുന്നു പണിക്കർ ചെയ്തത്.

ജനങ്ങളുടെ ആവശ്യകതയിൽ നിന്നുടലെടുത്ത് ജനങ്ങളാൽ സംരക്ഷിക്കപ്പെടുകയും ഗ്രന്ഥശാലാ സംഘത്തിൽ അഫിലിയേഷൻ നേടി പരിമിതമായ തോതിലെങ്കിലും സർക്കാർ ആനുകൂല്യം കൈപ്പറ്റിക്കൊണ്ടിരിക്കുകയും ചെയ്യുന്ന വായനശാലകളും അനൗപചാരിക വിദ്യാഭ്യാസ കേന്ദ്രങ്ങളുമായിരുന്നു അന്ന് മുഖ്യമായി നിലനിന്നത്. എന്നാൽ സർക്കാർ നേരിട്ട് വിവിധ വകുപ്പുകളുടെ കീഴിൽ വായനശാലകളും ജനവിദ്യാ കേന്ദ്രങ്ങളും നടത്തിയിരുന്നു.

തിരുവിതാംകൂറിലെ റൂറൽ ലൈബ്രറികളും വില്ലേജ് അപ്ലിഫ്റ്റ് ലൈബ്രറികളും സർക്കാർ നേരിട്ട് നടത്തുകയായിരുന്നു. അതുപോലെ ഹരിജൻ ഡിപ്പാർട്ട്മെന്റിന്റെ കീഴിൽ പ്രവർത്തിച്ചിരുന്ന വായനശാലകളും സർക്കാർ സംവിധാനത്തിന്റെ ഭാഗമായിരുന്നു. മതിയായ പ്രസിദ്ധീകരണങ്ങളും കെട്ടിടവും ഉപകരണങ്ങളും നൽകിക്കൊണ്ട് ഓരോ വിദ്യാഭ്യാസ ഡിവിഷനിലും ഡിപ്പാർട്ടുമെന്റൽ പ്രൈമറി സ്കൂളുകളോടനുബന്ധിച്ച് റൂറൽ ലൈബ്രറികളും നിലവിലുണ്ടായിരുന്നു. വായനശാലകളുടെ ലക്ഷ്യം നിറവേറ്റുന്നതിൽ ഇവയെല്ലാം പരാജയപ്പെടുകയാണെന്നും സർക്കാർ ആനുകൂല്യങ്ങൾ പാഴായിപ്പോകുന്നു എന്നും ബോധ്യപ്പെടുത്തുക വഴി മേൽപറഞ്ഞ വായനാകേന്ദ്രങ്ങളെ ഗ്രന്ഥശാലാ സംഘത്തിൽ ലയിപ്പിക്കാൻ പണിക്കർക്ക് കഴിഞ്ഞു. ഇതിനെല്ലാം ഒരുപാട് ത്യാഗങ്ങൾ തന്നെ വേണ്ടിവന്നു അദ്ദേഹത്തിന്.

കേരളത്തിന്റെ സാംസ്കാരിക പുരോഗതിക്ക് അതുല്യമായ സംഭാവന നൽകിയ ഗ്രന്ഥശാലാ പ്രസ്ഥാനത്തിന്റെയും സമ്പൂർണ്ണ സാക്ഷരത കൈവരിച്ച ആദ്യത്തെ സംസ്ഥാനമെന്ന ബഹുമതി നമുക്ക് നേടിത്തന്ന സാക്ഷരതാ പ്രസ്ഥാനത്തിന്റെയും പ്രമുഖ ശിൽപിയായി പണിക്കരെ വിശേഷിപ്പിച്ചാൽ ഒട്ടും അധികമാവില്ല. കേരളീയ സമൂഹത്തിന്റെ പുനർനിർമ്മാണത്തിനും സാംസ്കാരിക പരിവർത്തനത്തിനും വേണ്ടി എഴുത്തും വായനയും വായനശാലകളുമായി കേരളത്തിന്റെ സാമൂഹിക സാംസ്കാരിക രംഗങ്ങളിൽ മായാത്ത വ്യക്തിമുദ്ര പതിപ്പിച്ച പണിക്കർ മലയാളിക്കും മലയാള ഭാഷക്കും മറക്കാനാവാത്ത ഒരു ജീവിതത്തിന്റെ ഉടമയായിരുന്നു.

വായനയുടെ പുതിയ നിർവ്വചനങ്ങൾ പ്രചരിപ്പിച്ചുകൊണ്ട് അറിവിന്റെ അത്ഭുത ലോകത്തിലേക്ക് മലയാളിയെ കൂട്ടിക്കൊണ്ടുപോകുകയായിരുന്നു പണിക്കർ. സ്വാതന്ത്ര്യം നഷ്ടപ്പെട്ടുപോയ ഒരു ജനതക്ക്

ജനാധിപത്യത്തിന്റെ പ്രാഥമിക പാഠങ്ങൾ പഠിക്കാൻ കഴിഞ്ഞത് വായനശാലകളുടെ പ്രവർത്തനങ്ങളിലെ ഇടപെടലുകളിലൂടെയായിരുന്നു.

രാഷ്ട്രീയ പ്രവർത്തനം ആദായകരമായ തൊഴിലായി കാണുന്നവർക്കിടയിൽ ജനാധിപത്യം അർത്ഥപൂർണമാവുകയില്ലെന്ന് പ്രചരിപ്പിക്കാൻ സ്വന്തം ജീവിതത്തെ അദ്ദേഹം മുന്നിൽ നിർത്തുകയും ചെയ്തു. ഉടുപ്പിലും നടപ്പിലും മാത്രമല്ല ജീവിതത്തിലുടനീളം ആദർശ തൃഷ്ണയുടെ അചഞ്ചലമായ ആൾരൂപമായി മാറുകയായിരുന്നു പണിക്കർ. ഡോ. സുകുമാർ അഴീക്കോട് അർത്ഥശങ്കയ്ക്കിടയില്ലാത്ത വിധം അടിവരയിടുകയായിരുന്നു.

''വായിച്ചു വളരുക എന്ന ഉദ്ദേശത്തോടെ കേരളീയ സംസ്കാരത്തിന് ദിശാബോധം നൽകിയ ഒരു ഗ്രാമീണനായിരുന്നു പി.എൻ. പണിക്കർ. നവകേരള ശിൽപികളായ ശ്രീ. ശങ്കരൻ മുതൽ പത്ത് പേരെ എടുത്താൽ അതിൽ പി.എൻ. പണിക്കരുണ്ടാകും. ഈ നൂറ്റാണ്ടിൽ സരസ്വതീ ദേവിയ്ക്ക് ഏറ്റവും പ്രിയപ്പെട്ടവൻ പി.എൻ. പണിക്കരാണ്. അദ്ദേഹം നിരന്തരമായി നടത്തിയ ജ്ഞാനയജ്ഞമാണ് ഇവിടുത്തെ കുഗ്രാമങ്ങൾ പോലും അറിവിന്റെ ആദ്യകണികകൾ കൊണ്ട് നിറച്ചത്. അറിവാർജ്ജിക്കുന്നതിന് ഷേക്സ്പിയറുടെയും പാശ്ചാത്യ സാഹിത്യകാരൻമാരുടെയും കൃതികൾ പഠിയ്ക്കണമെന്ന നിർബന്ധം ഉപേക്ഷിച്ച് നമ്പ്യാരുടെയും ചെറുശ്ശേരിയുടെയും കൃതികൾ വായച്ചാൽ മതിയെന്ന് ധിക്കാരത്തോടെ കേരളീയ ഗ്രാമീണരെ പഠിപ്പിച്ചയാളാണ് പണിക്കർ. ഗാന്ധിജിയുടെ ഒരു ചെറു പതിപ്പാണ് അദ്ദേഹം.''

വായനയിലൂടെ ഭാഷാപരിചയം നേടാനും അറിവ് സമ്പാദിക്കാനും മലയാളിയെ പ്രേരിപ്പിച്ച പണിക്കരെ അഴീക്കോട് അതിന്റെ സമഗ്രതയിൽ തന്നെ നമുക്ക് പരിചയപ്പെടുത്തുന്നു.

ലളിതമായ ജീവിതവും ഉയർന്ന ചിന്തയും എന്ന ഗാന്ധിജിയുടെ ആദർശം ജീവിതത്തിലുടനീളം പ്രാവർത്തികമാക്കിയ പണിക്കർ എക്കാലത്തേയും പൊതുപ്രവർത്തനത്തിന്റെ ഉദാത്തമായ മാതൃകയാവുകയും ചെയ്തു. നാടിനെ ഇരുളിൽ നിന്ന് വെളിച്ചത്തിലേക്കും ജീർണ്ണതയിൽ നിന്ന് ചൈതന്യത്തിലേക്കും നയിക്കുന്നതിന് ഒരു ജന്മം നീക്കിവെച്ച് സ്വയം ഉരുകിത്തീർന്നു. സഫലവും സേവനനിരതവുമായ ജീവിതം നയിക്കുകയായിരുന്നു അദ്ദേഹം. സ്വന്തം ജീവിതം സഹനവും സമരവും പരീക്ഷണവുമാക്കിയ പണിക്കർ ഗ്രന്ഥപ്പുരകൾക്ക് വെളിച്ചം പകർന്നു. ഒരേ ഒരു ലക്ഷ്യത്തിനു വേണ്ടിയായിരുന്നു അദ്ദേഹം ജീവിതം മാറ്റി വെച്ചത്. അക്ഷരം പഠിപ്പിക്കുക അറിവ് പകർന്ന് കൊടുക്കുക. പൊരുതിയും പോരാടിയും പതിറ്റാണ്ടുകളോളം നീണ്ട യജ്ഞം വിജയകരമായി പൂർത്തിയാക്കുകയും ചെയ്തു. വർത്തമാനത്തിന്റെ ആസുരതകളോർത്ത് നാം നെടുവീർപ്പിടുമ്പോൾ എൺപതാം വയസ്സിലും സൗഹൃദഗ്രാമങ്ങൾ പണിയാൻ പുറപ്പെട്ട ആ മനുഷ്യന്റെ ദൂരക്കാഴ്ചകളുടെ പ്രസക്തിയെന്തെന്ന് നാമറിയുന്നു. വരുംകാലത്തിന്റെ തുടർച്ചകളിലേക്ക് അദ്ദേഹം സഞ്ചരിച്ചു എന്ന് വ്യക്തം.

വായന ഒരു അനുഭവവും ആശ്രയവും ആശ്വാസവും മാത്രമല്ല ആയുധം കൂടിയാണെന്ന് പറഞ്ഞുകൊണ്ട് പരിചിതമല്ലാത്തൊരു ലോകത്തിലേക്ക് മലയാളിയെ നയിക്കുകയായിരുന്നു പണിക്കർ. ബോധങ്ങളിൽ അടിഞ്ഞുകൂടിയ അഴുക്കിനെ കഴുകിക്കളയുകയായിരുന്നു അദ്ദേഹത്തിന്റെ ലക്ഷ്യം. കാഴ്ചക്കപ്പുറത്തെ ലോകത്തിലേക്കായിരുന്നു അദ്ദേഹം ശ്രദ്ധ ക്ഷണിച്ചത്. അറിവിന്റെ വെളിച്ചത്തിൽ തെറ്റും ശരിയും കാണുകയും തിരുത്തലുകൾ ആവശ്യപ്പെടുകയുമായിരുന്നു അദ്ദേഹം. സത്യമറിയാത്തവൻ എന്നും കലഹിക്കുമെന്നും ശരിയായ വായന സത്യത്തിലേക്കുള്ള വഴിയാണെന്നും വായന ഒരു സാംസ്കാരിക പ്രവർത്തനമാണെന്നും പഠിപ്പിച്ച ഗുരുമനസ്സായിരുന്നു പണിക്കരുടേത്.

യഹൂദൻമാർ ബൈബിൾ സൃഷ്ടിച്ചു എന്നതിനേക്കാൾ വാസ്തവം ബൈബിൾ യഹൂദൻമാരെ സൃഷ്ടിച്ചു എന്നതാണെന്ന് എച്ച്.ജി. വെൽസ് പറയുമ്പോൾ എഴുത്തും വായനയും പുസ്തകവും മാനവരാശിയെ പുതുക്കിപ്പണിയുന്നു എന്നതിന് വേറെ തെളിവുകളൊന്നും ആവശ്യമായി വരുന്നില്ല.

''ഉത്തമമായ ഒരു ഗ്രന്ഥവും ഉത്തമനായ ഒരു സഹൃദയനും തമ്മിലുള്ള ആത്മീയ പരിണയമാണ് യഥാർത്ഥ വായന. അത് വിജ്ഞാനത്തിന്റെയും സംസ്കാരത്തിന്റെ കർമ്മശക്തിയുടെയും ഉത്തമ ഭാവങ്ങളെ മനുഷ്യ മനസ്സിൽ ഉൽപാദിപ്പിക്കുന്നു. വ്യക്തിയുടെ അന്തർഭാവങ്ങളിൽ അതുണർത്തുന്ന സൂക്ഷ്മതരംഗങ്ങൾ സമൂഹത്തിന്റെ ബാഹ്യതലത്തിൽ സ്ഫുരിക്കുന്ന മഹാക്ഷോഭങ്ങൾ വരെ ആയിത്തീരാറുണ്ട്. പുസ്തകത്തിന്റെ ഏടുകൾ മറിക്കുമ്പോൾ ഉണ്ടാകുന്ന നേരിയ ഒച്ച, ഒരു സമൂഹമോ രാഷ്ട്രമോ സ്വന്തം ചരിത്രത്തിന്റെ ഒരു നവ അധ്യായം തുടങ്ങുന്നതിന്റെ ഭേരീനാദമായി പ്രതിധ്വനിച്ചിട്ടുണ്ട്.'' വായനയുടെയും വായനയിൽ നിന്ന് പുറപ്പെടുന്ന ചിന്തയുടെയും അതിന്റെ പ്രത്യാഘാതങ്ങളിലേക്കും കാർലൈൻ വിരൽ ചൂണ്ടുന്നു.

''കാളിദാസ കവിതാ രസാമൃതം..........
സംഭവന്തുമമ ജന്മ ജന്മസു''

എന്നു പാടിയ കവിയും എച്ച്.ജി. വെൽസും, കാർലൈനുമെല്ലാം പണിക്കരിലൂടെ പ്രതിഫലിച്ചപ്പോൾ ചങ്ങമ്പുഴക്കവിത പോലെ മലയാള മനസ്സ്

''.............. നിർവൃതി കൊണ്ടു
ജന്മാന്തരങ്ങളിലെ സുകൃതാമൃതമുണ്ടു''

കേരളത്തിന്റെ സമസ്ത മേഖലകളിലും ഒരു പുതിയ വായനാ സംസ്കാരത്തിന്റെ സ്വാധീനവും സാമിപ്യവും അനുഭവപ്പെടുകയായിരുന്നു. ഒരു വ്യക്തിയുടെ ചിന്തയിൽ നിന്ന് രൂപം കൊണ്ട് സമാന ചിന്താഗതിക്കാരെ ചേർത്തുനിർത്തി പ്രയോഗത്തിൽ വരുത്തിയതിന്റെ പരിണിത ഫലമായിരുന്നു ഈ വായനാ സമൂഹം. നിലമൊരുക്കി വിത്തെ

റിഞ്ഞ് വിളവെടുപ്പ് നടത്തുകയായിരുന്നു പണിക്കർ. നാടക രംഗത്തെ മാറ്റങ്ങളൊഴിച്ചു നിർത്തിയാൽ സാഹിത്യ രംഗത്തുണ്ടായ മറ്റെല്ലാ സൃഷ്ടികളും ജനകീയമാക്കുന്നതിനും അവ സാധാരണക്കാരന് ലഭ്യ മാക്കുന്നതിനും ഗ്രന്ഥശാലകൾ വഹിച്ച പങ്ക് മറ്റാർക്കും നിർവ്വഹിക്കാൻ കഴിഞ്ഞിട്ടില്ല. നാടകങ്ങൾ ആവശ്യക്കാരനെ അന്വേഷിച്ചു പോയപ്പോൾ മറ്റു സാഹിത്യരൂപങ്ങൾ ഇരുന്നേടത്ത് തന്നെ ഇരിക്കു കയായിരുന്നു. ഇന്നും ഈ രംഗത്ത് ഗ്രന്ഥശാലകൾ അനുഷ്ഠിച്ചു പോരുന്ന സേവനം മറ്റാരും ഏറ്റെടുത്തതായി കാണുന്നില്ല.

ഒരു പൊതുസമൂഹത്തിന്റെ സൃഷ്ടിയാണ് നവോത്ഥാനത്തിന്റെ ഏറ്റവും വലിയ സംഭാവന. ഈ പൊതു സമൂഹത്തെ ജനാധിപത്യ വൽക്കരിക്കുക എന്ന ദൗത്യമായിരുന്നു ഇവിടുത്തെ സാമൂഹ്യ പരി ഷ്കർത്താക്കളും എഴുത്തുകാരും ചെയ്തുകൊണ്ടിരുന്നത്. അടിസ്ഥാന വർഗമെന്ന നിലയിൽ അടിച്ചമർത്തപ്പെടുകയും അവഗണിക്കപ്പെടുക യും ചെയ്ത ഒരു സമൂഹത്തെ ബോധവൽക്കരിച്ചതിലൂടെയാണ് വിമർശ നാത്മക നിലപാടുകളിലേക്ക് അവർ നീങ്ങിത്തുടങ്ങിയത്. മാറ്റത്തെ സ്വയം ഉൾക്കൊണ്ടുകൊണ്ട് അതിന്റെ പതാകവാഹകരായി മുന്നോട്ടു വന്നവരെ ഏറ്റെടുക്കാൻ തയ്യാറായ ഒരു പൊതു ഇടം രൂപപ്പെടുത്തി യെടുക്കാൻ വായനാ കേന്ദ്രങ്ങൾ മാത്രമേ അന്ന് നിലവിലുണ്ടായിരു ന്നുള്ളൂ. പ്രതിബദ്ധത, മതനിരപേക്ഷത, മനുഷ്യത്വം എന്നിവയെ അടിസ്ഥാനപ്പെടുത്തിക്കൊണ്ട് ഉരുത്തിരിഞ്ഞുവന്ന ചിന്താധാരകൾക്ക് ചാലകശക്തിയാകാൻ ഗ്രന്ഥശാലകൾ മുന്നിട്ടിറങ്ങുകയും ചെയ്തു.

നാടുവാഴിത്ത സമുദായ ഘടനയിൽ നിന്ന് ജനായത്ത ക്രമത്തി ലേക്ക് സമൂഹത്തിന്റെ പരിവർത്തനം സാധ്യമായതോടെ സാമൂഹിക നിർമ്മാണപ്രക്രിയയിൽ ഗ്രന്ഥശാലകൾ നിർണ്ണായകമായ പങ്ക് വഹി ക്കാനുണ്ടായിരുന്നു. നിലനിൽക്കുന്ന സാമൂഹ്യയാഥാർത്ഥ്യങ്ങളിൽ ഉൽപാദിപ്പിക്കപ്പെടുന്ന അറിവ്, അനുഭവം അവയുടെ ജീവിതവൽക്ക രണത്തിലൂടെ ഉണ്ടാകുന്ന ബോധത്തിൽ നിന്നുമാണ് പുരോഗമന ചിന്ത രൂപപ്പെടുന്നത്. വ്യക്തിയെയും അതുവഴി സമൂഹത്തെയും മുന്നോട്ട് നയിക്കുന്ന ഊർജ്ജകേന്ദ്രങ്ങളായി മാറുകയായിരുന്നു ഗ്രന്ഥശാലകൾ.

1937 ലെ മലബാർ വായനശാലാ സംഘം, 45 ലെ അഖിലതിരു വിതാംകൂർ ഗ്രന്ഥശാലാസംഘം, 49 ൽ തിരുകൊച്ചി സംയോജനത്തി നുശേഷം രൂപം കൊണ്ട തിരുകൊച്ചി ഗ്രന്ഥശാലാസംഘം, 56 ലെ കേരളപ്പിറവിക്ക് ശേഷം നിലവിൽ വന്ന കേരള ഗ്രന്ഥശാലാ സംഘം തുടങ്ങി പതിറ്റാണ്ടുകൾ നീണ്ട നാൾവഴിയിലൊന്നും വിഭാഗീയത കട ന്നുവന്നതായി കാണുന്നില്ല. രാഷ്ട്രീയത്തിന്റെ അതിപ്രസരം നിഴലി ച്ചതു പോലുമില്ല.

1973 ൽ നടന്ന സംഘം തെരഞ്ഞെടുപ്പും തുടർന്ന് 77 വരെ സംഘ ത്തിലുണ്ടായിക്കൊണ്ടിരുന്ന ക്രമക്കേടുകളും സാസ്കാരിക കേരളം നേടിയ വളർച്ചക്ക് നിരക്കാത്തതായിരുന്നു. അഭിപ്രായ ഭിന്നതകളും

ഭരണസ്തംഭനവും സംഘത്തിന്റെ പ്രവർത്തനങ്ങളെ പ്രതികൂലമായി ബാധിച്ചുതുടങ്ങി.

സൗമ്യമായി പറഞ്ഞൊതുക്കാമായിരുന്ന വിഷയങ്ങൾക്ക് പത്രപംക്തികളിലൂടെ പരിഹാരം തേടിപ്പോയവരുടെ ഔന്നത്യം അംഗീകരിക്കാൻ അക്ഷരമറിയുന്നവർ തയ്യാറായില്ലെന്നതാണ് യാഥാർത്ഥ്യം. വിട്ടുവീഴ്ചകളിലൂടെ പരിഹാരം കാണാനുള്ള ശ്രമങ്ങൾ പരാജയപ്പെട്ടപ്പോൾ ഗവൺമെന്റിന് ഇടപടാതിരിക്കാൻ കഴിഞ്ഞില്ല. സംഘം പ്രസിഡണ്ട് ശ്രീ. തായാട്ട് ശങ്കരനും ജന: സെക്രട്ടറി ശ്രീ. പി.എൻ. പണിക്കരും തമ്മിലുണ്ടായ സ്വരച്ചേർച്ചയില്ലായ്മ സംഘടന അന്നോളം പുലർത്തിപ്പോന്ന ജനാധിപത്യ സ്വഭാവത്തിന് കളങ്കമേൽപ്പിക്കുന്നതായിരുന്നു. പക്ഷം പിടിക്കാൻ കഴിയാത്ത വിധം അസ്വസ്ഥരായിരുന്നു സാംസ്കാരിക പ്രവർത്തകർ.

1977 മാർച്ച് 16 ന് ഗ്രന്ഥശാലാ സംഘത്തിന്റെ ഭരണചുമതല ഒരു ഓർഡിനൻസ് വഴി സർക്കാർ ഏറ്റെടുത്തു. കൺട്രോൾ ബോർഡ് സംവിധാനം നിലവിൽ വന്നു. പി.എൻ. പണിക്കർ ഫുൾടൈം മെമ്പറായ കൺട്രോൾ ബോർഡിൽ വിദ്യാഭ്യാസ മന്ത്രിയായിരുന്നു ചെയർമാൻ. സംഘത്തിൽ നിലനിന്നിരുന്ന പ്രതിസന്ധിക്ക് പരിഹാരമെന്നോണം 1977 മെയ് മാസത്തിൽ പണിക്കരെ മാറ്റിനിർത്തി കൺട്രോൾ ബോർഡ് പുനഃസംഘടിപ്പിച്ചു. 32 വർഷക്കാലം ജനറൽ സെക്രട്ടറി സ്ഥാനത്തിരുന്ന പണിക്കർ സംഘത്തിൽ നിന്ന് പുറത്താവുകയും ചെയ്തു. വായനശാലകളുടെ വളർച്ചക്കുവേണ്ടി ദിവാൻ സർ. സി.പി.യെപ്പോലും വരുതിയിലാക്കിയ പണിക്കർക്ക് സാംസ്കാരിക സ്ഥാപനങ്ങളിലേക്ക് സ്വന്തം അജണ്ടകളുമായി കടന്നുവരുന്ന സംഘടിത ശക്തികളെ തിരിച്ചറിയാൻ കഴിയാതെ പോയി. കെ.എ. കേശവൻ, പി.ടി. തോമസ്, പി.കെ. നാരായണപ്പിള്ള, പനമ്പിള്ളി, കെ.എ. ദാമോദരമേനോൻ, ആർ. ശങ്കർ, പി.എസ്. ജോർജ്ജ്, പി.ടി. ഭാസ്കരപണിക്കർ തുടങ്ങി പൊതുരാഷ്ട്രീയ രംഗത്ത് മാറ്റുരച്ച പ്രശസ്തർക്ക് പണിക്കരേയും പണിക്കർക്ക് ഇവരേയും സ്വീകാര്യമായിരുന്നെങ്കിൽ എന്തുകൊണ്ട് ശ്രീ. തായാട്ട് ശങ്കരന് പണിക്കരേയും പണിക്കർക്ക് തായാട്ടിനേയും ഉൾക്കൊള്ളാൻ കഴിഞ്ഞില്ല എന്ന ചോദ്യം ഇന്നും ചോദ്യമായി തന്നെ അവശേഷിക്കുന്നു.

കലുഷിതമായ മനസ്സുമായി ഗ്രന്ഥശാലാ സംഘത്തിൽനിന്ന് പടിയിറങ്ങിയ പണിക്കർ വിശ്രമിക്കുമെന്നായിരുന്നു എല്ലാവരും കരുതിയത്. പുഴയുടെ ഒഴുക്ക് തന്നെയാണ് അതിന്റെ വിശ്രമം എന്ന് തിരിച്ചറിയുന്നവർ പണിക്കരുടെ നാളെയെന്തെന്നതിനെക്കുറിച്ച ആശങ്കപ്പെടുമായിരുന്നില്ല. ഗ്രന്ഥശാലാ സംഘത്തിന്റെ ജനാധിപത്യം പുനഃസ്ഥാപിക്കാനായി നടന്ന ജനകീയ സമരങ്ങളിൽ പണിക്കർ മുന്നിൽ തന്നെയുണ്ടായിരുന്നു. മാറിവരുന്ന സർക്കാരുകളുടെ ഇഷ്ടാനിഷ്ടങ്ങൾക്കൊത്ത് ഗ്രന്ഥശാലകൾ രൂപാന്തരപ്പെടരുതെന്നും സമഗ്രമായൊരു നിയമത്തിന്റെ പരിരക്ഷയിൽ ജനാധിപത്യ സംവിധാനം നിലനിർത്തുകയാണ് വേണ്ട

തെന്നുമുള്ള പൊതുവായ കാഴ്ചപ്പാടുകൾക്ക് പിന്തുണ നൽകിക്കൊണ്ടാണ് 1987 ൽ നിലവിൽ വന്ന കൺട്രോൾ ബോർഡ് പ്രവർത്തനമാരംഭിക്കുന്നത്. 1989 ൽ കേരള നിയമസഭ പാസ്സാക്കിയ പബ്ലിക് ലൈബ്രറീസ് ആക്ടിലൂടെ ഇന്ത്യയിലെ മറ്റു സംസ്ഥാനങ്ങൾക്ക് മാതൃകയായ സമഗ്രമായൊരു നിയമം പ്രാബല്യത്തിൽ വന്നു. കേരളത്തിലെ ഗ്രന്ഥശാലകളുടെ സവിശേഷമായ സാഹചര്യങ്ങൾക്കും ജനകീയ ജനാധിപത്യ സംവിധാനങ്ങൾക്കും കോട്ടം തട്ടാത്തവിധം സ്വീകാര്യമായ ഭേദഗതികൾ ഉൾക്കൊള്ളിച്ചുകൊണ്ടുമാണ് കേരള പബ്ലിക് ലൈബ്രറീസ് ആക്ട് നിയമസഭ പാസ്സാക്കിയത്.

കേരളത്തിലെ ഗ്രന്ഥശാലാ പ്രസ്ഥാനം നിയമാധിഷ്ഠിത പദവിയോടെ സ്റ്റേറ്റ് ലൈബ്രറി കൗൺസിൽ എന്ന പേരിൽ 1994 ൽ നിലവിൽ വന്നു. അര നൂറ്റാണ്ടിന് മുമ്പ് 1945 ൽ അമ്പലപ്പുഴയിൽ ചേർന്ന അഖില തിരുവിതാംകൂർ ഗ്രന്ഥശാലാ സംഘത്തിന്റെ സമ്മേളനത്തിൽ പി.ആർ. ശാസ്ത്രി അവതരിപ്പിച്ച പ്രമേയത്തിലൂടെ ആവശ്യപ്പെട്ടതും ഇതായിരുന്നു.

വിദ്യാർത്ഥിയായിരിക്കെ വായനശാലാ പ്രവർത്തകനായി പൊതുരംഗത്തിറങ്ങി ഗ്രന്ഥശാലാ സംഘത്തിന്റെ തലശ്ശേരി താലൂക്ക് യൂനിയൻ സെക്രട്ടറിയായി അൻപതുകളിൽ പണിക്കരോടൊപ്പം മലബാറിലുട നീളം സഞ്ചരിച്ച ഐ.വി. ദാസ് സ്റ്റേറ്റ് ലൈബ്രറി കൗൺസിലിന്റെ ആദ്യ സെക്രട്ടറിയാകുന്നു. സംഘത്തിന്റെ സുദീർഘമായ പ്രവർത്തന നാൾവഴികളിലെല്ലാം തന്നെ ഐ.വി. ദാസ് സ്ഥാനമുറപ്പിച്ചിരുന്നു. കടമ്മനിട്ടയുടെ ആജ്ഞാശക്തിയും ഐ.വി. ദാസിന്റെ ആത്മാർത്ഥതയും ചേർന്നപ്പോൾ പ്രവഹിച്ച ഊർജ്ജം കേരളത്തിലെ ഗ്രന്ഥശാലാ പ്രവർത്തകരെ സജീവമാക്കുകയായിരുന്നു. ഉദ്യോഗസ്ഥ മേധാവിത്വത്തിലൂടെ പ്രസ്ഥാനത്തിനേറ്റ പരിക്കുകൾ തുടച്ചുനീക്കുകയായിരുന്നു അവരാദ്യം ചെയ്തത്. വായനയ്ക്ക് ചരമക്കുറിപ്പെഴുതിയവർക്ക് മറുപടിയെന്നോണം കേരളത്തിലങ്ങോളമിങ്ങോളമുള്ള അംഗഗ്രന്ഥാലയങ്ങൾ ചടുലമായി.

താലൂക്ക്തലം മുതൽ ജനാധിപത്യ പ്രക്രിയ പുനരാരംഭിച്ചു. ഐ.വി. ദാസിനെപ്പോലെ ഒരാൾ അതിന്റെ സാരഥ്യമേൽക്കുകയും ചെയ്തതോടെ പണിക്കർ ഏറെ സന്തുഷ്ടനായി. കൃത്യമായ പദ്ധതി പ്രവർത്തനങ്ങൾ, വ്യക്തമായ മാർഗ്ഗനിർദ്ദേശങ്ങൾ, മതിയായ സാമ്പത്തിക സഹായവും അംഗഗ്രന്ഥശാലകൾക്ക് നൽകിക്കൊണ്ട് സംഘം അതിന്റെ സുവർണ്ണ കാലഘട്ടത്തിലേക്ക് കടന്നു. എല്ലാം അറിഞ്ഞുകൊണ്ട് തികച്ചും സന്തോഷവാനായിത്തന്നെയാണ് പണിക്കർ തന്റെ അവസാന നാളുകൾ പിന്നിട്ടത്.

പണിക്കരുടെ അഭാവത്തിൽ സാക്ഷരതാ പ്രവർത്തനങ്ങളെല്ലാം ശിഥിലമായി. സ്റ്റേറ്റ് റിസോഴ്സ് സെന്ററിന്റെയും കാൻഫെഡിന്റെയും പ്രവർത്തനം രണ്ട് പ്രത്യേക മേഖലകളിലായി മാറ്റണമെന്ന ആവ

ശ്യമുയർന്നു. ആസ്തിയും നേതൃത്വവും പങ്കിടാൻ രണ്ട് വിഭാഗങ്ങൾ രംഗത്തുവന്നപ്പോൾ കോടതി വ്യവഹാരങ്ങളിലാണ് എല്ലാം ചെന്നെത്തിയത്.

അക്ഷരദീപം തെളിയിച്ച് സാംസ്കാരിക കേരളത്തിന് വഴികാട്ടിയാവുക എന്നതിനപ്പുറം അദ്ദേഹത്തിന് അതിരുകടന്ന മോഹങ്ങളൊന്നുമുണ്ടായിരുന്നില്ല. സ്വാതന്ത്ര്യത്തിന് മുമ്പും സ്വാതന്ത്ര്യം ലഭിച്ചതിന് ശേഷവും അധികാരത്തിന്റെ ഇടനാഴികളിലെല്ലാം അനുവാദം കൂടാതെയാണ് അദ്ദേഹം കടന്നുചെന്നത്. ഭരണസിരാകേന്ദ്രങ്ങളിലെല്ലാം പണിക്കർ സുപരിചിതനുമായിരുന്നു. സ്വന്തമായി ആസ്ഥാനങ്ങളൊന്നുമില്ലാതിരുന്ന പണിക്കർ അവസാന നാളുകളിലും വാടകവീട്ടിൽ തന്നെയാണ് കഴിഞ്ഞത്. മൂല്യബോധത്തിന്റെയും ആദർശതൃഷ്ണയുടെയും ആൾരൂപമെന്നല്ലാതെ മറ്റെന്ത് വിശേഷണങ്ങളാണിവിടെ അനുയോജ്യമാകുന്നത്.

ഒരു സാധാരണ വ്യക്തി മുപ്പത്തിരണ്ട് വർഷക്കാലം ഒരു പ്രസ്ഥാനത്തിന്റെ അവസാന വാക്കായി മാറുക, അംഗ ഗ്രന്ഥശാലകൾക്ക് പുസ്തക ഗ്രാന്റ് നൽകുക, ഗ്രഡേഷൻ നിർവ്വഹിക്കുക, കെട്ടിടനിർമ്മാണ ധനസഹായമനുവദിക്കുക, ഉപകരണ ഗ്രാന്റ് നൽകുക, സ്ഥാപനങ്ങളിൽ ജീവനക്കാരെ നിയമിക്കുക, ഔദ്യോഗികാവശ്യങ്ങൾക്ക് വേണ്ടി യാത്ര ചെയ്യുക, താൻ കയ്യാളുന്ന സന്നദ്ധ സംഘടനകൾക്ക് ഇന്ത്യയ്ക്കകത്തുനിന്നും പുറത്തുനിന്നും ധനസഹായം കൈപ്പറ്റുക. ഭരണനേതൃത്വത്തിലെ ഉന്നതരുടെ സൗഹൃദവും കൂടിയായാൽ പൊതുപ്രവർത്തകനെ സംബന്ധിച്ചിടത്തോളം ആഹ്ലാദലബ്ധിയ്ക്കിനിയെന്തു വേണം.

പൊതുമുതൽ കൈകാര്യം ചെയ്യുമ്പോഴുണ്ടാകേണ്ടുന്ന സത്യസന്ധത, സാമ്പത്തിക അച്ചടക്കം, മിതവ്യയം ഇതെല്ലാം അൽപം കൂടുതലാണോ എന്നുമാത്രമേ ചർച്ചചെയ്യേണ്ടതുള്ളൂ. ഫോർഡ് ഫൗണ്ടേഷൻ കാൻഫെഡിന് അനുവദിച്ച ലക്ഷക്കണക്കിന് രൂപയും കേരള സർക്കാർ വയോജന വിദ്യാഭ്യാസ പ്രവർത്തനങ്ങൾക്കായി നീക്കിവെച്ച തുകയും പണിക്കരുടെ അഭാവത്തിൽ സർക്കാരിലേക്ക് മുതൽക്കൂട്ടാവുകയായിരുന്നു. അദ്ദേഹം ജീവിച്ചിരിക്കെ തന്നെ ഒരു വീട് നിർമ്മിച്ചുനൽകാനുള്ള ശ്രമം ഗ്രന്ഥശാലാ പ്രവർത്തകർ ഏറ്റെടുത്തിരുന്നു. അതിനുള്ള സാമ്പത്തിക സമാഹരണം പുരോഗമിച്ചുകൊണ്ടിരുന്നപ്പോൾ അദ്ദേഹത്തിന്റെ ഇടപെടലുകളിലൂടെ അതും വേണ്ടെന്നുവച്ചു. കൊല്ലം പബ്ലിക് ലൈബ്രറിയുടെ സംഘാടകനും പ്രമുഖ വ്യവസായിയും സഹൃദയനുമായിരുന്ന ശ്രീ. രവീന്ദ്രനാഥൻ നായർ പണിക്കരുടെ സേവനപ്രവർത്തനങ്ങൾക്ക് യാത്രാ സൗകര്യം ഒരുക്കുന്നതിനായി ഒരു കാർ സംഭാവന നൽകാൻ തീരുമാനിച്ചു. എന്നാൽ പണിക്കർ അതും നിരസിച്ചു. അവസാനം കാൻഫെഡിന്റെ ഓഫീസ് ആവശ്യങ്ങൾക്കായി കാർ വിട്ടുനൽകുകയായിരുന്നു ശ്രീ. രവീന്ദ്രനാഥൻ നായർ. അദ്ദേഹത്തിന്റെ സവിശേഷതകളായി അടുത്തറിയാവുന്നവർ ചൂണ്ടിക്കാണി

ച്ചിട്ടുള്ളത് ആദർശധീരതയും ത്യാഗമനോഭാവവും ലാളിത്യവുമാണ്. ഗാന്ധിജിയെയും മന്നത്ത് പത്മനാഭനെയും ആരാധ്യ മാതൃകയാക്കിയും അവർ സൃഷ്ടിച്ച മൂല്യബോധം രൂപപ്പെടുത്തിയ കാലഘട്ടത്തിന്റെ ഉൽപന്നമാകുകയും ചെയ്യുമ്പോൾ ഈ സവിശേഷതകൾ ഒത്തുചേരുക സ്വാഭാവികം. പക്ഷേ കാലം കലങ്ങിമറിയുകയും അവസരങ്ങളും അധികാരങ്ങളും യഥേഷ്ടം വന്നുചേരുകയും ചെയ്യുമ്പോഴും എല്ലാ പ്രലോഭനങ്ങളെയും അതിജീവിച്ച് മൂല്യങ്ങളെ അവസാന ശ്വാസം വരെ നെഞ്ചോടു ചേർത്തു എന്നുള്ളതാണ് അദ്ദേഹത്തെ വ്യതിരിക്തനാക്കുന്നത്.

ഒരു സാധാരണ പ്രൈമറി സ്കൂൾ അധ്യാപകൻ ത്യാഗനിർഭരമായ ലളിതജീവിതം കൊണ്ട് സാമൂഹ്യ സാംസ്കാരിക നവോത്ഥാനം കൈവരിക്കുന്നതിന് വേണ്ടിയുള്ള ജീവിത യത്നത്തിൽ മുഴുകുകയും അതിനായി ഒരു വലിയ ജനവിഭാഗത്തെ തന്റെ വിളിപ്പുറത്ത് സജ്ജമാക്കുകയും സ്വയം മാതൃകയാവുകയും ചെയ്തു എന്നുള്ളതാണ് പല വിഷയങ്ങളിലും മഹാന്മാരായിരുന്ന പൂർവ്വികൻമാരെ മറികടന്ന് ഈ രംഗത്ത് അദ്ദേഹത്തെ അത്യുന്നത സ്ഥാനത്തെത്തിച്ചത്.

''ഗ്രന്ഥാലോകത്തിന്റെ പ്രധാന പത്രാധിപർ ആകാനായിരുന്നു പണിക്കരുടെ ക്ഷണം. ക്ഷണം സ്വീകരിച്ചു. ഗ്രന്ഥാലോകം എന്ന് പേരിട്ടു. വായനശാലകൾ തോറും കയറിയിറങ്ങിത്തുടങ്ങി. ഗ്രന്ഥശാലാ സംഘമെന്ന സാംസ്കാരിക പ്രസ്ഥാനം പി.എൻ. പണിക്കരുടെ മാനസപുത്രിയായി. അതിന്റെ ഒരറ്റം പിടിക്കുന്നത് ആവേശകരമായിരുന്നു. വടക്കേ മലബാറിൽ പണിക്കരോടൊപ്പം സഞ്ചരിച്ച് വായനശാലക്കാരെ ഉദ്ബോധിപ്പിച്ചുകൊണ്ടിരുന്നു. പണിക്കർ എന്നും ഒരു അത്ഭുതമാണ്. പണിക്കർക്ക് രാഷ്ട്രീയമില്ല. ഏത് കക്ഷി വന്നാലും ഗ്രന്ഥശാലാ സംഘത്തിന് നഷ്ടം സംഭവിക്കരുത് എന്നുമാത്രം.'' (എസ്. ഗുപ്തൻ നായർ - വ്യക്തിയും നിരൂപകനും)

പണിക്കർ ഒരു ഗ്രന്ഥകാരൻ കൂടിയായിരുന്നു. പതിനഞ്ചോളം കൃതികൾ അദ്ദേഹം രചിച്ചിട്ടുണ്ട്. പുരോഗതിയും ബോധവൽക്കരണവും, ജനങ്ങൾക്ക് പഠിക്കണം, വീട്ടമ്മമാർക്ക് ഒരു പുസ്തകം എന്നിവ അതിൽ പെടുന്നു. കാൻഫെഡ് പ്രസിദ്ധീകരിച്ച ചെറുതും വലുതുമായ പുസ്തകങ്ങൾ നാട്ടുവെളിച്ചം, ചുമർ പത്രിക തുടങ്ങിയവ അദ്ദേഹം ചിട്ടപ്പെടുത്തിയതാണ്. പി.ടി. ഭാസ്കര പണിക്കർ, എൻ.വി. കൃഷ്ണവാര്യർ, ഡോ.എൻ.പി. പിള്ള, ഡോ. എ. ശിവദാസൻ പിള്ള എന്നിവരുമായി ചേർന്ന് ഭാരതത്തിലാദ്യമായി നവ സാക്ഷരർക്ക് വേണ്ടി 'സാക്ഷരകേരളം' പ്രസിദ്ധീകരിക്കാൻ തുടങ്ങി. നവ സാക്ഷരർക്കായി നൂറോളം പുസ്തകങ്ങൾ അദ്ദേഹം പുറത്തിറക്കുകയുണ്ടായി. ബഹു. സി.എച്ച്. മുഹമ്മദ് കോയ വിദ്യാഭ്യാസ മന്ത്രിയായിരുന്ന കാലത്ത് സംഘത്തിനുവേണ്ടി ഒരു പ്രസ്സ് സമ്പാദിക്കാനും അദ്ദേഹത്തിന് കഴിഞ്ഞു. ഇന്ത്യയിലെ ഇതര സംസ്ഥാനങ്ങളിലേയും കേന്ദ്ര ഭരണ പ്രദേശങ്ങളിലേയും ജീവിതക്രമങ്ങളെ പരിചയപ്പെടുത്തുന്നതിന്റെ ഭാഗമായി 'ഭാരത ദർശന മാല' എന്ന പ്രസിദ്ധീകരണ പരമ്പരക്ക് തുടക്കമിടാനും പണി

ക്കർക്ക് കഴിഞ്ഞു. ബൃഹത്തായ ഒരു ഗ്രന്ഥശാലാ മാന്വൽ പുറത്തിറക്കിയതിലും പണിക്കർക്ക് നിർണായകമായ പങ്കുണ്ടായിരുന്നു.

ഗ്രന്ഥശാലാ പ്രസ്ഥാനത്തിന്റെ ഉദ്ദേശലക്ഷ്യങ്ങൾ ജനങ്ങളിലെത്തിക്കുന്നതിനും ഗ്രന്ഥശാലകളിലെ പ്രവർത്തനങ്ങൾ പരസ്പരമറിയിക്കുന്നതിനും ഒരു പ്രസിദ്ധീകരണം വേണമെന്ന ആശയം രൂപപ്പെടുകയും 1948 ൽ തന്നെ അത് പുറത്തിറങ്ങുകയും ചെയ്തു. ആദ്യ പത്രാധിപരായിരുന്ന എസ്. ഗുപ്തൻ നായർ രൂപകൽപന ചെയ്ത സംഘത്തിന്റെ മുഖപത്രമായ ഗ്രന്ഥാലോകം പ്രസിദ്ധീകരണ രംഗത്ത് വേറിട്ടൊരു അനുഭവമായി ഇന്നും മുടങ്ങാതെ പുറത്തിറങ്ങുന്നു. 1964 ൽ വെട്ടൂർ രാമൻ നായരും കെ. ദാമോദരനും ചേർന്ന് തയ്യാറാക്കിയ ഗ്രന്ഥശാലാ ഡയരക്ടറിയിലും പണിക്കരുടെ കയ്യൊപ്പ് പതിഞ്ഞിരുന്നു.

പൊതു രാഷ്ട്രീയ രംഗത്ത് പ്രവർത്തിക്കുന്ന ഒട്ടുമിക്ക നേതാക്കളും ഒരു കാലഘട്ടം വരെ മാത്രമേ ജനങ്ങൾക്കിടയിൽ ജീവിക്കുന്നുള്ളൂ. സാന്നിധ്യമറിയിച്ച് സ്വാധീനമുറപ്പിച്ചു കഴിഞ്ഞാൽ പിന്നെ അവർ ജനങ്ങളിൽ നിന്ന് നിശ്ചിത അകലം പാലിക്കുന്നു. രൂപത്തിലും ഭാവത്തിലും ഭാഷയിലും സമീപനത്തിലുമെല്ലാം കൃത്രിമത്വം കലർത്തുകയും ചെയ്യുന്നു. ഒരുപാട് കെട്ടുകാഴ്ചകൾ വേറെയും. എല്ലാം ബോധപൂർവ്വമാണെന്നുള്ളതാണ് മറ്റൊരു സത്യം. നാം കൽപിച്ചു നൽകുന്ന പരിവേഷങ്ങൾ കൂടിയാകുമ്പോൾ കാറിന്റെ ചില്ല് താഴ്ത്തുമ്പോൾ കിട്ടുന്ന കഴുത്തിന്റെ മുകളിലുള്ള ദർശനം കൊണ്ട് നമുക്ക് തൃപ്തിപ്പെടാതെ വയ്യ. ശീതീകരിച്ച മുറിയിലെ ചാനൽ ചർച്ചയിൽ ആത്മരോഷം കൊള്ളുകയും കണ്ഠശുദ്ധി വരുത്തുകയും ചെയ്യുന്നത് കണ്ട് നാം സായൂജ്യമടയുന്നു. പരിചാരകൻമാർ തുറന്നുകൊടുത്ത കാറിനകത്തേക്ക് കയറുന്നതും കൊതുകുവലയ്ക്കുള്ളിലേക്ക് പള്ളിയുറക്കത്തിന് പോകുന്നതും ചേർത്തുവെക്കാം.

സമകാലിക ജീവിതത്തിൽ അരങ്ങു തകർത്തവരും പൊതു രാഷ്ട്രീയ രംഗത്ത് സ്വയം സ്മാരകങ്ങൾ തീർത്ത് ചിന്നം വിളിച്ചവരും വിസ്മൃതിയുടെ നിഗൂഢതയിൽ വിലയം പ്രാപിക്കുമ്പോൾ കാലോചിതമായി മലയാളിയുടെ അറിവരങ്ങുയർത്തിയ പി.എൻ. പണിക്കരെന്ന നവോത്ഥാന നായകൻ അക്ഷരലോകത്തെ ഒരു അപൂർവ്വ ചാരുതയായി ജരാനരകളില്ലാതെ അമരനായ് തീർന്നിരിക്കുന്നു. ‘‘ശൂന്യതയിൽ നിന്ന് വായനശാലകളും വായനശാലകൾക്ക് ഒരു സംഘവും സംഘത്തിന് അംഗീകാരങ്ങളും ആനുകൂല്യങ്ങളും’’ സൂക്ഷ്മത്തിൽ നിർവ്വചിച്ചാൽ ഇത്രമാത്രമേ അദ്ദേഹം ചെയ്തിട്ടുള്ളൂ. ഇതിനെ സ്തൂലത്തിൽ വ്യാഖ്യാനിക്കുമ്പോൾ മലയാളി ലോകത്തിന് മാതൃകയായതിന്റെ നാൾവഴികൾ നമുക്ക് മുന്നിൽ തുറക്കും. 1829 ൽ സ്വാതി തിരുനാളിൽ നിന്ന് ഏറ്റുവാങ്ങിയ ദീപശിഖ ശ്രീ പത്മനാഭന്റെ മണ്ണു കടന്ന് മധ്യതിരുവിതാംകൂറും മലബാറും വടക്കേ മലബാറും വയനാടും ചുറ്റി 1995 ജൂൺ 19 ന് അനന്തപുരിയിൽ അവസാനിക്കുമ്പോഴേക്കും മലയാളി ‘വായിച്ചു വളർന്നു കഴിഞ്ഞിരുന്നു. അക്ഷരസാന്നിധ്യത്തിലും ആ

രോഗ്യ സംരക്ഷണത്തിലും ജീവിത നിലവാരത്തിലും സമാനതകളി ല്ലാത്ത വളർച്ച മലയാളി നേടിക്കഴിഞ്ഞിരിക്കുന്നു.

വിദ്യകൊണ്ട് പ്രബുദ്ധരാകാനും
സംഘടന ശക്തരാകാനുമുള്ള

ആഹ്വാനത്തെ മണ്ണിൽ പ്രാവർത്തികമാക്കിയതിന്റെ പരിണിത ഫലമായിരുന്നു മേൽപറഞ്ഞ വളർച്ച. സാമൂഹ്യ പ്രവർത്തനം ഇന്ന ത്തേതു പോലെ ആദായകരമായ തൊഴിലല്ലാതിരുന്ന കാലത്തെ ത്യാഗത്തിന്റെയും സേവനത്തിന്റെയും പാതയിലൂടെ സഞ്ചരിച്ച് പുസ്തക ലോകത്തിലേക്ക് നടന്നുകയറിയ പണിക്കർ വായനക്ക് പുതിയ നിർവ്വചനങ്ങൾ പ്രചരിപ്പിച്ചു. നാം നേടിയെടുത്ത അഭിമാനക രമായ നേട്ടങ്ങൾ ചേർത്തുവെക്കേണ്ടത് അറിവിന്റെ വ്യാപനത്തിന് അരങ്ങൊരുക്കിയ ഗ്രന്ഥശാലകളോടാണ്. ഗ്രന്ഥശാലകൾക്ക് ജീവൻ നൽകിയ പണിക്കരോടാണ്. പട്ടിണിയായ മനുഷ്യനോട് പുസ്തകം കയ്യിലെടുക്കാനാണ് അദ്ദേഹം പറഞ്ഞത്. പട്ടിണിയാണെങ്കിലും നിന്നെ പട്ടിണിക്കിട്ടവനോട് പട്ടിണിയിലാവാൻ സാഹചര്യമൊരുക്കി യവനോട് പോരടിക്കാനുള്ള ആയുധമാണ് നിന്റെ അറിവെന്ന് മലയാ ളിക്ക് തിരിച്ചറിവ് നൽകുകയായിരുന്നു അദ്ദേഹം. ഈ തിരിച്ചറിവാണ് അദ്ദേഹത്തെ വേറിട്ട് നിർത്തിയത്. കാലത്തിന് മുമ്പേ നടന്ന് ഒരു നിയോഗം പോലെ ശൂന്യതയിൽ നിന്ന് വായനശാലകൾ സൃഷ്ടിക്കു കയും വായനശാലകൾ ചേർത്തുവെച്ച് ഒരു സംഘടിത ശക്തിയാക്കു കയും ചെയ്തു. സ്വാധീനവും സമ്മർദ്ദവും സമരവും കൊണ്ട് കാലാ കാലങ്ങളിൽ നേടാവുന്നതെല്ലാം നേടുകയും ചെയ്തു. സ്വന്തമായി ഒന്നും നേടിയതുമില്ല. എന്നിട്ടും ആരോപണങ്ങൾക്ക് കുറവൊന്നുമി ല്ലായിരുന്നു. കൺമുന്നിൽ കത്തിയമരുന്ന ആ ജീവിതത്തെ പ്രതിക്കൂ ട്ടിലാക്കാൻ ആ വെളിച്ചത്തിന്റെ പങ്കുപറ്റിയവർ തന്നെ മുന്നോട്ടുവന്നു. ഗ്രന്ഥശാലാ സംഘത്തിൽ സർക്കാർ കൈവെക്കാനിടയായതിന്റെ ഉത്ത രവാദിത്തം അവർ പണിക്കരിൽ ആരോപിച്ചു. ആദ്യ കൺട്രോൾ ബോർഡിൽ അദ്ദേഹത്തെ ഉൾപ്പെടുത്തിയതിനെതിരെ മുനവച്ച അമ്പു മായി പലരും മുന്നോട്ടുവന്നു. മാധ്യമങ്ങൾ ഇതെല്ലാം ആഘോ ഷിക്കുകയും ചെയ്തു. സംഘം വക പണം ജനറൽ സെക്രട്ടറി ദു രുപയോഗം ചെയ്തതായി അവർ രേഖാമൂലം പരാതിപ്പെട്ടു. സംഘത്തിന്റെ കണക്കുകൾ ഓഡിറ്റ് ചെയ്യണമെന്ന് ആവശ്യപ്പെട്ടു കൊണ്ട് രാഷ്ട്രപതിക്കും ഗവർണർക്കും നിവേദനം സമർപ്പിച്ചു. ഇതേ തുടർന്ന് 2 മാസം നീണ്ടുനിന്ന പരിശോധനകൾ നടന്നു. വിശദമായ പരിശോധനകൾക്ക് ശേഷം ഓഡിറ്റ് റിപ്പോർട്ട് പുറത്തുവന്നു. ആരോ പണങ്ങൾ അടിസ്ഥാന രഹിതമാണെന്ന് തെളിഞ്ഞു. ദേശീയ സാക്ഷ രതാ മിഷൻ വയോജന വിദ്യാഭ്യാസ പ്രവർത്തനങ്ങൾക്ക് നിയോഗിച്ച സ്റ്റേറ്റ് റിസോഴ്സ് സെന്ററിന്റെ എക്സിക്യുട്ടീവ് ഡയരക്ടർ പി.എൻ. പണിക്കർക്ക് അനുവദിച്ച പ്രതിഫലം പോലും വാങ്ങിയില്ല എന്നതാ യിരുന്നു സത്യം.

വിമർശനങ്ങളിൽ ഉള്ളുലഞ്ഞുപോകുന്ന കൂട്ടത്തിലായിരുന്നില്ല പണിക്കർ. അദ്ദേഹം ഒരിക്കലും പദവികൾക്കു പിന്നാലെ പോയിട്ടില്ല. പുരസ്കാരങ്ങൾ കൈപ്പറ്റിയിരുന്നില്ല. പൊതുജീവിതവും സ്വകാര്യജീവിതവും ധരിച്ച ഖദറിനേക്കാൾ ശുഭ്രം.

വ്യക്തിപരമായ ബന്ധങ്ങളും സൗഹൃദങ്ങളും സൂക്ഷിക്കുന്ന കാര്യത്തിൽ അദ്ദേഹം ഏറെ ശ്രദ്ധാലുവായിരുന്നു. ഒരു വലിയ അനുവാചക വൃന്ദത്തിന്റെ പിന്തുണയും പിൻബലവും എന്നും അദ്ദേഹത്തെ വലയം ചെയ്തിരുന്നു. എഴുപതുകൾക്ക് ശേഷം നടന്ന അധികാര വടംവലിയിൽ പണിക്കരെ മുൻനിർത്തി പട നയിക്കാൻ കക്ഷി രാഷ്ട്രീയ ഭേദമന്യേ പ്രശസ്തരായ പലരും രംഗത്തുവരികയും ചെയ്തു.

ശക്തിയെ ആവാഹിച്ച ഇടശ്ശേരിക്കവിതയായിരിക്കാം പണിക്കർ അന്നു പറഞ്ഞ മറുപടി.

എനിക്കു രസമീ നിമ്നോന്നതമാം
വഴിയ്ക്ക് തേരുരുൾ പായിക്കാൻ
അതേതിരുൾ കുഴിമേലുരുളട്ടെ
വിടില്ലഞ്ഞാനീ രശ്മികളെ.

ഗ്രന്ഥശാലാ സംഘത്തിന്റെ വളർച്ചയിലും തളർച്ചയിലും പ്രതിസന്ധിഘട്ടങ്ങളിലുമെല്ലാം പണിക്കരോട് ചേർന്നുനിന്ന ബൗദ്ധിക സ്രോതസ്സ് പി. ഗോവിന്ദപിള്ളയുടേതായിരുന്നു. അവകാശ സമരങ്ങളിലും നിയമനിർമ്മാണങ്ങളിലും നയരൂപീകരണങ്ങളിലുമെല്ലാം പി.ജി. യുടെ പങ്ക് വളരെ വലുതാണ്. 76 ലെ അധികാര വടംവലിയിൽ അദ്ദേഹം പക്ഷം പിടിച്ചില്ലെന്ന കാര്യം പ്രത്യേകം ശ്രദ്ധേയമാണ്. മാറിമാറി വരുന്ന ഗവൺമെന്റുകളേയും സർക്കാർ ഉദ്യോഗസ്ഥരേയും പ്രീണിപ്പിക്കുകയും അവരോട് ദാസ്യ മനോഭാവം കാണിക്കുകയും ചെയ്യുക എന്നത് പണിക്കരുടെ ഒരു അടവ് നയമായിരുന്നു. പണിക്കരുടെ ഇത്തരം നിലപാടുകളെ ഒരു ദൗർബല്യമായാണ് പി.ജി. വിശേഷിപ്പിച്ചത്.

ദിവാൻ ഭരണം ജനജീവിതം ദുസ്സഹമാക്കിയ നാൽപതുകളിലാണ് തിരുവിതാംകൂറിൽ വായനശാലകൾ രൂപപ്പെടുന്നത്. ഈ വായനാകേന്ദ്രങ്ങളെല്ലാം തന്നെ സ്റ്റേറ്റ് കോൺഗ്രസിന്റേയും സമര സംഘങ്ങളുടേയും പ്രവർത്തന കേന്ദ്രങ്ങളുമായിരുന്നു. നിലവിലുള്ള വ്യവസ്ഥിതിയ്ക്കെതിരായ പടയൊരുക്കങ്ങൾക്ക് നിലപാടുതറകൾ തീർത്തത് വായനശാലകൾ കേന്ദ്രീകരിച്ചുകൊണ്ടായിരുന്നു. വായനശാലാ പ്രവർത്തകരായി രംഗത്തു വന്നവരെയെല്ലാം ദേശീയ പ്രക്ഷോഭങ്ങളിലും സ്വാതന്ത്ര്യ സമരത്തിലും പങ്കാളികളായി എന്നത് ചരിത്രത്തിന്റെ ഭാഗമായി നാം പഠിക്കുന്നു.

ഇത്തരം ഒരു സാഹചര്യം നിലനിന്ന തിരുവിതാംകൂറിൽ തോക്കുകൾക്കും പീരങ്കികൾക്കും നേരെ വാരിക്കുന്തത്തിനു മൂർച്ച കൂട്ടിക്കൊണ്ടിരിക്കുമ്പോൾ അഖില തിരുവിതാംകൂർ ഗ്രന്ഥശാലാ സംഘത്തിന്റെ അമ്പലപ്പുഴ സമ്മേളനം ഉദ്ഘാടനം ചെയ്യാൻ സർ. സി.പി.

യെത്തുന്നതിലെ അമർഷം മറനീക്കി പുറത്തുവരികയും ചെയ്തിരുന്നു. കേരളത്തിലെ ഗ്രന്ഥശാലകളുടെ വളർച്ചക്കുതകുന്ന ആനുകൂല്യങ്ങൾ നേടിയെടുക്കാൻ ആരുടെ മുന്നിലും ഒന്ന് തല കുനിക്കാൻ പണിക്കർക്ക് സങ്കോചമില്ലായിരുന്നു എന്നു തന്നെയാണ് പി.ജി. വിലയിരുത്തിയത്. അധികാര കേന്ദ്രങ്ങളോടുള്ള വിനീത വിധേയത്വത്തിലൂടെ സ്വന്തമായെന്തെങ്കിലും നേടിയെടുത്തതായി ആരോപണങ്ങളൊന്നുമുയർന്നില്ല. മറിച്ച് പ്രസ്ഥാനത്തിന്റെ വളർച്ചക്കായിരുന്നു ഈ രാജഭക്തിയെങ്കിൽ അത് ആ വ്യക്തിത്വത്തിന്റെ മഹത്വമായിത്തന്നെ കാണേണ്ടതായി വരും.

ആ ജീവിതത്തെ ഇഴപിരിച്ചെടുക്കുമ്പോൾ കിട്ടുന്നൊരു പാഠം സ്നേഹത്തിന്റേതാണ്, സൗഹൃദത്തിന്റേതാണ്. ഇടപെടുന്നവരുടെ തലയിൽ ഭാരം കയറ്റിവെച്ച് യാത്രയാകുന്ന ഒരു സാധാരണ വ്യക്തിത്വം. ഒരു വാനയക്കാരാനാകാനാണ് അദ്ദേഹം ഉപദേശിച്ചത്. സ്വാതന്ത്ര്യം എന്നത് വിദേശിയെ കടൽ കടത്തുക മാത്രമല്ല എന്നും അത് അർത്ഥപൂർണമാവുന്നത് അറിവിന്റെ വ്യാപനത്തിലൂടെ മാത്രമാണെന്നും അദ്ദേഹം ആവർത്തിച്ചു. അതുകൊണ്ടു തന്നെയാണ് നവോത്ഥാന സമൂഹത്തിന്റെ മുന്നോട്ടുള്ള പ്രയാണത്തെ ത്വരിതപ്പെടുത്തുന്ന ഉൾപ്രേരകങ്ങളായി വായനശാലകളെ അദ്ദേഹം മുന്നോട്ടുവച്ചത്. സാമൂഹ്യ വിപ്ലവത്തിന്റെ ഊർജ്ജമണയാതെ സൂക്ഷിക്കാനുള്ള തിരിച്ചറിവ് ഗ്രന്ഥശാലകളിലൂടെ അദ്ദേഹം പ്രദാനം ചെയ്യുകയും ചെയ്തു.

വലിയ താത്വിക സംവാദങ്ങളിലോ ഗൗരവമായ എഴുത്തിന്റെ മണ്ഡലത്തിലോ വിലപ്പെട്ട സംഭാവനകളൊന്നുമില്ലെങ്കിലും ഒരു ഗാന്ധിയൻ എന്ന നിലയിൽ ആ ജീവിതം തന്നെയായിരുന്നു നമുക്കുള്ള സന്ദേശം. സത്യസന്ധമായ ജീവിതത്തിന് അഗ്നിയുടെ ശക്തിയുണ്ടെന്ന് തെളിയിച്ച അസാധാരണമായ വ്യക്തിത്വത്തിന്റെ ജീവിതദർശനങ്ങൾ പുതിയ തലമുറ, പ്രത്യേകിച്ച് പൊതു രംഗത്ത് പ്രവർത്തിക്കുന്നവർ അറിയേണ്ടതും ഉൾക്കൊള്ളേണ്ടതുമാണ്. വായനക്ക് ശേഷം പഴയ ധന്യ ജീവിതങ്ങളുടെ ഓർമ്മകൾ പുതിയ കർമ്മവഴികൾ സൃഷ്ടിച്ചെടുക്കുവാൻ പ്രേരകമാകേണ്ടതുണ്ട്. പ്രച്ഛന്ന വേഷങ്ങളെ ആരാധ്യ മാതൃകയാക്കുന്നവർക്കുള്ള മുന്നറിയിപ്പുകളാണീ യാഥാർത്ഥ്യങ്ങൾ.

എഴുത്തുകാരനെ വായനക്കാരനിലെത്തിക്കാനും ആശയങ്ങളെ ജനകീയമാക്കാനും കഴിഞ്ഞു എന്നത് ഗ്രന്ഥശാലാ പ്രസ്ഥാനത്തിന്റെ നേട്ടങ്ങളുടെ പട്ടികയിൽ ആദ്യത്തെ ഇനം തന്നെയാണ്. പ്രസാധകരും എഴുത്തുകാരും വായനക്കാരനും സന്ധിക്കുന്ന ഒരു ത്രിമാനതലം മറ്റൊരു സംസ്ഥാനത്തും ഇത്ര ശക്തമല്ല. പുസ്തകങ്ങളുമായി വായനക്കാരനെ ബന്ധിപ്പിക്കുന്നതിൽ പണിക്കർ അനുഷ്ഠിച്ച സേവനം വിദ്യാഭ്യാസ സാംസ്കാരിക പ്രവർത്തകരും ഭാഷാ സ്നേഹികളും എക്കാലവും കൃതജ്ഞതാപൂർവ്വം ഓർക്കേണ്ടതുണ്ട്. പുസ്തകങ്ങളെ സ്നേഹിക്കാനും വായനയെ ഇഷ്ടപ്പെടാനും മലയാളി ശീലിച്ചതോടെ പുസ്തക പ്രസാധന രംഗത്ത് ശക്തമായ സാന്നിധ്യം പ്രകടമായി. മലയാളികളിൽ പടർന്നുകയറിയ വായനയുടെ പരിണിത ഫലമായിരുന്നു

സാഹിത്യ പ്രവർത്തക സഹകരണ സംഘം. സാഹിത്യ പ്രവർത്തക സഹകരണ സംഘം പുസ്തകങ്ങളെയും ഗ്രന്ഥശാലാ സംഘം വായനക്കാരനെയും സൃഷ്ടിക്കുകയായിരുന്നു. ഒരു പരസ്പര പൂരകത്വം ഈ പ്രസ്ഥാനങ്ങൾ തമ്മിലുണ്ടായിരുന്നു. ചെറുതും വലുതുമായി 150 ഓളം പുസ്തക പ്രസാധകർ ഇന്ന് കേരളത്തിലുണ്ട്. മറ്റേതെങ്കിലും സംസ്ഥാനത്ത് ഇത്തരം സംവിധാനങ്ങൾ ഉണ്ടോ എന്ന് സംശയമാണ്.

മൂന്നായി നിന്ന കേരളത്തെ ഒന്നാക്കി മാറ്റി മലയാളിക്കൊരു കേരളത്തെ സംഭാവന ചെയ്തതിലും ഗ്രന്ഥശാലകൾ വഹിച്ച പങ്ക് നമുക്ക് പരിശോധിക്കേണ്ടതുണ്ട്. കാസർഗോഡ് മുതൽ കന്യാകുമാരി വരെ അക്ഷരമുത്തുകൾ വാരി വിതറി പണിക്കർ നടത്തിയ പദയാത്രകൾ എല്ലാ അതിർത്തി വരമ്പുകളേയും അലിയിച്ചെടുക്കാൻ പര്യാപ്തമായിരുന്നു. എല്ലാം ചേർത്തുവായിക്കുമ്പോൾ കേരളത്തിന്റെ സാംസ്കാരിക നവോത്ഥാനത്തിൽ പി.എൻ. പണിക്കർ നൽകിയ സംഭാവനകളുടെ വ്യാപ്തി ഏതറ്റം വരെ പോകുമെന്ന് ഇനിയും വിശകലനം ചെയ്യേണ്ടതായി വരുന്നു. കുടുംബ ഡോക്ടർ ദുർമേദസ്സിന് പ്രതിവിധി കുറിക്കുമ്പോൾ യാത്ര പുറപ്പെടുന്നവരും ശീതീകരിച്ച മുറിയിലിരുന്ന് അധര വ്യായാമം നടത്തുന്നവരും മലയാളിയുടെ പൊതുജീവിത്തിൽ സൃഷ്ടിച്ച വ്യതിയാനങ്ങളെന്ത് എന്നും നാം ചിന്തിക്കേണ്ടതായും വരുന്നു.

ജീവിതം തുടങ്ങുമ്പോൾ തന്നെ ചിലർ ചരിത്രത്തിന്റെ ഭാഗമായി മാറും. ജീവിതം അവസാനിക്കുമ്പോഴേക്കും മറ്റു ചിലതിനെക്കൂടി ഓർമ്മിപ്പിക്കുന്ന ചരിത്രഗതിയും ചൂണ്ടുപലകയുമായി മാറും. എന്തിനു വേണ്ടി ജീവിച്ചു എന്ന് മരണം സാക്ഷ്യപ്പെടുത്തുന്ന അപൂർവ്വം ചില നിയോഗങ്ങൾ അവർക്കു മാത്രം സ്വന്തം.

ആധുനിക കേരളീയ ജീവിതത്തിലെ മഹാസംരംഭങ്ങളിൽ പലതിന്റേയും തുടക്കക്കാരനായി പണിക്കർ കേരളീയ സമൂഹത്തെ പുതുക്കിപ്പണിയാൻ വേണ്ടിയുള്ള സംഘടനാപരവും ധൈഷണികവുമായ പ്രവർത്തനങ്ങളിൽ മുഴുകി മലയാളത്തിലെ വായനാസമൂഹത്തിൽ പ്രകാശം ചൊരിയുന്ന സാന്നിധ്യമായി നിലനിന്നു. വായിച്ചുവളർന്ന ഒരു സമൂഹം തന്നെയായി കേരളം വളർന്നുവന്നു. അറിവിനെ ആയുധമാക്കുന്നൊരു തലമുറയുടെ അനിവാര്യതയെ കുറിച്ചുള്ള ഉള്ളുരുകിയ വേവലാതികൾ മലയാളി നെഞ്ചേറ്റിയതിന്റെ പ്രതിഫലനം കൂടിയായിരുന്നു പിന്നീടുള്ള സാംസ്കാരിക കേരളത്തിന്റെ വളർച്ച. അറിവിനും വിജ്ഞാനത്തിനും പ്രാമുഖ്യം നൽകിയിരുന്ന ഒരു കാലഘട്ടം കേരളത്തിലുണ്ടാവുകയും തീക്ഷ്ണമായ സംവാദങ്ങളും വ്യത്യസ്തമായ കാഴ്ചപ്പാടുകളും കൊണ്ട് സമൃദ്ധമായൊരു സമൂഹമായി കേരളം മാറുകയും ചെയ്തു.

വായന കേവലമായ അറിവിന്റെയും വ്യക്തിപരമായ അനുഭൂതികളുടെയും ലോകമല്ലെന്നും വായനക്കൊരു ലക്ഷ്യമുണ്ടെന്നും വായനയിലൂടെ സ്വരുക്കൂട്ടുന്ന ആശയങ്ങൾ സാമൂഹ്യ പരിവർത്തനത്തിനുള്ള

ആയുധങ്ങൾ കൂടിയാണെന്ന് മലയാളികൾ തിരിച്ചറിഞ്ഞ നാളുകളിലാണ് കേരളം വേറിട്ടൊരു അനുഭവമാകാൻ തുടങ്ങുന്നത്. വായനയുടെ വഴിയിൽ കാലാനുസൃതമായ ഗതിമാറ്റങ്ങൽ സംഭവിച്ചിട്ടുണ്ടെങ്കിലും മലയാളി ഒരിക്കലും മറക്കാത്ത ഒരു ശീലമായി മാറുകയും ഒരു പ്രസ്ഥാനമായി വളരുകയും ചെയ്ത നാട് കേരളം മാത്രമായിരിക്കും. മലയാളിയുടെ ഉയർന്ന മൂല്യബോധവും സഹിഷ്ണുതയും സംവാദവുമെല്ലാം ഒരു കാലഘട്ടത്തിലെ ലക്ഷ്യബോധമുള്ള വായനയുടെകൂടി ഉൽപന്നമാണ്. വികസനം, സാമൂഹ്യമാറ്റം, ആധുനീകരണം എന്നിങ്ങനെയുള്ള വിവിധ സംജ്ഞകളാൽ വിവക്ഷിക്കപ്പെടുന്ന സാമൂഹ്യ പുരോഗതി എന്ന പ്രതിഭാസവും സാക്ഷരതയും തമ്മിലുള്ള ക്രിയാത്മകമായ ബന്ധത്തെകുറിച്ച് അപഗ്രഥിക്കുമ്പോൾ സാക്ഷരതയ്ക്കും വിദ്യാഭ്യാസത്തിനുമുള്ള ഒരു കഴിവ്, അവ സമ്പാദിക്കുന്ന ആളുകളുടെ ഇടയിൽ വ്യവസ്ഥാപിത സമ്പ്രദായങ്ങളെക്കുറിച്ച് പുനർ വിചിന്തനത്തിനും വിമർശനാത്മകമായ അപഗ്രഥനത്തിലേർപ്പെടാനുമുള്ള പ്രേരണ നൽകുന്നു എന്നുള്ളതുമാണ്. ഒരു നി ശ്ചിത നിലവാരത്തിലുള്ള സാക്ഷരത നിലനിന്നാൽ അത് നിലനി ൽക്കുന്ന സമൂഹത്തിൽ സമഗ്രമായൊരു വളർച്ച സ്വാഭാവികമായും ഉരുത്തിരിയുമെന്ന താത്വികമായ കാഴ്ചപ്പാട് ഏറെക്കുറേ വസ്തുതാപരവുമാണ്.

കേരളീയരുടെ പൊതുബോധം അടിമുടി അഴിച്ചുപണിതുകൊണ്ടിരുന്ന ഒരു കാലത്തിന്റെ പ്രതിനിധികളായി ഒരുപാടുപേർ നമുക്കിടയിലുണ്ട്. എന്നാൽ കാലത്തേയും ചരിത്രത്തേയും നിർവ്വചിച്ച് ഭൂമിയിൽ നടന്ന് സഞ്ചരിക്കുകയും പ്രസംഗിച്ചതെല്ലാം പ്രവർത്തിക്കുകയും ചെയ്തവർ വിരളമാണ്. മലയാളിയുടെ വായനയുടെ ചക്രവാളത്തെ നിരന്തരം പരിഷ്കരിക്കുകയും അറിവിന്റെ ജനാധിപത്യ സ്വഭാവത്തെ അഴിച്ചുവിടുകയും ചെയ്തുകൊണ്ട് കേരളീയാധുനികതയുടെയും ജനാധിപത്യബോധത്തിന്റെയും ദേശീയതയുടെയും ഉയിർത്തെഴുന്നേൽപ്പ് സാധ്യമാക്കുകയായിരുന്നു പണിക്കർ ചെയ്തത്. മതേതരത്വം, ദേശീയത, ശാസ്ത്രം തുടങ്ങിയ നവോത്ഥാന മൂല്യങ്ങളിൽ രൂപപ്പെടുന്ന സംവാദ മണ്ഡലത്തിലൂടെ മാത്രമേ സമൂഹത്തെ ജനാധിപത്യവൽക്കരിക്കപ്പെടാൻ കഴിയൂ എന്ന് തിരിച്ചറിയുകയും അത് പ്രാവർത്തികമാക്കാനുള്ള ദൗത്യം സ്വയം ഏറ്റെടുക്കുകയും ചെയ്തു എന്നുള്ളതാണ് പണിക്കരിൽ നാം കാണുന്ന മഹത്വം.

അക്ഷരവിദ്യയാണോ ആയുധവിദ്യയാണോ ശ്രേഷ്ഠമെന്ന ചിരപുരാതനമായ സംവാദത്തിന് തീകൊടുത്ത സെർവാന്റസ് നായകൻ ഡോൺക്വിക്സോട്ടിനെ പോലെ ഹൃദയശൂന്യത വിളംബരം ചെയ്തിരുന്ന തന്റെ സമൂഹവുമായി കലഹിച്ച് വായനയെ ജീവിതത്തോട് ചേർത്തുനിർത്തിയ നൈരന്തര്യ പ്രവർത്തനമാക്കുകയായിരുന്നു പണിക്കർ ചെയ്തത്. മലയാളിയുടെ സാംസ്കാരികാവബോധത്തെ വരെ പ്രതിരോധ ശക്തിയാക്കി എല്ലാ അനീതിക്കുമെതിരെ പോരാടാനുള്ള നിലപാടുതറകൾ തീർക്കുകയായിരുന്നു പണിക്കർ.

വികാരപ്രകടനമോ അംഗവിക്ഷേപങ്ങളോ കൊണ്ട് ശ്രദ്ധയാകർഷിച്ച് പെയ്തൊഴിയുന്നതല്ല ആ ശൈലി. ഒരു ഇളം തെന്നലായി തഴുകി തലോടി മനസ്സു നിറയെ അസ്വസ്ഥതകൾ നിറച്ച് അകന്നുപോയാലും എന്തോ തലയിൽ കെട്ടിവെച്ചതുപോലുള്ള ഒരനുഭവം. ആ അനുഭവസമ്പന്നതയുടെ സുഗന്ധം മുഴുവൻ പ്രസരിക്കുന്നത് അദ്ദേഹത്തിന്റെ പ്രസംഗങ്ങളിലും. അർത്ഥസമ്പുഷ്ടവുമായ വാക്കുകൾ ഇരുത്തം വന്ന പതിഞ്ഞ ശൈലിയിൽ പുറത്തേയ്ക്കൊഴുകുന്നു. ശാസന, പരിഭവം, അതിലുപരി ഒരു തറവാട്ടു കാരണവരുടെ ആജ്ഞാശക്തിയും. നൽകാത്ത വിദ്യയ്ക്ക് പെരുവിരൽ പകരം ചോദിക്കുന്ന ദ്രോണാചാര്യന്മാർ ചുട്ടികുത്തി അരങ്ങു വാഴുമ്പോൾ കാലത്തിലേക്ക് തുറന്നിട്ട മനസാക്ഷിയുടെ ജാലകപ്പഴുതിലൂടെ നാം കാണുന്നു. ഉപമകൾകൊണ്ട് വിശേഷിപ്പിക്കാനോ ഉൽപ്രേക്ഷകളോ രൂപകങ്ങളോ കൊണ്ട് ചമത്കരിക്കാനാവാത്ത ഒരു മഹാജീവിതം. 86 ലും സൗഹൃദഗ്രാമങ്ങൾ പണിയാൻ പോയ എക്കാലത്തെയും പൊതുപ്രവർത്തനത്തിന്റെയും ഉദാത്തമായ മാതൃക ലോകം മുഴുവൻ ഇരുൾവന്ന് മൂടുമെന്ന ആശങ്കയിൽ സ്വയം പ്രകാശിക്കുന്ന മൺ ചിരാതുകൾ വാരിവിതറി പുതിയകാലത്തിന്റെ ജാടകൾ വകഞ്ഞ്മാറ്റി നടന്നകന്ന സൗമ്യതയുടെയും ലാളിത്യത്തിന്റെയും മൂടുപടത്തിനുള്ളിൽ ആസാധാരണമായൊരു ആജ്ഞാശക്തിയും ഒളിപ്പിച്ചിരുന്നു.

ആ ശക്തി ചൈതന്യങ്ങൾക്ക് കാവൽ നിൽക്കാനുള്ള ആഹ്വാനമാകട്ടെ ഈ ഓർമ്മക്കുറിപ്പുകൾ.

താൻ ജീവിച്ച കാലഘട്ടത്തിനു നേരെ ശക്തിയായി പ്രതികരിക്കുകയും ആ കാലഘട്ടത്തിലെ തിന്മകളെ ദുരീകരിക്കാൻ നേതൃത്വം നൽകുകയും ദീർഘവീക്ഷണത്തോടെയുള്ള കർമ്മപദ്ധതികളുമായി നല്ല നാളുകൾക്കായി വഴിയൊരുക്കുകയും ചെയ്തവരുടെ കൂട്ടത്തിൽ പണിക്കർ സാറും ചിരപ്രതിഷ്ഠിതനാകുന്നു.

ആരവങ്ങളും പരിവേഷങ്ങളുമില്ലാത്ത ഈ ഗാന്ധിയൻ എളിമ കൊണ്ട് മാതൃകയും പക്വത കൊണ്ട് ബഹുമാന്യനുമായിരുന്നു. ഈ ജീവിതചിത്രത്തിൽ നിന്ന് പുതിയ തലമുറ പഠിക്കുന്ന മൂല്യങ്ങൾ പിന്നിട്ട ഇന്നലെയുടെ നന്മകളാണ്. നാം സ്വപ്നം കാണുന്ന നാളെയുമതാണ്.

മറവിയുടെ അടരുകളിലേയ്ക്ക് അകന്നകന്ന് പോകുന്ന പഴയ ധന്യജീവിതങ്ങളെ ഓർമ്മയുടെ ഉലയൂതി ഇന്നിനു മുന്നിൽ പുനരാനയിക്കകാനുള്ള നിയോഗം കാലമാവശ്യപ്പെടുന്നതാണ്. ഇന്നലെയുടെ കാറ്റും കുളിരും കനൽച്ചൂടും അനുഭവിച്ച നേർക്കാഴ്ചകളും വർത്തമാനത്തിൽ സന്നിവേശിപ്പിക്കുക എന്നത് ഭാരവും ശാപവുമല്ല. അതൊരു വേരുറപ്പും ശക്തിബോധവുമാണ്. സാമൂഹിക ജീവിതത്തിന്റെ പ്രധാന ധാരകളിൽ പതിയിട്ടു കിടക്കുന്ന ചരിത്ര നിഷേധത്തെ പ്രതിരോധിക്കുകയും പുതിയ തലമുറയുടെ അവസരവാദവും ലാഭമോഹങ്ങളും പ്ര

തിക്കൂട്ടിൽ നിർത്തുകയുമാണ് ഇവിടെ ചെയ്യുന്നത്.

ഒപ്പം

വിസ്മരിക്കപ്പെടുന്ന സർഗ്ഗമുദ്രകളെ വർത്തമാനകാലജീവിതത്തിലേയ്ക്ക് കണ്ണിചേർക്കാനുള്ള ചുവടുവെയ്പ്പും.

കെ. പി. വിജയൻ

നവോത്ഥാന നായകനായ പണിക്കർ

ഐ.വി ദാസ്

പണിക്കർ സാറിനെക്കുറിച്ച് ഞാനിതിനകം നാലോ അഞ്ചോ ലേഖനങ്ങൾ എഴുതിയിട്ടുണ്ട്. വീണ്ടും ഈ ലേഖനം എഴുതുന്നത് എന്റെ സുഹൃത്ത് കെ.പി വിജയൻ ആവശ്യപ്പെട്ടത് മൂലമാണ്. പണിക്കർ സാറിനെക്കുറിച്ച് എഴുതാൻ നിർബ്ബന്ധിതമാകുമ്പോൾ എഴുതാതിരിക്കാൻ വയ്യ. അത്രയേറെ ഈടുറ്റതായിരുന്നു ഞാനും പണിക്കർസാറും തമ്മിലുള്ള ബന്ധം.

കേരളഗ്രന്ഥശാലാ സംഘത്തിന്റെ ഔദ്യോഗിക സ്ഥാനങ്ങളിൽ വരും മുമ്പ് തന്നെ എനിക്ക് വായനശാലകളുമായി ബന്ധമുണ്ടായിരുന്നു. എന്റെ ഗ്രാമത്തിൽ മൂന്നു ഗ്രന്ഥശാലകൾ സ്ഥാപിക്കാനുള്ള പ്രവർത്തനവുമായി ഞാൻ മുന്നിട്ടിറങ്ങുകയുണ്ടായി. ലൈബ്രറി രംഗത്ത് നിരന്തരമായി പ്രവർത്തിക്കാനും തുടങ്ങി. ഒരു ഗ്രന്ഥശാലാ പ്രവർത്തകൻ എന്ന നിലയിൽ ഞാൻ ഊർജ്ജസ്വലമാകുന്നത് ഗ്രന്ഥശാല സംഘത്തിന്റെ പ്രവർത്തനം മലബാർ ഭാഗത്തേക്ക് വ്യാപിക്കുന്നതോടെയാണ്. തിരു-കൊച്ചി ഗ്രന്ഥശാലാ സംഘം മലബാറിലേക്ക് കടന്ന് കേരളഗ്രന്ഥശാലാ സംഘമായി രൂപാന്തരം പ്രാപിച്ചതിനെ തുടർന്ന് അതിന്റെ പ്രവർത്തനം പഴയ കോട്ടയം (തലശ്ശേരി) താലൂക്കിലേക്കു വ്യാപിച്ചു. തലശ്ശേരി താലൂക്കിൽ ആദ്യമായി ഗ്രന്ഥശാലാ പ്രവർത്തനം തുടങ്ങുവാൻ രൂപീകരിച്ച താലൂക്ക് യൂണിയന്റെ പ്രസിഡണ്ട് എ.സി കുഞ്ഞമ്പുവും സെക്രട്ടറി ഈ ലേഖകനുമായിരുന്നു. അവിടെ നിന്ന് പഴയ ഗ്രന്ഥശാലാ സംഘത്തിന്റെ സംസ്ഥാന സമിതിയിലേക്ക് ഞാൻ തിര

ഞ്ഞെടുക്കപ്പെട്ടു. അതോടുകൂടി പ്രസ്ഥാനത്തിന്റെ സജീവപ്രവർത്ത കനാകുകയായിരുന്നു ഞാൻ.

താലൂക്ക് യൂണിയൻ രൂപികരണത്തോടെ വടക്കെ മലബാറിലെ സംഘത്തിന്റെ പ്രവർത്തനങ്ങൾ തലശ്ശേരി യൂണിയൻ കേന്ദ്രീകരിച്ചായിരുന്നു നടത്തിയിരുന്നത്. പണിക്കർസാറും ഈ ലേഖകനും തമ്മിലുള്ള ബന്ധം അവിടെ തുടങ്ങുകയായിരുന്നു. ആ കർമ്മ പഥത്തിൽ അകപ്പെട്ട ആർക്കും എളുപ്പത്തിൽ രക്ഷപ്പെടാൻ കഴിയില്ല എന്റെയും കഥ അതുതന്നെയാണ്. ഈ ലേഖകനോട് സഹോദര സവിശേഷമായ സ്നേഹബന്ധമാണദ്ദേഹം എപ്പോഴും പ്രകടിപ്പിച്ചത് ഒരു കുടുംബത്തിലെ അംഗത്തെപ്പോലെ എന്നോട് പെരുമാറിയിട്ടുണ്ട്. ലാളിത്യം, ആദർശനിഷ്ഠ, ഇച്ഛാശക്തി, ലക്ഷ്യബോധം എന്നീ ഗുണങ്ങളുടെ ചേതോഹരമായ ചേരുവയായിരുന്നു പണിക്കരുടെ ജീവിതം. ആ ജീവിതം പുതുതലമുറക്ക് ഒരു മാതൃകയാണ്. രാജ്യത്തുടനീളം സഞ്ചരിച്ച് വായിച്ചു വളരുക എന്ന ഉദാത്തമായ സന്ദേശം ജനങ്ങളിലെത്തിക്കാനും അവരെ ഉദ്ബുദ്ധരാക്കാനും അദ്ദേഹം ശ്രമിച്ചിട്ടുണ്ട്. ആ ശ്രമത്തിന് ഫലമുണ്ടാവുകയും ചെയ്തിട്ടുണ്ട്.

നന്മോന്മുഖമായ ജീവിതമൂല്യങ്ങൾ ഉയർത്തിപ്പിടിച്ച് മുന്നോട്ട് വരാനും മനുഷ്യരെ നേർവഴിക്ക് നയിക്കാനും കഠിനാദ്ധ്വാനം ചെയ്ത നവോത്ഥാന നായകനാണ് പി.എൻ പണിക്കർ. അദ്ദേഹത്തെ സംബന്ധിച്ച ഓർമ്മ എല്ലായ്പ്പോഴും ഊർജ്ജസ്വലമായ അനുഭവമായിരിക്കും.

നമ്മുടെ സാംസ്കാരിക തറവാട്ടിലെ കർമ്മയോഗി

പിരപ്പൻകോട് മുരളി

കഴിഞ്ഞ അരനൂറ്റാണ്ടുകാലം മലയാളികളുടെ സാംസ്കാരികത്തറവാടായ ഗ്രന്ഥാലയ പ്രസ്ഥാനത്തിന്റെ പൂമുഖത്ത് ഉദയസൂര്യനെപ്പോലെ ജ്വലിച്ചുനിന്ന പി.എൻ പണിക്കർ എന്ന ആ ചെറിയ വലിയ മനുഷ്യൻ നമ്മോട് യാത്ര പറഞ്ഞു. ശാസനയിലൂടെ, വാത്സല്യത്തിലൂടെ, ഉപദേശത്തിലൂടെ വിവിധ തലമുറകളിൽപ്പെട്ട നൂറുകണക്കിന് മനുഷ്യരെ സാംസ്കാരിക പ്രവർത്തകരാക്കിയ ഏതോ അജ്ഞാതമായ ഒരു വശ്യശക്തിയുടെ ഉടമയായിരുന്നു ആ കർമ്മയോഗി. അസാമാന്യമായ സംഘടനാപാടവവും അവിശ്രമമായ പരിശ്രമവും ഒത്തുചേർന്ന ഒരു മനുഷ്യരൂപമായിരുന്നു പണിക്കർ സാർ. ക്ഷിപ്രകോപിയും വശ്യസ്നേഹിയുമായ ഒരാൾ. വിമർശനത്തിൽ അങ്ങേയറ്റം അസഹിഷ്ണുത, ലക്ഷ്യം നേടാൻ ഭൂമിയോളം ക്ഷമയും പരിശ്രമവും ഒന്നു പറഞ്ഞ് രണ്ടാമത്തേതിന് പിണക്കം മൂന്നാം നിമിഷത്തിൽ സ്നേഹമധുരമായി പിണങ്ങിയവനെ കീഴ്പ്പെടുത്തൽ. ഇങ്ങനെ വൈവിധ്യങ്ങളുടേയും വിരോധാഭാസങ്ങളുടെയും ആകെത്തുകയായൊരു വ്യക്തിത്വം, മലയാളത്തറവാടിന്റെ തിരുമുറ്റത്ത് അക്ഷരങ്ങളുടെ ആയിരത്തിരി കൊളുത്തിയ ആ സ്നേഹനിധിയായ കാരണവരുടെ വേർപാട് അക്ഷരാർത്ഥത്തിൽ നമുക്കൊരു തീരാനഷ്ടം തന്നെയാണ്.

1909 മാർച്ച് ഒന്നിന് (1804 കുംഭം 18) കുട്ടനാട്ടിലെ നിലംപേരൂർ ഗ്രാമത്തിൽ പുതുവായിൽ ഗോവിന്ദപ്പിള്ളയുടേയും ജാനകിയമ്മയുടേയും മകനായി പുതുവായിൽ നാണുപണിക്കർ എന്ന പി.എൻ. നാരാ

യണപണിക്കർ ജനിച്ചു. സ്കൂൾ ഫൈനൽ പരീക്ഷ പാസ്സായതോടെ പ്രൈമറി സ്കൂൾ അധ്യാപകനായി ജീവിതമാരംഭിച്ചു. 'ശ്രീ വാഴുംകോട്' പത്രം വായിച്ച് കേൾപ്പിച്ച് തലമുതിർന്ന തലമുറയെ അടക്കം സാമൂഹ്യസാംസ്കാരിക പ്രവർത്തനങ്ങളിൽ തല്പരരാക്കാനുള്ള ബോധപൂർവ്വമായ ശ്രമത്തിലൂടെയാണ് ബാലനായ നാണുപണിക്കർ തന്റെ സാംസ്കാരിക പ്രവർത്തനശൈലിക്ക് തുടക്കം കുറിച്ചത്. സ്വന്തം ഗ്രാമത്തിൽ 'സനാതനധർമ്മ ഗ്രന്ഥശാല' എന്ന പേരിൽ ഒരു ഗ്രന്ഥശാല സ്ഥാപിച്ചികൊണ്ടാണ് അദ്ദേഹം തന്റെ പൊതുജീവിതത്തിന് ദിശാസൂചന നൽകിയത്. നീലംപേരൂരിൽ നിന്ന് സ്ഥലം മാറ്റമായി അമ്പലപ്പുഴക്ക് വന്നതോടെ തന്റെ പ്രവർത്തന കേന്ദ്രവും അമ്പലപ്പുഴക്കു മാറ്റി. അന്ന് സാഹിത്യരംഗത്തെ പഞ്ചാനനനായിരുന്ന പി.കെ നാരായണപ്പിള്ളയുടെ പേരിൽ പി.കെ വിലാസം എന്ന പേരിൽ ഒരു ഗ്രന്ഥശാല രൂപികരിച്ചുകൊണ്ട് തന്റെ പ്രവർത്തനമേഖല വിപുലീകരിക്കാനായിരുന്നു അമ്പലപ്പുഴയിൽ അദ്ദേഹത്തിന്റെ പരിശ്രമം, ആ പരിശ്രമത്തിന്റെ വികസിതരൂപമായ പി.കെ മെമ്മോറിയൽ ലൈബ്രറിയെ ചവിട്ടുപടിയാക്കി കൊണ്ട് 'അഖില തിരുവിതാംകൂർ ഗ്രന്ഥശാലാ സമ്മേളനം' വിളിച്ചു ചേർക്കാനുള്ള തീരുമാനവും തുടർന്ന് തിരുവിതാംകൂർ ഗ്രന്ഥശാലാ സംഘത്തിന്റെ രൂപീകരണവും. ഇന്ന് കേരളം മുഴുവൻ നിറഞ്ഞു നിൽക്കുന്ന സംഘടിത ജനകീയ ഗ്രന്ഥശാലാ പ്രസ്ഥാനത്തിന്റെ സംഘാടനത്തിനു പിന്നിലുള്ള 'ശില്പതന്ത്രം' വും പി.എൻ. പണിക്കരുടേതായിരുന്നു എന്നത് ഒരു ചരിത്ര സത്യം മാത്രമാണ്. എന്നാൽ ഇതിന്റെയർത്ഥം ശൂന്യതയിൽ നിന്ന് പണിക്കർസാർ കണ്ടെടുത്ത ഒര പൂർവ്വ പ്രതിഭാസമാണ്, കേരളത്തിലെ ഗ്രന്ഥശാലാ പ്രസ്ഥാനമെന്നല്ല. പബ്ലിക്ക് ലൈബ്രറി എന്ന സങ്കല്പം 166 വർഷങ്ങൾക്ക് മുമ്പ് പ്രാവർത്തികമാക്കാൻ ശ്രമിച്ചസ്വാതിതിരുനാളും 1937 ലെ മലബാർ വായനശാലാ സംഘവും 1943ലെ കേരളഗ്രന്ഥശാലാ സംഘവും ഒക്കെക്കൂടി പാകപ്പെടുത്തിയ ഒരു സാംസ്കാരിക പാശ്ചാത്തലത്തിലാണ് തിരുവിതാംകൂർ ഗ്രന്ഥശാലാ സംഘത്തിന്റെ ഉദയം എന്നും നാം മറന്നുകൂട. പക്ഷേ ഒന്നുണ്ട് തികച്ചും സന്നദ്ധസംഘടനാ സ്വഭാവത്തിൽ മാത്രം പ്രവർത്തിച്ചിരുന്ന ഗ്രന്ഥശാലകളെ ഭാഗികമായെങ്കിലും സംരക്ഷിക്കാനുള്ള ചുമതല ഗവൺമെന്റിനുണ്ടെന്ന് ബോധ്യപ്പെടുത്താനും ഗവൺമെന്റിനെകൊണ്ട് ആ ബാധ്യത ഏറ്റെടുപ്പിക്കാനും കഴിഞ്ഞത് പണിക്കർ സാറിന്റെ ക്രാന്തദർശിത്വം കൊണ്ടു തന്നെയാണ്. ഗ്രന്ഥശാലാ പ്രസ്ഥാനത്തിനു നിയമാധിഷ്ഠിത പദവി വേണമെന്ന ആശയം യുക്തിസഹമായി മുന്നോട്ട് വെച്ചതിന്റേയും ബഹുജനാഭിപ്രായം സ്വരൂപിച്ചതിന്റേയും പ്രേരക ശക്തിയും പി.എൻ പണിക്കർ തന്നെ.

1945 മുതൽ 1977 ൽ ഗ്രന്ഥശാല സംഘം ഗവൺമെന്റ് ഏറ്റെടുക്കുന്നത് വരെ അതിന്റെ ജനറൽ സെക്രട്ടറിയായി പി.എൻ. പണിക്കർ പ്രവർത്തിച്ചു. തുടർന്ന് അദ്ദേഹം കാൻഫെഡ് രൂപീകരിക്കുകയും അതിന്റെ മുഖ്യസാരഥിയായി പ്രവർത്തിച്ചുവരികയുമായിരുന്നു. 'ഗ്രന്ഥാലോകം'

സാക്ഷര കേരളം തുടങ്ങിയവയുടെ പ്രസിദ്ധീകരണങ്ങളിലും നവസാക്ഷരർക്കുള്ള സാക്ഷരതാപാഠാവലികൾ തയ്യാറാക്കുന്നതിലും അദ്ദേഹം കാണിച്ചിരുന്ന ശ്രദ്ധയും താല്പര്യവും ഏത് സാംസ്കാരിക പ്രവർത്തകനും മാതൃകയാക്കേണ്ടതാണ്.

പണിക്കർ സാർ വാഗ്മിയോ വാചാലനോ ആയിരുന്നില്ല. പക്ഷേ ആത്മാർത്ഥത നിറഞ്ഞ കൊച്ചു കൊച്ചു വാക്കുകൾകൊണ്ട് ശ്രോതാക്കളെ കീഴ്പ്പെടുത്താൻ കഴിയുന്ന ഒന്നായിരുന്നു അദ്ദേഹത്തിന്റെ പ്രസംഗശൈലി. പരിചയപ്പെടുന്ന ആരേയും കൊണ്ട് പണിയെടുപ്പിക്കാനും തന്റെ നേതൃത്വം അംഗീകരിപ്പിക്കാനും അദ്ദേഹത്തിന് അനായാസം കഴിയുമായിരുന്നു. വലിപ്പച്ചെറുപ്പമില്ലാതെ അദ്ദേഹം ആരേയും തന്റെ അനുയായിയാക്കും. വിനയത്തിൽ കുരുത്ത ഒരു തരം ധിക്കാരപരമായ കൂസലില്ലായ്മയാണ് പണിക്കർ സാറിന്റെ നേതൃത്വ ശില്പത്തിന്റെ പ്രത്യേകത. പണിക്കർ സാറിനോട് ഇടപെട്ടിട്ടുള്ള ആർക്കും – എത്രപിണക്കമുണ്ടായിട്ടുള്ളവർക്കും അദ്ദേഹത്തെ അന്യനായി കാണാൻ കഴിയില്ല. ആരോട് സംസാരിക്കുമ്പോഴും സ്ഥാനപ്രായഭേദമില്ലാതെ 'എന്റെ' എന്നു ചേർത്തേ അദ്ദേഹം സംസാരിക്കുകയുള്ളു. 'എന്റെ കുഞ്ഞേ, എന്റെ മോനേ, എന്റെ അനിയാ' എന്നു തുടങ്ങുന്ന ആ വിളിയുടെ മുമ്പിൽ കുനിയാത്ത ഏതെങ്കിലും ശിരസ്സ് കേരളത്തിലുണ്ടാകുമെന്നു തോന്നുന്നില്ല. ഗ്രന്ഥശാലാ തറവാട്ടിൽ നിന്ന് ചില അല്ലറ ചില്ലറ പിണക്കംകൊണ്ട് താമസം മാറ്റിയെങ്കിലും അയ്യായിരത്തിലേറെ വരുന്ന ഗ്രന്ഥാലയങ്ങളിലെ പതിനായിരക്കണക്കിന് അനന്തിരവന്മാരോട് എന്നും വാത്സല്യപൂർവ്വം പെരുമാറിയിരുന്ന ആ തറവാട്ടുകാരണവരുടെ സ്മരണയ്ക്കു മുമ്പിൽ കേരളത്തിലെ ലക്ഷക്കണക്കിനു സാംസ്കാരിക പ്രവർത്തകരുടെ ഹൃദയത്തിൽ ഇനിയും ഉണങ്ങാത്ത കണ്ണുനീർ പൂവുകൾ കൊണ്ടു കോർത്ത ഈ അക്ഷരപുഷ്പ ചക്രം ആദരവേടെ സമർപ്പിക്കുന്നു. മരണാനന്തര ലോകത്തും ഗ്രന്ഥ ശാലകൾ കെട്ടിപ്പടുത്തോ സാക്ഷരതാ പ്രവർത്തനം നടത്തിയോ സാംസ്കാരിക ജാഥകൾ സംഘടിപ്പിച്ചോ നടക്കാനല്ലാതെ വിശ്രമിക്കാനറിയാത്ത അങ്ങയുടെ ജീവിത ശൈലി ഞങ്ങൾക്ക് ശക്തിയും ചൈതന്യവും പകരുന്ന കെടാവിളക്കായി ഞങ്ങൾ എന്നുമെന്നും സൂക്ഷിക്കും.

അപരാജിതനായ പടയാളി

പ്രൊഫ : എസ് ഗുപ്തൻ നായർ

പി.എൻ പണിക്കരെപ്പറ്റി ഓർമ്മിക്കുമ്പോഴൊക്കെ അദ്ദേഹത്തി നിണങ്ങുന്ന ഒരു വിശേഷണം എന്റെ മനസ്സിൽ കടന്നുവരും, 'ഒറ്റയാൾ പട്ടാളം' അദ്ദേഹത്തിനു സഹായികൾ ഇല്ലായിരുന്നു എന്നല്ല. ഉണ്ടായിരുന്നു. പക്ഷേ ആരും സഹായിച്ചില്ലെങ്കിലും പണിക്കർ എപ്പോഴും മാർച്ച് ചെയ്തുകൊണ്ടിരിക്കും, സാമൂഹ്യസേവനം എന്ന ഘോര യുദ്ധക്കളത്തിൽ ഇടം വലം നോക്കാതെ ആ ഒറ്റയാൻ നീങ്ങികൊണ്ടിരുന്നു. അപരാജിതനായ പടയാളി. പലരും പരാജയപ്പെടുത്താൻ ശ്രമിച്ചു. പക്ഷേ പണിക്കർ നയപരമായി പോലും പിന്മാറുന്ന ആളല്ല. മുന്നോട്ട് മുന്നോട്ട് എന്നായിരുന്നു പണിക്കരുടെ മുദ്രാവാക്യം.

1954 ൽ തിരുവിതാംകൂർ ഗ്രന്ഥശാലാസംഘം ഉണ്ടാക്കുന്നതിന് മുമ്പുതന്നെ പണിക്കർ ഗ്രന്ഥശാല പ്രവർത്തകനായിരുന്നു. അമ്പലപ്പുഴ പി.കെ മെമ്മോറിയൽ ഗ്രന്ഥശാലയുടെ സ്ഥാപകസെക്രട്ടറിയായിരുന്നു. പി.എൻ. പണിക്കർ അന്നത്തെ ഗ്രന്ഥശാല പ്രവർത്തകരിൽ ഭൂരിപക്ഷവും പണിക്കരെപ്പോലെ പ്രൈമറിസ്കൂൾ അധ്യാപകരായിരുന്നു. ശരിക്കും ഗ്രന്ഥസ്നേഹികൾ തന്നെ. പണിക്കർ അമ്പലപ്പുഴ പി.കെ മെമ്മോറിയൽ ഗ്രന്ഥശാലയുടെ ആഭിമുഖ്യത്തിൽ രണ്ടു മഹാസമ്മേളനങ്ങൾ നടത്തി വന്നു. ഒന്ന് അഷ്ടമീരോഹിണി ദിവസം മറ്റൊന്ന് ഒമ്പതാം ഉത്സവത്തിന്. ശ്രോതാക്കൾക്ക് ക്ഷാമമുണ്ടാകില്ലല്ലോ? പണിക്കരുടെ പ്രായോഗിക ബുദ്ധി അതിൽ നിന്ന് മനസ്സിലാക്കാം. മീറ്റിംഗിന് ചെല്ലുന്ന അതിഥികൾക്കൊക്കെ അമ്പലപ്പുഴപ്പാൽപ്പായസം കൊണ്ടുള്ള മൃഷ്ടാന്ന സൽക്കാരം. അപ്പോൾ പ്രാസംഗികന്മാരെ കിട്ടാനും

ബുദ്ധിമുട്ടില്ല. എന്റെ ആദ്യകാല പ്രസംഗങ്ങളിലൊന്ന് അത്തരമൊരു പാൽപ്പായസ സദ്യ കഴിച്ചിട്ടായിരുന്നു എന്ന് ഞാൻ ഓർക്കുന്നു.

അമ്പതുകൊല്ലത്തെ പരിചയമുണ്ടായിരുന്നു ഞങ്ങൾ തമ്മിൽ. ഗ്രന്ഥശാല സംഘത്തിന്റെ ഓഫീസ് തിരുവനന്തപുരത്തേക്ക് മാറ്റുമ്പോൾ സഹായത്തിന് വളരെക്കുറിച്ചു പേരെ ഉണ്ടായിരുന്നുള്ളു. വായനശാല കേശവപ്പിള്ള അവരിൽ പ്രധാനിയാണ്. വഞ്ചിയൂരെ വായനശാലയുടെ ഷെൽഫിന്റെ മൂലക്ക് സംഘത്തിന്റെ രജിസ്റ്ററുകൾ വെച്ചുകൊള്ളാൻ അനുവാദം കിട്ടി. അത് കൊണ്ടാണോ എന്തോ ഗ്രന്ഥശാലാസംഘത്തിന് എന്നും മൂലഗണപതിയുടെ സ്ഥാനമാണ് ലഭിച്ചത്. പറവൂർ ടി.കെ തിരുവിതാംകൂർ കൊച്ചിയുടെ മുഖ്യമന്ത്രിയായ കാലം മുതൽ ഗ്രന്ഥശാലാ സംഘത്തിന് പരിഗണനകൾ ലഭിച്ചു തുടങ്ങി. മന്ത്രി മന്ദിരത്തിലൊന്നിന്റെ ഔട്ട്ഹൗസ് ആദ്യമായി സംഘത്തിന് അനുവദിച്ചത് അദ്ദേഹമാണെന്ന് തോന്നുന്നു. റോസ് ഹൗസിന്റേയും കാന്റോൺമെന്റ് ഹൗസിന്റേയും ഔട്ട് ഹൗസുകളിൽ വളരെക്കാലം കിടന്നു. റജിസ്ട്രാറായിരുന്ന പി.ആർ പരമേശ്വരപണിക്കർ സംസ്കൃത കോളേജിന്റെ വടക്കേഅറ്റത്തുള്ള ഒരു കൊച്ചു പുര വിട്ടുകൊടുത്തപ്പോൾ'സൂചികുത്താൻ ഇടം കൊടുത്താൽ പണിക്കർ തൂമ്പ കടത്തും' എന്നു തമാശയായി പറഞ്ഞു. എനിക്കത് വളരെ സൗകര്യമായി. കോളേജിലെ പ്രവൃത്തി സമയം കഴിഞ്ഞാൽ അവിടെ പോയിരുന്ന് ഗ്രന്ഥലോകം മാസികയുടെ കാര്യങ്ങൾ നോക്കാൻ. 1948 ലാണ് മാസിക തുടങ്ങിയത്. ഞാൻ നിർദ്ദേശിച്ച പേരു തന്നെ മാസികക്ക് നൽകി. ഏഴെട്ടു വർഷത്തോളം ഓണററി പത്രാധിപരായും പ്രവർത്തിച്ചു. അതിന് അനുവാദം തന്നതും അതേ യൂണിവേഴ്സിറ്റി റജിസ്ട്രാർ തന്നെ.

എന്റെ സുഹൃത്തുക്കളായിരുന്ന എൻ. കൃഷ്ണപ്പിള്ള, എം. കൃഷ്ണൻ നായർ. കെ.സുരേന്ദ്രൻ, പി. ദാമോദരൻപിള്ള മുതലായവരൊക്കെ ലേഖന സഹായം ചെയ്തതിനാൽ ഗ്രന്ഥാലോകം നല്ല നിലവാരം പുലർത്തിപ്പോന്നു. മുഖ്യമന്ത്രിയായിരുന്ന പനമ്പിള്ളി, എ.ജെ ജോൺ, ഇ.എം.എസ്. എന്നിവരൊക്കെ സംഘത്തിന്റെ അഭ്യുദയകാംക്ഷികളായിരുന്നു. നിഷ്ക്കളങ്കനായ ഏ.ജെ ജോൺ തന്റെ മുഴു കഷണ്ടിയായ തലയിൽ തടവിക്കൊണ്ട് 'ഇതൊക്കെ കമ്മ്യൂണിസം വളർത്താനുള്ള ഏർപ്പാടാണ്' എന്ന് പറഞ്ഞു കൊണ്ടാണെങ്കിലും സഹായം ഒട്ടും കുറച്ചില്ല. ഇക്കാലമത്രയും പണിക്കരെ സഹായിച്ചു പോന്ന മറ്റൊരു അധ്യാപകനുണ്ട്. ബാലരാമപുരം അബ്രോസ്, പണിക്കരെ നിഴൽ പോലെ പിൻതുടർന്ന ഒരു യഥാർത്ഥ ഗ്രന്ഥശാലാ ഭക്തൻ.

കേരളം ഒന്നായപ്പോൾ മലബാർ ലൈബ്രറികളെ എങ്ങനെ സംഘത്തോട് കൂട്ടിച്ചേർക്കാമെന്ന് അന്വേഷിക്കുന്നതിനായി ഗവൺമെന്റ് ഒരു കമ്മറ്റി ഉണ്ടാക്കി. മലബാറിലെ ഭേദപ്പെട്ട ലൈബ്രറികളൊക്കെ മദ്രാസ് ലൈബ്രറി അതോറിറ്റിയുടെ കീഴിലായിരുന്നല്ലോ. അവിടെ സെക്രട്ടറിക്ക് ചെറിയൊരു ശമ്പളമുണ്ട്. കമ്മറ്റിയിൽ മൂന്നോ നാലോ അംഗങ്ങൾ പേരിനുണ്ടായിരുന്നെങ്കിലും പുറപ്പെടാൻ നേരത്ത് പണിക്കരും ഞാനും മാത്രം. ഒപ്പം അബ്രാസുമുണ്ട്. ഞങ്ങൾ രണ്ടാൾക്കും

മലബാർ പ്രദേശം സുപരിചിതമാണ്. ഈ യാത്രയിൽ ഏതാനും ദിവസം കൊണ്ട് തളിപ്പറമ്പ് വരെയുള്ള ലൈബ്രറികൾ ഞങ്ങൾ സന്ദർശിച്ചു. ഈ യാത്രയിൽ മാത്രമല്ല ഏത് യാത്രയിലും പണിക്കരുടെ ക്ഷമയും ക്ലേശസഹിഷ്ണുതയും നമ്മെ വട്ടത്തിലാക്കും, രാത്രി എട്ടര മണിയാകുമ്പോൾ പണിയെല്ലാം മതിയാക്കി അത്താഴത്തിനു തയ്യാറാകുമ്പോൾ ഒരു മൂന്നുനാലു മൈൽ പോയാൽ ഒരു ലൈബ്രറി കൂടി നോക്കാമെന്ന് ഒരു ഗ്രഹപിഴക്കാരൻ പറയും എന്നാലതുകൂടി കണ്ട് പോരാം നമുക്ക് എന്ന് പറഞ്ഞ് അത്താഴമുണ്ണാൻ കൈകഴുകിയ പണിക്കർ എഴുന്നേൽക്കുകയായി. കാർ അത്രടം പോവില്ല ഒന്നു രണ്ടു നാഴിക നടക്കേണ്ടിവരും എന്ന് പറഞ്ഞാലും പണിക്കർക്ക് കൂസലില്ല. പോവുക തന്നെ.

ഒരിക്കൽ ചെല്ലാനത്ത് ഒരു മീറ്റിങ്ങ് കഴിഞ്ഞ് പിറ്റേദിവസം ഞങ്ങൾക്ക് മലബാറിലേക്ക് പോവേണ്ടിവന്നു. ചെല്ലാനെത്തുകാർ ഞങ്ങളെ അർദ്ധരാത്രിക്ക് ബോട്ടിൽ മട്ടാഞ്ചേരി ഇറക്കിവിട്ടു പോയി. രാത്രി ഒന്ന് തലചായ്ക്കാൻ എവിടെപോവണമെന്ന ചിന്തയൊന്നും പണിക്കരെ അലട്ടിയില്ല.

റെയിവേ സ്റ്റേഷന്റെ മുന്നിൽ കൂട്ടിയിട്ടിരുന്ന ആറ്റുമണലിന്റെ പുറത്ത് മശകമക്ഷികങ്ങളുടെ സംഘടിതമായ ആക്രമണത്തെ സഹിച്ച് കൊണ്ട് ഞങ്ങൾ ശേഷ രാത്രിയെ ശിവരാത്രിയാക്കി കഴിച്ചു കൂട്ടി. പണിക്കരുടെ കാലത്ത് ഗ്രഡേഷൻ കമ്മറ്റികളുടെ പരിപാടികളോ ഗവൺമെന്റ് ഗ്രാന്റോ ഒരിക്കലും മുടങ്ങിയിരുന്നില്ല ഗവൺമെന്റ് നടപടിക്രമങ്ങൾ പൂർത്തിയാക്കുമ്പോഴേക്കും മാർച്ചുമാസം തീരാറാകും. പണിക്കർ സെക്രട്ടറിയേറ്റിൽ പലകുറികയറിയിറങ്ങി സ്പെഷ്യൽ ഓർഡർ സമ്പാദിക്കും. ഏപ്രിൽ മാസത്തിലും ബില്ലു മാറാനുള്ള ഉത്തരവ്. ഇതാണ് അപരാജിതനായ പണിക്കർ. ലോകം നന്നാവില്ലന്ന് ശപിച്ചു കൊണ്ടു തന്നെ ലോകം നന്നാക്കിയേ അടങ്ങൂ എന്ന് വാശിയായിരുന്നു പണിക്കർക്ക്. കാണുന്ന സുഹൃത്തുക്കളോടൊക്കെ പറയും 'നിങ്ങൾ വന്ന് ഇതെല്ലാമൊന്ന് ഏറ്റെടുക്കണം. എനിക്കു മതിയായി' അതൊരു ശൈലിയെന്നേയുള്ളു. 'നിങ്ങൾ എന്നെ സഹായിക്കണം' എന്നാണതിന്റെ അർത്ഥം.

പണിക്കരെ ഗ്രന്ഥശാലാ സംഘത്തിൽ നിന്നും പുറത്ത് ചാടിച്ചത് ചതിയായിരുന്നില്ലേ എന്നു സംശയമുണ്ട്. പുറത്താക്കപ്പെട്ടിട്ടും പണിക്കർ ഉയിർത്തെഴുന്നേറ്റു, കാൻഫേഡ് എന്നൊരു പുതിയ പ്രസ്ഥാനമുണ്ടായി. ഗ്രന്ഥശാലാ സംഘം പണിക്കർ കാൻഫെഡ് പണിക്കാരായിമാറി. അതി വാർദ്ധക്യത്തിലും വിശ്രമിക്കാതിരുന്ന ആ മനുഷ്യൻ തീവണ്ടിയിലും കാറിലും ജീപ്പിലുമൊക്കെയായി കാസർക്കോഡ് നിന്നും പറാശാലവരെ നിരന്തരം സഞ്ചരിച്ചുകൊണ്ടിരുന്നു. കൃശഗാത്രനായ ആ മനുഷ്യർ കൃശാനുവിനെ പോലെ വീര്യമുള്ളവനായിരുന്നു. ഒരു പ്രൈമറി സ്കൂൾ അധ്യാപകൻ വളർന്നാൽ എത്രത്തോളം വലുതാകാം എന്നു പണിക്കർ കാട്ടിത്തന്നു. അതുപോലെ മറ്റൊരാൾ കേരളത്തിലുണ്ടായിട്ടില്ല. ഉണ്ടാവാനെളുപ്പമല്ല.

പി.എൻ. പണിക്കർ എന്റെ സ്നേഹിതൻ

വി.ആർ കൃഷ്ണയ്യർ

വരേതനായ പി.എൻ പണിക്കർ ഈ നൂറ്റാണ്ടിൽ കേരളം കണ്ട ഉജ്ജ്വല വ്യക്തികളിൽ പ്രധാനിയായിരുന്നു. സാക്ഷരതയാണല്ലോ ഭാരതത്തിലെ ഇതരസംസ്ഥാനങ്ങളെ അപേക്ഷിച്ച് കേരളത്തിന്റെ മേന്മ. വ്യാപകമായ സാക്ഷരതയുടെ പിന്നിൽ ബോധവൽക്കരണത്തിനുവേണ്ടി ജനങ്ങളെ സമീപിച്ച ശക്തിമാന്മാരിൽ അഗ്രസ്ഥാനം പി.എൻ പണിക്കർക്കുണ്ട്. ഇതൊരു സ്തുതിയല്ല യാഥാർത്ഥ്യം മാത്രമാണ്. ഏകദേശം അരനൂറ്റാണ്ടുകാലം എനിക്ക് പണിക്കരുമായി അടുത്ത ബന്ധം ഉള്ളതുകൊണ്ടാണ് ഇങ്ങനെ ഉറപ്പിച്ചുപറയുന്നത്.

ദശകങ്ങളായി പി.എൻ. പണിക്കർ ഗ്രന്ഥശാലാ പ്രസ്ഥാനത്തിൽ സജീവമായി പ്രവർത്തിച്ചിരുന്നു. വിജയം നേടുകയും ചെയ്തിരുന്നു. അക്കാലത്തെ എല്ലാ ഗ്രന്ഥശാലകളും അദ്ദേഹം സന്ദർശിച്ചിരുന്നു. അവയുടെ പ്രവർത്തനങ്ങൾക്ക് പ്രോത്സാഹനം നൽകിയിരുന്നു. 'വായിച്ചു വളരുവിൽ' എന്ന മുദ്രാവാക്യങ്ങളുമായി കേരളവ്യാപകമായി സഞ്ചരിച്ചിരുന്ന പി എൻ പണിക്കരെ സാക്ഷരകേരളം ഒരിക്കലും വിസ്മരിക്കുകയില്ല. ഊണും ഉറക്കവുമില്ലാതെ ഓടി നടക്കുകയും ഗ്രാമങ്ങൾ തോറും യോഗങ്ങൾ സംഘടിപ്പിക്കുകയും ചെയ്ത ഈ മഹാൻ ചെറുപ്പക്കാരുടെ ചൈതന്യം ആവാഹിച്ചുകൊണ്ട് നാട്ടുകാരെ ഉണർത്തിയിരുന്നു. പിന്നീട് ഗ്രന്ഥശാലാ സംഘത്തിന്റെ തലപ്പത്തു വന്ന കടമ്മനിട്ടയും ഐ.വി ദാസും അദ്ദേഹത്തെ ഈ പ്രവർത്തനങ്ങളുടെ ഫലമായി ആദരവോടുകൂടി അംഗീകരിച്ചിരുന്നു.

പണിക്കർ കാൻഫെഡ് എന്ന സ്ഥാപനം തുടങ്ങുകയും അതൊരു പ്രസ്ഥാനമാക്കി മാറ്റുകയും ചെയ്തിരുന്നു. അദ്ദേഹത്തിന്റെ ദർശനം സംസ്കാരത്തിന്റെ ഉച്ചകോടിയിലെത്തിയ ഒരു ദാർശനികന്റേതായിരുന്നു, സൗഹൃദഗ്രാമങ്ങൾ കേരളത്തിലുടനീളം പരിവർത്തനത്തിൽ കൂടി സൃഷ്ടിക്കണമെന്ന് അദ്ദേഹം സ്വപ്നം കണ്ടിരുന്നു. ഗ്രാമീണർ സൗഹൃദത്തിൽ ജീവിക്കണം. തമ്മിൽ കലഹിക്കരുത് ജാതിയുടേയും മതത്തിന്റേയും പേരിൽ വൈരുദ്ധ്യങ്ങൾ ഗ്രാമങ്ങളിൽ ഉണ്ടാകരുത്. ദേശസ്നേഹത്തിന്റെ പേരിൽ രാജ്യക്ഷേമത്തിനു വേണ്ടി അദ്ധ്വാനിക്കുന്നവരായ ആദർശസമ്പന്നരായ ഒരു തലമുറയെ വാർത്തെടുക്കണം എന്നീ കാര്യങ്ങളിൽ പണിക്കർക്ക് നിർബ്ബന്ധമുണ്ടായിരുന്നു. എൺപത് കഴിഞ്ഞിട്ടും പതിനെട്ട്കാരനെപ്പോലെ ഉത്സാഹത്തോടുകൂടി സഞ്ചരിച്ച് സന്ദേശങ്ങൾ അദ്ദേഹം എല്ലാ ഗ്രാമത്തിലും എത്തിച്ചിരുന്നു. സാമൂഹ്യക്ഷേമ പ്രവർത്തകർക്ക് പ്രത്യേകം ബഹുമതികൾ നൽകിയിരുന്നു. ഗാന്ധിജിയുടെ ആദർശങ്ങൾ പരിപൂർണ്ണമായി അംഗീകരിച്ച് നടപ്പിൽ വരുത്തുവാൻ ശ്രമിച്ച തപസ്വിയായിരുന്നു. പി.എൻ പണിക്കർ. ഖാദി ഗ്രാമീണ വ്യവസായങ്ങൾ സ്ഥാപിക്കുക, സ്ത്രീകൾക്ക് ജോലി ചെയ്യാൻ പരിശീലനം നൽകുക. തുടങ്ങിയ ഗാന്ധിയൻ ആദർശങ്ങൾ പ്രാവർത്തികമാക്കാനും സ്ത്രീകൾക്കും ദളിതർക്കും ജോലികൊടുത്ത് ആത്മാഭിമാനം വളർത്തുവാനും ലക്ഷ്യം വെച്ചുകൊണ്ട് കേരള എഡ്യുക്കേഷൻ സൊസൈറ്റി (കെ.ഇ.ഡി.ഇ.എസ്) എന്ന ഒരു സ്ഥാപനം അദ്ദേഹം മുൻകൈയ്യെടുത്ത് സ്ഥാപിച്ചു. ആ സ്ഥാപനത്തിന്റെ അധ്യക്ഷനാണ് ഞാൻ. എ.എം തോമസ് സ്ഥാപനത്തിന്റെ എക്സിക്യൂട്ടീവ് പ്രസിഡണ്ടാണ്. കൊല്ലം ജില്ലയിലെ ഗ്രാമീണ പ്രദേശങ്ങളിലും നെയ്യാറ്റിൻ കരയിലും കൊച്ചുകൊച്ചു തൊഴിൽശാലകൾ സ്ഥാപിച്ചു. സൗരോർജ്ജം കൊണ്ട് വിളക്ക് കത്തിക്കുവാൻ സാധിക്കുമെന്ന് ഒരു ഗ്രാമത്തിൽ തെളിയിച്ചു. ചെറുകിട വ്യവസായം നടത്തി കുവൈറ്റിലേക്ക് ചരക്ക് കയറ്റി അയക്കുകയും ചെയ്തു. ഈ പ്രവർത്തനങ്ങൾക്കു പിന്നിൽ പ്രവർത്തിച്ചിരുന്ന അത്ഭുതശക്തിയായിരുന്നു പി.എൻ. പണിക്കർ. ആദർശ സമ്പന്നനായിരുന്നു അദ്ദേഹം. പ്രായവും ക്ഷീണവും അവഗണിച്ച് ധൈര്യത്തോടുകൂടി ജീവൻ അർപ്പിച്ച ഈ ദിവ്യപ്രതിഭയുടെ മുന്നിൽ ഞാൻ നമസ്കരിക്കുന്നു.

അദ്ദേഹത്തിന്റെ ദേഹവിയോഗത്തിൽ എനിക്ക് തീരാദുഃഖമുണ്ട്. അതിനേക്കാൾ ഉപരിയായി കേരളത്തിനും ഭാരതത്തിനും ദേശസേവനത്തിൽ നിസ്തുലവും അജയ്യവുമായ സ്ഥാനം നേടിയെടുത്ത ആ അമാനുഷിക മനുഷ്യന്റെ നിര്യാണം നികത്താനാവാത്ത നഷ്ടമാണ്.

മണ്ണിൽ നിന്നുയർന്ന മഹാമേരു

പി. ഗോവിന്ദപ്പിള്ള

ഇന്ത്യയിലെ രണ്ടുഡസനോളം സംസ്ഥാനങ്ങളിൽ കേരളം ഏറ്റവും ചെറിയവയുടെ പട്ടികയിലല്ലെങ്കിലും വൻ സംസ്ഥാനങ്ങളുടെ നിരയിലും പെടുന്നില്ല. വ്യവസായവൽക്കരണം മൂലധന നിക്ഷേപം പ്രതിശീർഷവരുമാനം തുടങ്ങിയ ആധുനിക മാനദണ്ഡങ്ങളനുസരിച്ചെല്ലാം വളരെ പിന്നോക്കമായ കേരളത്തിന് ഒന്നാം സ്ഥാനം രൂക്ഷമായ തൊഴിലില്ലായ്മയിൽ – അതും അഭ്യസ്ത വിദ്യരുടെ തൊഴിലില്ലായ്മയിൽ മാത്രമാണ്. അങ്ങനെ ആകപ്പാടെ നോക്കിയാൽ ദരിദ്രവും പിന്നോക്കവുമായ ഈ തുണ്ടുനിര ഭൂമി ചില രംഗങ്ങളിൽ ഇന്ത്യയിലെ എല്ലാ സംസ്ഥാനങ്ങളെയും മാത്രമല്ല ഭൂരിഭാഗം മൂന്നാം ലോക മേഖലകളെയും കവച്ചുവച്ച് കേരള വികസന മാതൃക എന്ന സങ്കൽപത്തിന് തന്നെ ലോക സാമൂഹ്യ സാമ്പത്തിക വ്യവഹാരത്തിൽ ജന്മം നൽകിയിരിക്കുന്നു.

സാക്ഷരത, സ്ത്രീ വിദ്യാഭ്യാസം, ആരോഗ്യപരിരക്ഷ, ശിശുമരണനിരക്ക്, ശരാശരി ആയുർദൈർഘ്യം, ശുചിത്വശീലം, താരതമ്യേന മെച്ചപ്പെട്ട പാർപ്പിട സൗകര്യം എന്നിങ്ങനെ പോകുന്നു കേരള മാതൃകയുടെ സവിശേഷതകൾ. സുസ്ഥിരമായ സാമ്പത്തികാടിത്തറയുടെ അഭാവത്തിൽ ഈ മാതൃകയുടെ ഭാവി എന്താകും, ഈ മാതൃക തന്നെ ചരിത്രപരമായ ഒരു ധൂർത്ത് ആണോ എന്നിവയെല്ലാം വിവാദ വിഷയമാണ്. എങ്കിലും ഈ മാതൃക ഇന്നത്തെ അവസ്ഥയിൽ ഈ ജനജീവിതത്തിന് നൽകുന്ന മേന്മ വിവാദത്തിനപ്പുറം തന്നെ.

കേരളത്തിന്റെ അസൂയാർഹവും ഓട്ടൊക്കെ അദ്ഭുതാവഹവുമായ ഈ വളർച്ച 'മാനത്തുന്നെങ്ങാനും പൊട്ടിവീണ' ആകസ്മിക സംഭവമല്ല. ശ്രീനാരായണ പ്രസ്ഥാനം മുതൽ കമ്മ്യൂണിസ്റ്റ് പ്രസ്ഥാനംവരെയും അയ്യങ്കാളിയുടെ സാധുജന പരിപാലന സംഘം മുത്ൽ 1930 കളിലെ സംയുക്ത രാഷ്ട്രീയ- നിവർത്തന പ്രക്ഷോഭണം വരെയും ദേശീയ സഹചര്യപ്രസ്ഥാനം മുതൽ ഐക്യകേരള പ്രസ്ഥാനം വരെയും സ്വാതിതിരുനാളിന്റെ പ്രഥമ പബ്ലിക്ക് ലൈബ്രറി മുതൽ പി.എൻ പണിക്കരുടെ ഗ്രന്ഥശാല സംഘം വരെയും മറ്റും നിർവ്വഹിച്ചിട്ടുള്ള ചരിത്രപരമായ പങ്കാണ് കേരള മാതൃക യാഥാർത്ഥ്യമാക്കിയത്. ഈയൊരു പശ്ചാത്തലത്തിലാണ് ആധുനിക കേരള സൃഷ്ടാക്കളുടെ പട്ടികയിൽ പി.എൻ പണിക്കരും 1909– 1995 സ്ഥാനം പിടിക്കുന്നത്.

അനുപമമായ വ്യക്തിവൈഭവം.

പി.എൻ പണിക്കരാണ് കേരളത്തിലെ സംഘടിത ഗ്രന്ഥശാലാ പ്രസ്ഥാനത്തിന്റെ തുടക്കക്കാരനും പിതാവും എന്ന് പരക്കെയൊരു ധാരണയുണ്ട് അത് തീർച്ചയായും ശരിയല്ല. പിരപ്പൻകോട് മുരളിയെപ്പോലെ കേരളത്തിലെ ഗ്രന്ഥശാലകളുടെയും അവയുടെ സംഘടിത പ്രസ്ഥാനങ്ങളെയും കുറിച്ച് ആഴത്തിൽ പഠനം നടത്തിയിട്ടുള്ളവർ പരക്കെയുള്ള തെറ്റിദ്ധാരണ തിരുത്തുവാനുതകുന്ന വസ്തുതകളും വിവരങ്ങളും സംഘത്തിന്റെ മുഖപത്രമായ ഗ്രന്ഥലോകത്തിൽ തന്നെ ഒന്നിലേറെ തവണ പ്രസിദ്ധീകരിച്ചിട്ടുണ്ട്. സ്വാതിതിരുനാൾ, കെ. കേളപ്പൻ, മധുരവനം കൃഷ്ണക്കുറുപ്പ്, കെ ദാമോദരൻ തുടങ്ങിയ ആദ്യ പഥികരുടെ ശ്രമങ്ങളും പി.എൻ പണിക്കരുടെ കാര്യദർശിത്വത്തിൽ 1945 ൽ അമ്പലപ്പുഴ വെച്ച് ആരംഭിച്ച തിരുവിതാംകൂർ ഗ്രന്ഥശാല സംഘത്തിന് മുമ്പുണ്ടായിരുന്ന സംഘങ്ങളിലും എല്ലാം ആ പംക്തികളിൽ തന്നെ മുമ്പ് പരാമർശിക്കപ്പെട്ടിട്ടുള്ളത് ഇവിടെ ആവർത്തിക്കേണ്ട കാര്യമില്ല. പ്രാതഃസ്മരണീയനായ പി.എൻ.പണിക്കരുടെ അതിരറ്റ സേവന ചരിത്രത്തെ പ്രകീർത്തിക്കാൻ ഈ അനർഹമായ പദവികൾ അദ്ദേഹത്തിൽ ആരോപിക്കേണ്ട ആവശ്യമില്ല.

എന്നാൽ ഒരു വ്യക്തി എന്ന നിലയിൽ 32 വർഷത്തോളം സംഘത്തിന്റെ കാര്യദർശിയായി പ്രവർത്തിച്ച് ആ പ്രസ്ഥാനത്തെ ഇന്നത്തെ മഹാപ്രസ്ഥാനമായി വളർത്തുന്നതിൽ പണിക്കർ നിർവ്വഹിച്ച സേവനം നിസ്തുലമാണെന്നതിൽ തർക്കമില്ല. ഗണ വ്യാപ്തിയിലോ ഗുണമേന്മയിലോ പണിക്കരുടെ സേവനം മറ്റുള്ളവരുടേതിനേക്കാൾ മേലെയാണുതാനും. സ്വാതിതിരുനാളിനെയും കേളപ്പനേയും ദാമോദരനേയും പോലുള്ളവർ സ്ഥാനവലിപ്പത്തിലും സ്വാധീനശക്തിയിലും എത്രയോ മേലെയായിരുന്നു. പണിക്കരാകട്ടെ ഒരു വെറും ഗ്രാമീണ പ്രാഥമിക വിദ്യാലയാദ്ധ്യാപകൻ മാത്രം. നിസ്തന്ദ്രമായ പരിശ്രമവും ലക്ഷ്യബോധത്തോടെയുള്ള കർമ്മ കൂശലതയും ത്യാഗനിർഭരമായ ലളിത ജീവിതവും അനുപമമായ സംഘടനാമർമ്മജ്ഞതയുമാണ് പല വിഷ

യത്തിലും അദ്ദേഹത്തെക്കാൾ മഹാന്മാരായിരുന്ന പൂർവ്വികന്മാരെ മറികടന്ന് ഈ രംഗത്ത് പണിക്കരെ അത്യുന്നത സ്ഥാനത്തെത്തിച്ചത്. അത് പണിക്കരോടുള്ള നമ്മുടെ സ്നേഹാദരങ്ങൾ പല മടങ്ങുകൾ വർദ്ധിപ്പിക്കുന്നു.

എളിയ തുടക്കം, വലിയ ഒടുക്കം

തനിക്കു ജന്മം നൽകിയ കുട്ടനാടൻ ഗ്രാമമായ നിലംപേരൂരിൽ പതിനാറ് വയസ്സായ ഒരു വിദ്യാർത്ഥി എന്ന നിലയിൽ ഒരു ഗ്രന്ഥശാല സ്ഥാപിച്ച് ഏറ്റവും എളിയ തോതിൽ സേവനമാരംഭിച്ച പണിക്കർക്ക് 1945 ൽ അമ്പലപ്പുഴയിലെത്തി തിരുവിതാംകൂർ ഗ്രന്ഥശാലാ സംഘം സ്ഥാപിക്കുമ്പോൾ 46 ഗ്രന്ഥശാലകളുടെ നേതൃത്വവും 36 വയസുമായി. തിരുവിതാംകൂർ സംഘവും തിരുകൊച്ചി സംഘവും തുടർന്ന് കേരള സംഘവുമായി ചില പ്രത്യേക സാഹചര്യങ്ങളിൽ 1977 ൽ കാര്യദർശിപദം ഒഴിയുകയും ചെയ്തപ്പോൾ സംഘത്തിലെ അംഗഗ്രന്ഥശാലകൾ നാലായിരത്തോളം. 1925 ലെ നിലംപേരുരിലെ ഒന്നിൽ നിന്ന് 1945 ലെ അമ്പലപ്പുഴയിലെ നാൽപത്തിയാറിലേക്കും അവിടെ നിന്ന് 1977 ലെ നാലായിരത്തിലേക്കുമുള്ള പ്രസ്ഥാനത്തിന്റെ ജൈത്രയാത്രയുടെ അജയ്യനായ സാരഥിയായാരുന്നു പി.എൻ. പണിക്കർ.

അതിന്റെയർത്ഥം ഇതെല്ലാം പണിക്കർ എന്ന ഒറ്റയാന്റെ ഭഗീരഥ പ്രയത്നഫലമായിരുന്നു എന്നല്ല. ലോകത്തിലൊരു പ്രസ്ഥാനവും അങ്ങനെ ഒറ്റയാൻ സൃഷ്ടിയായി രൂപം കൊള്ളുകയില്ല. പണിക്കരെ പോലെ പത്ത് പേരുണ്ടായാലും മറ്റു ചില സംസ്ഥാനങ്ങളിൽ ഇതുപോലൊരു ജനകീയ സാംസ്കാരിക പ്രസ്ഥാനം കെട്ടിപ്പടുക്കുവാനാവില്ല. നിരവധി ഘടകങ്ങളുടെ ചേരുവയിലൂടെ മാത്രമേ അതുണ്ടാകൂ. കേരളത്തിലെ വിദ്യാഭ്യാസ പുരോഗതിയും സാക്ഷരതാ വ്യാപനവും ഗ്രന്ഥശാലാ പ്രസ്ഥാനം സൃഷ്ടിച്ച സാംസ്കാരികാന്തരീക്ഷം മൂലമാണ് സാധിതമായത്. എന്നത് പോലെ ഗ്രന്ഥശാലാ പ്രസ്ഥാനത്തിന്റെ പുരോഗതിയ്ക്ക് വിദ്യാഭ്യാസ- സാക്ഷരതാ വ്യാപനവും വളരെ സഹായിച്ചു. ഇവ രണ്ടിന്റെയും പിറകിൽ പ്രചോദന കേന്ദ്രമായി പ്രവർത്തിച്ചത് ജാതിവിരുദ്ധ പ്രസ്ഥാനവും ദേശീയ പ്രസ്ഥാനവുമാണ്. ഇവയെല്ലാം കാർഷിക സമരങ്ങളും പിൽക്കാലത്തെ കാർഷിക പരിഷ്കാരവുമായി അഭേദ്യമായി ബന്ധപ്പെട്ടിരിക്കുന്നു. ആരോഗ്യപരിപാലനം, ആയുർദൈർഘ്യം, ശിശുമരണ നിരക്ക്, കുടുംബാസൂത്രണ വിജയം തുടങ്ങിയ കേരളമാതൃകയുടെ ഘടകങ്ങൾ മേൽ വിവരിച്ച പുരോഗതികളില്ലായിരുന്നെങ്കിൽ സാക്ഷാത്കരിക്കപ്പെടുകയില്ലായിരുന്നു താനും. ഈ വിധ ഘടകങ്ങളുടെ സമന്വയവും പരസ്പരാശ്രതത്വവും മനസ്സിലാക്കാതെയുള്ള ഭാഗികമായ വീക്ഷണങ്ങൾ വികലങ്ങളെ ആകൂ. ഈ പുരോഗതിയിൽ യുഗപ്രഭാവരായ വ്യക്തികൾക്കുള്ള പങ്കിനെ ശാസ്ത്രീയ ചരിത്ര വീക്ഷണം നിരസിക്കുന്നില്ല.

പണിക്കരുടെ നേതൃത്വകാലത്തുതന്നെ പ്രസ്ഥാനത്തിന്റെ പുരോഗതിയിൽ കെ. ദാമോദൻ, പി.ടി. ഭാസ്കരപ്പണിക്കർ, പനമ്പിള്ളി ഗോവിന്ദമേനോൻ, വി.ആർ കൃഷ്ണയ്യർ മുണ്ടശ്ശേരി, തായാട്ട് ശങ്കരൻ, കെ.കെ കുഞ്ചുപ്പിള്ള, സർ സി.പി, രാമസ്വാമി അയ്യർ, ഡി.സി കിഴക്കെമുറി തുടങ്ങിയ പ്രസിദ്ധരും അത്രതന്നെ പ്രസിദ്ധരല്ലാത്ത ജെ. രാജഗോപാലൻ നായർ(തിരുവനന്തപുരം), പി.കെ. ഗോപാലൻ നായർ (പെരുമ്പാവൂർ) വെട്ടൂർ രാമൻ നായർ (കോട്ടയം) അനന്തൻ പിള്ള(പറവൂർ) ഡബ്ല്യൂ ഒ. ജോർജ്ജ് (ആലപ്പുഴ), ബാലഗോപാലൻ (കോഴിക്കോട്), മണലിൽ ജി. നാരായണപ്പിള്ള (കൊ്ല്ലം), ശിവൻപിള്ള (ആലപ്പുഴ), കോരുമാസ്റ്റർ (കണ്ണൂർ), പ്രൊഫ: അച്ചുതൻ നായർ (തിരുവനന്തപുരം) വാസുദേവൻ നായർ (കോട്ടയം), സി. എൻ ബാലകൃഷ്ണൻ(തൃശൂർ), കൃഷ്ണനാശാൻ (എറണാകുളം), എന്നിങ്ങനെ എത്രയോ പേർ പ്രസ്ഥാനത്തിന്റെ വളർച്ചയ്ക്കായി കഠിനാദ്ധ്വാനം ചെയ്തിട്ടുണ്ട്. (ഇതിൽ എത്രയോ പേർ ഓർമ്മക്കുറവിനാലും സ്ഥലപരിമിതിയാലും വിട്ടു പോയിരിക്കുന്നു) ഇവർക്കും പുറമെ അത്രപോലും അറിയപ്പെടാത്തവരും അറിയപ്പെടാൻ ആഗ്രഹിക്കകൂടി ചെയ്യാത്തവരുമായ ആയിരക്കണക്കിന് സാധാരണ നിസ്വാർത്ഥ സേവകർ.

മണ്ണരിച്ചും കല്ലു ചുമന്നും വെള്ളം കോരിയും ഗ്രന്ഥശാലകൾക്ക് കെട്ടിടം പണിയാനും വെയിലും മഴയും കൂസാതെ വീടുവീടാന്തരം കയറിയിറങ്ങി ചിലപ്പോൾ പിരിവുമൂലം പൊറുതി മുട്ടിയവരുടെ ആട്ടും തുപ്പും സഹിച്ചും പണം പിരിച്ചും സ്വന്തമായ അൽപ വരുമാനം കുടുംബത്തിലെത്തിക്കാതെ വായനശാലയ്ക്ക് കൊടുത്തും സേവനമനുഷ്ഠിച്ച് ഈ മഹാപ്രസ്ഥാനം പടുത്തുയർത്തിയവരെ മറന്ന് ഇതെല്ലാം തന്റെ വ്യക്തി വൈഭവം കൊണ്ടുണ്ടാക്കിയതാണെന്ന് ചിലപ്പോൾ ചിലർ ഭ്രമിച്ചവശായിപ്പോകാറുണ്ട്. വിനയാന്വിതനും സേവന നിരതനും ത്യാഗിവര്യനും കഠിനാദ്ധ്വാനിയുമായിരുന്നെങ്കിലും മനുഷ്യ സഹജമായ ദൗർബ്ബല്യങ്ങളിൽ നിന്ന് വിമുക്തനല്ലാത്ത പി.എൻ പണിക്കരെയും ചിലപ്പോൾ അത്തരമൊരു ഭ്രമം കീഴ്പെടുത്തിയെങ്കിൽ അത് ചന്ദ്രനിലെ കളങ്കത്തിൽ കവിഞ്ഞ ഒന്നുമായിരുന്നില്ല. അങ്ങനെയൊരു ഭ്രമമാണ് 1977 ൽ അടിയന്തിരാവസ്ഥയുടെ കാളരാത്രിയുടെ അന്ത്യയാമത്തിൽ കേരളഗ്രന്ഥശാലാ പ്രസ്ഥാനത്തെ അപചയത്തിന്റെ പടുകുഴിയിലേക്ക് തള്ളിയത്.

ഗാന്ധിയൻമാർ തമ്മിൽ സംഘട്ടനം:

മഹാന്മാരെ എന്നല്ല മഹത്വം കുറഞ്ഞവരെപ്പോലും മരണാന്തരം വിമർശിച്ചുകൂട എന്നാണ് നമ്മുടെ നാട്ടിൽ സുജന മര്യാദയായി പ്രകീർത്തിക്കപ്പെടുന്നത്. സാധാരണ ഗതിയിൽ അതിൽ തെറ്റില്ല. പ്രത്യേകിച്ച് മഹത്വം കുറഞ്ഞുവരുടെ കാര്യത്തിൽ. എന്നാൽ മഹത്തുക്കളുടെ മഹത്വ പ്രകീർത്തനം വസ്തുനിഷ്ഠവും വിശ്വാസ്യവുമാകണമെങ്കിൽ അവർക്കുണ്ടായിരുന്ന പോരായ്മകൾ കൂടി ചൂണ്ടിക്കാട്ടണം. അല്ലാത്ത

പക്ഷം മഹത്വമായി പ്രകീർത്തിച്ചതെല്ലാം സത്യമായിരിക്കണമെന്നില്ലെന്നും കീഴ്‌വഴക്കവും സുജനമര്യാദയുമനുസരിച്ച് ഒരു മരണാനന്തര ചടങ്ങുമാത്രമാണ് പ്രകീർത്തനം എന്നും കേൾവിക്കാരോ വായനക്കാരോ കരുതിയാൽ അവരെ കുറ്റപ്പെടുത്താനാവില്ല. അത് കൊണ്ട് മഹത്വം വിശ്വാസ്യമാക്കുക തന്നെയാണ് ഉത്തമം. പരിഷ്കൃത രാഷ്ട്രങ്ങളിൽ ഇപ്പോൾ പ്രസിദ്ധീകരിക്കപ്പെടുന്ന ജീവചരിത്രകൃതികൾ മിക്കവയും ഈ തത്വപ്രകാരം രചിച്ചവയാണ്. എന്തു കൊണ്ടോ മലയാളത്തിൽ ഇപ്പോഴും 'അഹോരൂപം', 'അഹോസ്വരം' ശൈലിയിലുള്ള ആവർത്തനവിരസമായ സങ്കീർത്തനങ്ങൾ മാത്രമെ ജീവചരിത്രങ്ങളായി വന്നു കാണുന്നുള്ളു.

ഈ വീക്ഷണത്തിൽ പി.എൻ പണിക്കരുടെ ജീവചരിത്രം പരിശോധിക്കുമ്പോൾ അദ്ദേഹത്തിന്റെ സ്വഭാവഘടനയിലെ ഒരു ദൗർബല്യം പ്രകടമാകുന്നത് തായാട്ട് ശങ്കരൻ സംഘം പ്രസിഡണ്ടായിരുന്നപ്പോൾ അദ്ദേഹവും പണിക്കരും തമ്മിൽ നടന്ന സംഘട്ടനത്തിലാണ്. സംഘട്ടനത്തിന്റെ പൊട്ടിത്തെറി സംഭവിച്ചത് കലാകൗമുദി വാരികയിൽ പണിക്കരെ സംബന്ധിച്ചാണെന്ന് വ്യക്തമാകാത്തക്കവിധം അദ്ദേഹത്തിന്റെ പേരു പറയാതെ തായാട്ട് ശങ്കരൻ എഴുതിയ പരിഹാസനിർഭരമായ ഒരു ലേഖനത്തോടെയാണ്. വാസ്തവത്തിൽ തായാട്ട് പ്രസിഡണ്ട് പദം ഏറ്റെടുത്തപ്പോഴേ തുടങ്ങി നീരസം. തായാട്ടിനു മുമ്പുള്ള പ്രസിഡണ്ടുമാർ ദാമോദരനേയും ഭാസ്കരപ്പണിക്കരേയും പനമ്പിള്ളിയെയും മറ്റും പോലെ മഹാന്മാരായിരുന്നു എങ്കിലും അവരാരും ഗ്രന്ഥശാലാ സംഘം നിർവ്വാഹക സമിതിയുടേയോ കാര്യാലയത്തിന്റേയോ പ്രവർത്തനങ്ങളിൽ നേരിട്ട് ഇടപെടാറില്ല. സംഘം സെക്രട്ടറി വച്ചു നീട്ടുന്ന ഉത്തരവുകളിലും യാത്രപ്പടി ബില്ലുകളിലും ഒപ്പു വെച്ചു കൊടുക്കുകയും വല്ല പരസ്യ പ്രസ്താവനകളോ ഇടപെടലുകളോ വേണ്ടി വരുമ്പോൾ അങ്ങനെ ചെയ്യുകയും മാത്രമേ പതിവുള്ളു.

എന്നാൽ പഴയ സ്വാതന്ത്ര്യ സമര സേനാനിയും ഗാന്ധിയനുമായ തായാട്ട് വെറും ബുദ്ധിജീവിയും എഴുത്തുകാരനുമായി ഒതുങ്ങുന്ന പ്രകൃതക്കാരനായിരുന്നില്ല. അടിപതറാത്ത ഒരു ആക്ടിവിസ്റ്റ് ആയ തായാട്ട് ആലങ്കാരികം മാത്രമായ ഒരു പദവി വഹിക്കുന്നത് ഒരപമാനമായി കരുതുന്നയാളുമായിരുന്നു. അത് കൊണ്ട് പ്രസിഡണ്ടായി ചുമതലയേറ്റ ഉടനെത്തന്നെ തന്റെ ചുമതലകൾ കൃത്യമായി നിർവഹിക്കാൻ അദ്ദേഹം മടിച്ചില്ല. ഗ്രന്ഥശാലാസംഘം ആപ്പീസിൽ ഒരു മുറി പ്രസിഡണ്ടിനുള്ളതിൽ ഒരു മരക്കട്ടിലും പായും കിടക്കയും വാങ്ങിയിട്ട് ഇവിടെയുള്ളപ്പോഴൊക്കെ അവിടെ താമസവുമായി. മറ്റു മഹാന്മാരായ പ്രസിഡണ്ടുമാരെപ്പോലെ ഭേദപ്പെട്ട ഹോട്ടലുകളിലോ ഗസ്റ്റ് ഹൗസുകളിലോ പാർക്കുക ആ പഴയ ഗാന്ധിയന് ഒട്ടും ഹിതമായിരുന്നില്ല. അങ്ങനെ ആപ്പീസിൽ തന്നെ കുടി കിടപ്പായി താൻ നോക്കേണ്ട ഫയലുകളും കണക്കുകളും എല്ലാം നേരിട്ട് പരിശോധിക്കാനും അദ്ദേഹം ആരംഭിച്ചു.

സാധാരണ മഹാന്മാരായ പ്രസിഡണ്ടുമാർ ആഫീസ് കാര്യങ്ങളോ ഓടി നടന്നുള്ള ശ്രമകരമായ സംഘടനാ പ്രവർത്തനങ്ങളോ ഒന്നും നോക്കാതെ 'പാവപ്പെട്ട ഈയുള്ളവനെ ഏകനായി കഠിനാദ്ധ്വാനത്തിന് വിടുകയാണ്' എന്നൊരു പരിഭവം പറയാറുള്ള പണിക്കർ തായാട്ടു ശങ്കരന്റെ അദ്ഭുതപൂർവ്വമായ ഈ പ്രവർത്തന ശൈലിസ്വാഗതം ചെയ്യുമെന്നാണ് ഞങ്ങളൊക്കെ കരുതിയത്. എന്നാൽ വിസ്മയമെന്നു പറയാം തായാട്ടിന്റെ ഈ ശൈലിയും അദ്ധ്വാനം പങ്കിട്ടെടുക്കുവാനുള്ള ശ്രമവും പണിക്കരെ അലോസരപ്പെടുത്തിയതായി കണ്ടു. പ്രസിഡണ്ട് നോക്കാൻ ചുമതലപ്പെട്ടതും ചിലപ്പോൾ ആവശ്യപ്പെട്ടാൽ പ്രസിഡണ്ടിന്റെ പരിശോധനയ്ക്കും തീരുമാനത്തിനുമായി സമർപ്പിക്കേണ്ടവയുമായ ഫയലുകൾ പോലും അദ്ദേഹത്തിന് കൊടുക്കാതെയായി. ജീവനക്കാരുമായി നേരിട്ടിടപഴകാനുള്ള പ്രസിഡണ്ടിന്റെ ശ്രമത്തെ സെക്രട്ടറി സംശയദൃഷ്ട്യാ വീക്ഷിച്ചു തുടങ്ങി. തന്റെ ചുമതല എത്ര ഭാരമേറിയതായാലും നിർവ്വഹിക്കാൻ ദൃഢവത്രനാണെങ്കിലും പെരുമാറ്റത്തിലോ നടപടിക്രമങ്ങളിലോ ഒരു അധികാരപ്രമത്തനൊന്നുമായിരുന്നില്ല ഗാന്ധിയനായ തായാട്ട് എന്നദ്ദേഹത്തെ അറിയുന്നവരോട് പറയേണ്ടതില്ല. എന്നാൽ മറ്റൊരു ഗാന്ധിയനായ പണിക്കർ നേരെ മറിച്ചും.

ഈ ശീത സമരം ചിലപ്പോൾ സംഘത്തിന്റെ നിർവ്വാഹകസമിതി യോഗത്തിലും പൊട്ടിപ്പുറപ്പെടാറുണ്ട്. അങ്ങിനെയിരിക്കെയാണ് പി.എൻ. പണിക്കരുടെ പേര് പറയാതെയും എന്നാൽ വായിക്കുന്നവർക്ക് ആർക്കും അതേക്കുറിച്ച് ശങ്ക തോന്നാത്ത വിധത്തിലും ഒരു ലേഖനം തായാട്ട് ശങ്കരൻ കലാകൗമുദിയിലെഴുതിയത്. ഒരു സാമൂഹ്യപ്രവർത്തകന്റെ ദിനചര്യയും യാത്രാശൈലിയും പ്രവർത്തന വ്യഗ്രതക്കകത്ത് ഒളിഞ്ഞിരിക്കുന്ന തൻ പ്രമാണിത്തവും വിനയാമ്പിയ ഭാവത്തിനകത്തെ മർക്കടമുഷ്ടിയും എല്ലാം സരസമായി തായാട്ടതിൽ ചിത്രീകരിച്ചിരുന്നു. പണിക്കരുടെ നിരവധി ഗുണമേന്മകളിൽ നർമ്മബോധവും വിമർശന സഹിഷ്ണുതയും പെടാത്തതിനാലായിരിക്കും അദ്ദേഹം രോഷാകുലനായി പൊട്ടിത്തെറിച്ചു. പണിക്കരുടെ മോഹിനിവേഷം മാത്രമറിയുന്നവർക്ക് ഈ പുതനഭാവം അവിശ്വസനീയമായി തോന്നി.

തായാട്ട് ശങ്കരൻ ചെയ്തത് ശരിയോ എന്ന് ചോദിച്ചാൽ തികച്ചും ശരിയായിരുന്നു എന്നു വാദിക്കാൻ അദ്ദേഹത്തിന്റെ ആരാധകനും ആത്മസുഹൃത്തും അവസാനം സഖാവുമായിരുന്നു ഈ ലേഖകന് സാധിക്കില്ല. അങ്ങേയറ്റം ചില അതിശയോക്തി സ്പർശം ഉണ്ടായിരുന്നു. എന്നതിലേറെ ആർക്കും തായാട്ടിനെ കുറ്റപ്പെടുത്താനുമാകില്ല. പക്ഷേ ഒരു പ്രസിഡണ്ടും സെക്രട്ടറിയുമായി മഹനീയമായ ഒരു സ്ഥാപനം നടത്തിക്കൊണ്ടുപോകുമ്പോൾ സത്യമാണെങ്കിൽ പോലും അത്തരം പരസ്യ വിമർശനവും പരിഹാസവും ചെയ്തുകൂടാത്തതാണ്. ആ സ്ഥാപനത്തിന്റെ സുഗമമായ നടത്തിപ്പിനെ അത് ബാധിക്കുമെന്ന് താ

യാട്ട് കാണേണ്ടതായിരുന്നു. ഈ ഭിന്നതകൾ പരിഹരിക്കുവാൻ പത്ര പംക്തികളേക്കാൾ പ്രസ്ഥാനത്തിന്റെ സുഹൃത്തുക്കളെയും ഗണകാംക്ഷികളെയുമാണ് ആദ്യം ആശ്രയിക്കേണ്ടിയിരുന്നത്. അതുണ്ടായില്ല.

പക്ഷേ ഗാന്ധിയനായ തായാട്ട് ശങ്കരന് (മാർക്സിസ്റ്റായപ്പോഴും പഴയ ഗാന്ധിസത്തിന്റെ ഉത്തമഘടകങ്ങൾ അദ്ദേഹത്തിന്റെ വിശ്വാസ പ്രമാണങ്ങളിലും ജീവിതചര്യയിലും മുന്തിനിൽക്കുന്നു.) അത്തരം നയചാതുരികൾ അന്യമായിരുന്നു. സി.പി.എ.എം വക സാംസ്കാരിക മുഖപത്രമായ ദേശാഭിമാനി വാരികയിൽ പത്രാധിപർ എന്ന നിലയിൽ എ.കെ ആന്റണിയെക്കുറിച്ചെഴുതിയ പരിഹാസ നിർഭരമായ വിമർശനക്കുറിപ്പ് ഓർക്കുക. ഇപ്പോഴത് വായിച്ചുനോക്കുമ്പോൾ തായാട്ടിന്റെ ഉൾക്കാഴ്ചയും മനുഷ്യരുടെ മുഖം മൂടികൾക്കകത്തുള്ള യാഥാർത്ഥ്യത്തെ കണ്ടറിയാനുള്ള അനിതരസാധാരണമായ സാമർത്ഥ്യവും നമ്മെ അത്ഭുതപ്പെടുത്തുന്നു. ആന്റണിയെക്കുറിച്ച് അതിൽ പറഞ്ഞിരിക്കുന്ന ഒരക്ഷരം പോലും ഇന്നും തിരുത്തലാവശ്യപ്പെടുന്നില്ല. എന്നിട്ടും സി.പി.ഐ.എം നേതൃത്വം തായാട്ടിന്റെ അനൗചിത്യത്തെ വിമർശിക്കുകയും അദ്ദേഹത്തിന്റെ കുറിപ്പിനെ തള്ളിപ്പറയുകയും ചെയ്തു. സി.പി.ഐ.എം. ആന്റണി നയിച്ചിരുന്ന കോൺഗ്രസ്സ് (എ)യുമായി ഇടതുപക്ഷജനാധിപത്യമുന്നണിയിൽ ചേർന്നു മന്ത്രിസഭ നടത്തിവന്ന സന്ദർഭത്തിൽ ഉണ്ടായ ചില ഭിന്നാഭിപ്രായങ്ങളായിരുന്നു തായാട്ടിന്റെ എഴുത്തിനുള്ള പ്രചോദനമോ പ്രകോപനമോ. പിന്നീടുള്ള ആന്റണിയുടെ ഓരോ പ്രവർത്തികളും വിശേഷിച്ച് ഇടതുജനാധിപത്യമുന്നണിയെ വഞ്ചിച്ച് പിളർന്നതുമെല്ലാം തായാട്ടിന്റെ വലിയിരുത്തലിനെ ന്യായീകരിക്കുന്നുണ്ട്. എങ്കിലും ആ സന്ദർഭത്തിൽ അങ്ങിനെ പറഞ്ഞത് രാഷ്ട്രീയ മര്യാദയോ ഔചിത്യമോ ആയിരുന്നില്ല. തായാട്ട് തനിക്ക് പിണഞ്ഞ കൈപ്പിഴയോ നോട്ടപ്പിഴയോ സമ്മതിച്ചു. എങ്കിലും പിന്നീടൊരു സന്ദർഭം വന്നാൽ അദ്ദേഹം മറിച്ചൊരു രീതിയിൽ ചെയ്യുമായിരുന്നില്ല എന്നാണെനിക്ക് തോന്നുന്നത്. രൂക്ഷമായ സത്യസന്ധതയും ചില സന്ദർഭങ്ങളിൽ ആപൽക്കരം പോലുമായേക്കാവുന്ന ധാർമ്മിക ദീക്ഷയും കപടനാട്യങ്ങൾ എന്നു താൻ ധരിക്കുന്നവയോടുള്ള ഒടുങ്ങാത്ത പകയും സാധാരണ സന്ദർഭത്തിൽ അതീവശാന്തനായിരുന്ന തായാട്ടിന്റെ ഗുണവിശേഷമോ ദൗർബല്യമോ ആയിരുന്നു. അതിലേതെന്ന് വായനക്കാർക്ക് താന്താങ്ങളുടെ അഭിരുചിയും പക്ഷഭേദവും അനുസരിച്ച് തീരുമാനിക്കാം.

ഉച്ചിവെച്ച കൈകൊണ്ട് ഉദകക്രിയ

ഏതായാലും ഈ തർക്കത്തിന്റെയും വൈയക്തികവും നയപരവുമായ സംഘട്ടനത്തിന്റെയും അന്തിമഫലം ഗ്രന്ഥശാലാസംഘത്തിന്റെ മരണമായിരുന്നു. 1977 മാർച്ച് മദ്ധ്യത്തിൽ ഗ്രന്ഥശാലാ സംഘം അച്ചുതമേനോൻ സർക്കാർ അഭ്യന്തരമന്ത്രി കെ. കരുണാകരന്റെ പ്രേരണയോടെ ഏറ്റെടുത്തു. പതിനാറു വർഷം വേണ്ടിവന്നു പുതിയ

സാഹചര്യത്തിൽ വർദ്ധിത വീര്യത്തോടെ ഗ്രന്ഥശാലാ സംഘം പുനർജന്മം നേടാൻ. ഉച്ചിവെച്ച കൈകൊണ്ട് ഉദകക്രിയയും നടത്തി എന്ന ചൊല്ലിനെ അനുസ്മരിപ്പിക്കും വിധം ഈ കടുംകൈ ചെയ്യാൻ കരുവായി നിന്നത് പി.എൻ പണിക്കരായിരുന്നു എന്നത് അവിശ്വസനീയമെങ്കിലും തികച്ചും സത്യമാണ്. കരുണാകരന്റെ ശിഷ്യനുംതൃശൂരിലെ കോൺഗ്രസ്സ് നേതാവും ഗ്രന്ഥശാലാ സംഘം നിർവ്വാഹക സമിതി അംഗവുമായിരുന്ന സി.എൻ ബാലകൃഷ്ണനും ചില സി.പി.ഐ.പ്രവർത്തകരുമെല്ലാം എഴുതി സമർപ്പിച്ച നിവേദനത്തിന്റെ അടിസ്ഥാനത്തിലാണ് അടിയന്തിരാവസ്ഥയുടെ കാളരാത്രി അവസാനിക്കുവാൻ ഏതാനും ദിവസം മാത്രമുള്ളപ്പോൾ ഒരു ഓഡിനൻസ് വഴി ഗ്രന്ഥശാലാ സംഘം തകർത്ത് സർക്കാർ അതിനു മേൽ ശ്വാസം മുട്ടിച്ച ഇരുപ്പുറപ്പിച്ചത്.

ഈ സംഭവം നടക്കുന്നതിന് മുമ്പ് സംഘത്തിലെ പ്രതിസന്ധി അവസാനിപ്പിക്കാൻ പല സുഹൃത്തുക്കളും ശ്രമിച്ചു. എന്തൊക്കെ പറഞ്ഞാലും സെക്രട്ടറി എക്സിക്യൂട്ടീവ് കമ്മറ്റി വിളിക്കില്ലെന്ന് ശഠിച്ചു. തായാട്ട് ശങ്കരനും ആത്മാഭിമാനത്തിലോ സ്വപ്രത്യയസ്ഥൈര്യത്തിലോ ആരുടേയും പിന്നിലല്ലെങ്കിലും സംഘത്തിനുവേണ്ടി എന്തുത്യാഗവും ചെയ്യാൻ തയ്യാറായി. സംഘം ഭരണസമിതി വിളിച്ചാൽ അതിൽ പങ്കെടുക്കാതെ മാറി നിൽക്കാമെന്നും വേണമെങ്കിൽ ഈ സമിതിയുടെ കാലാവധി തീരുംവരെ ഒഴിഞ്ഞു നിൽക്കാമെന്നു പോലും സമ്മതിച്ചു. അനുനയ വിദഗ്ധന്മാരിൽ അഗ്രഗണ്യനും കൂടിയാലോചനാ തന്ത്രജ്ഞനുമായ കെ. ചാത്തുണ്ണി മാസ്റ്ററും ഈ ലേഖകനും മറ്റു പല തവണ പണിക്കരെ കണ്ട് കെഞ്ചിയിട്ടും ഗാന്ധിയനു ചേരാത്ത വൈര്യനിര്യാതന ബുദ്ധിയോടെ ഭരണസമിതിയോഗം വിളിച്ചുകൂട്ടാതെ അദ്ദേഹം ഒഴിഞ്ഞു. അപ്പോഴാണ് പാലൊഴുകുന്ന ആ പുഞ്ചിരിയുടേയും മധുരോദാരമായ ആ പെരുമാറ്റത്തിന്റേയും സ്നേഹനിർഭരമായ വർത്തമാനത്തിന്റേയും പിറകിൽ ഒളിച്ചിരിക്കുന്ന ഉരുക്കുശാലാ കണങ്ങൾ അനുഭവിച്ചറിഞ്ഞത്. അതൊരു വശം, വളരെക്കുറച്ചു പേർ അറിയുന്ന ഒരു വശം. എങ്കിലും കാളിദാസ വചനപ്രകാരം 'ചൊല്ലാർന്നൊരാരഴകല്ലയോ പനിമതിയങ്കം കറുത്തെങ്കിലും' എന്ന് ആശ്വസിക്കുക.

പി.എൻ. പണിക്കരിൽ പലരും കാണാത്ത മറ്റൊരു ദൗർബല്യം മാറി മാറി വരുന്ന ഭരണകക്ഷികളോടുള്ള അദ്ദേഹത്തിന്റെ വിധേയത്വവും വമ്പൻമാരുടെ കാലുപിടിക്കാനുള്ള അദ്ദേഹത്തിന്റെ ത്വരയുമാണ്. അതദ്ദേഹത്തിന്റെ അവസരവാദത്തിന്റേയും നട്ടെല്ലില്ലായ്മയുടേയും തെളിവായി ചിലർ വിമർശിക്കുന്നു. തികച്ചും അടിസ്ഥാനരഹിതമായ ആക്ഷേപം എന്നാണ് 47 കൊല്ലക്കാലം അദ്ദേഹത്തിന്റെ വിനീതവിധേയ ശിഷ്യനായും സഹപ്രവർത്തകനായും വിമർശകനായും പണിക്കരെ അറിഞ്ഞിട്ടുള്ള എനിക്ക് പറയാനുള്ളത്. അദ്ദേഹത്തിന്റെ വാത്സല്യാതിരേകം എന്നപോലെ പരിഭവങ്ങളും നിറഞ്ഞനുഭവിച്ചിട്ടുള്ള എനിക്ക് അദ്ദേഹത്തിനെതിരെയുള്ള ഈ വിമർശനം അംഗീകരിക്കാനാവില്ല.

ഇനി എന്ന് കാണും ഇതുപോലൊരു സേവകനെ

രാഷ്ട്രീയത്തിൽ എക്കാലവും അദ്ദേഹം ഉള്ളുകൊണ്ട് ഒരു കോൺഗ്രസ്സുകാരനായിരുന്നു. ഒരു പക്ഷേ സ്വാതന്ത്ര്യപ്രാപ്തിക്കുമുമ്പ് അന്നത്തെ ദിവാൻ ഭരണത്തെ അനുകൂലിച്ചിരിക്കാനും ഇടയുണ്ട്. എൻ.എസ്.എസി ന്റേയും മന്നത്ത് പത്മനാഭപ്പിള്ളയുടേയും മറ്റും ചുവടുപിടിച്ച് പക്ഷേ അന്നും അതിനു ശേഷവും നിത്യഖദർ ധാരിയെങ്കിലും രാഷട്രീയം അദ്ദേഹത്തിന്റെ മുഖ്യ പരിഗണനകളിൽപ്പെട്ടിരുന്നില്ല. എങ്കിലും സ്വാതന്ത്ര്യാനന്തരകാലത്ത് അദ്ദേഹം കോൺഗ്രസ്സ് കക്ഷിക്കോ അതിന്റെ സഖ്യ കക്ഷികൾക്കോ അല്ലാതെ മറ്റാർക്കും വോട്ടു ചെയ്തിരിക്കാൻ ഇടയില്ലെന്നാണ് ഒരു മകനേയോ അനിയനേയോ പോലെ അദ്ദേഹത്തിന്റെ ഹൃദയത്തോടു ചേർന്ന് പ്രവർത്തിക്കാൻ കഴിഞ്ഞിട്ടുള്ള എനിക്ക് തോന്നുന്നത്. പക്ഷേ ഇതൊരിക്കലും അദ്ദേഹം വെളിപ്പെടുത്താറില്ല. എല്ലാ കക്ഷികളുടേയും പിൻതുണ വേണം ഗ്രന്ഥശാലാ സംഘത്തിന് എന്നതിനാൽ എന്റെ വ്യക്തിപരമായ ഇഷ്ടാനിഷ്ടങ്ങൾ അതിനു പ്രതിബന്ധമാകരുതെന്ന് അദ്ദേഹം കരുതിക്കാണും. 'കാര്യം കാണാൻ കഴുതക്കാലു പിടിക്കുക' എന്ന ചൊല്ലിന്റെ അർത്ഥത്തിൽ അദ്ദേഹം ഏതു മന്ത്രിയുടേയും മേലുദ്ദ്യോഗസ്ഥന്റേയും ഏതു നാട്ടുപ്രമാണിയുടേയും കാലുപിടിക്കുമായിരുന്നു. ഒരിക്കലും തനിക്കുവേണ്ടിയല്ല താൻ സ്നേഹിച്ച് നട്ടുവളർത്തിയ പ്രസ്ഥാനത്തിനുവേണ്ടി കുപമണ്ഡുകങ്ങളെപ്പോലെ തന്റെ കുഗ്രാമത്തിൽ പ്രമാണിത്തം നടിച്ചു നടക്കുന്നവരെ ഉള്ളുകൊണ്ട് പുച്ഛിക്കുമ്പോഴും സ്ഥലത്തെ പാവപ്പെട്ട ഗ്രന്ഥശാലയുടെ ഉന്നമനത്തിന് സഹായം തേടി അത്തരക്കാരുടെ മുമ്പിൽ ഓച്ഛാനിച്ചു നിൽക്കുന്ന പണിക്കരെ ഞാൻ കണ്ടിട്ടുണ്ട്. എന്റെ കണ്ണിൽ അപ്പോൾ അദ്ദേഹത്തിന്റെ വലിപ്പം മഹാമേരുപോലെ ഉയരുകയായിരുന്നു. യശഃശ്ശരീരനായ തായാട്ടു ശങ്കരനെപ്പോലെ പല മഹതി മഹാത്മാർക്കും കഴിയാത്ത് ഒന്നാണ് ആ ശൈലി. പക്ഷേ അതിൽ സ്വാർത്ഥത്തിന്റേയോ അവസരവാദത്തിന്റേയോ നിഴലുപോലുമില്ല. അത് പോലെ തന്നെ മന്ത്രിമാരേയും നേതാക്കന്മാരെയും ഉദ്യോഗസ്ഥ പ്രമാണിമാരേയും മുഖസ്തുതികൊണ്ടോ പരിഭവം പറച്ചിൽ കൊണ്ടോ നിവൃത്തിയില്ലാതെ വന്നാൽ ശകാരം കൊണ്ടോ വശപ്പെടുത്താനുള്ള പണിക്കരുടെ വിരുത് അന്യാദൃശ്യം എന്നേ പറഞ്ഞുകൂടൂ. എ.കെ.ജി, നായനാർ, എം.എൻ. സുഗതൻ സാർ തുടങ്ങി പലരോടും പണിക്കർക്കുണ്ടായിരുന്ന ഹൃദയവേഴ്ച പ്രസിദ്ധമാണ്. എ.കെ.ജി. നിര്യാതനായപ്പോൾ തിരുവനന്തപുരം പാളയത്ത് പഞ്ചാപ്പുര മുക്കിലെ അന്നത്തെ സംസ്ഥാനകമ്മിറ്റി ഓഫീസിൽ മൃതശരീരത്തിനടുത്തിരുന്ന് കൊച്ചുകുട്ടിയേപ്പോലെ പണിക്കർ വിങ്ങിപ്പൊട്ടി കരയുന്നത് ഓർക്കുന്നു. അതൊരു നാട്യമായിരുന്നില്ല. അതേ സമയം എ.കെ.ജിയുടെ പാർട്ടിക്കദ്ദേഹം കൈപ്പിഴപറ്റിപ്പോലും വോട്ടു ചെയ്തു കാണുകയില്ല. അതിലദ്ദേഹത്തെ എന്തിനു കുറ്റപ്പെടുത്തണം.

ഇപ്പറഞ്ഞതിന്റെയെല്ലാം നീക്കിബാക്കി ഈ ലേഖനത്തിന്റെ ആദ്യം പറഞ്ഞുവെച്ചത് തന്നെ. ആധുനിക കേരളത്തിന്റേയും കേരളവികസന മാതൃകയുടേയും സ്രഷ്ടാക്കളുടെ പട്ടികയിൽ തിളക്കമുള്ള പേരായിരിക്കും. ഈ കൊച്ചു വലിയ മനുഷ്യന്റേത്. മണ്ണിര പോലെ മണ്ണിലിഴഞ്ഞ് മഹാമേരുവോളം വളർന്ന ഇതുപോലൊരു സാമൂഹ്യ സേവകനെയും അക്ഷരസ്നേഹിയേയും സംഘടനാ പടുവിനേയും കേരളം ഇനിയെന്ന് കാണും. അക്ഷര കേരളത്തിന്റെ ഈ ആരാധനാ മൂർത്തിയുടെ പാവനസ്മരണകൾക്കു മുമ്പിൽ ഒരു പഴയ ശിഷ്യന്റെ സാഷ്ടാംഗ പ്രണാമം.

പ്രിയപ്പെട്ട പണിക്കരുചേട്ടൻ

മഹാകവി എം. പി. അപ്പൻ

'ഇതു അപ്പൻ എഴുതിയതാണോ'? യശഃശരീരനായ പി.എൻ പണിക്കരെപ്പറ്റി ഞാൻ എഴുതിയ ഒരു ലേഖനം മാതൃഭൂമി ആഴ്ചപ്പതിപ്പിൽ വന്നപ്പോൾ അതു വായിച്ച ഒരു പ്രൊഫസർ പണിക്കരോട് ചോദിച്ചതാണ്. ഗ്രന്ഥശാലാ സംഘം രൂപം കൊണ്ടതിനു ശേഷമായിരുന്നു ആ സംഭവം. അതായത് 1947 ലോ 48 ലോ മറ്റോ. അന്ന് പണിക്കർക്ക് അനന്തര കാലത്ത് ലഭിച്ച പ്രശസ്തിയോ അംഗീകാരമോ ഉണ്ടായിരുന്നില്ല. എന്നിട്ടുപോലും മുക്തകണ്ഠമായ ഒരു അഭിനന്ദനമാണ് പരാമൃഷ്ടമായ ലേഖനത്തിൽ ഉണ്ടായിരുന്നത്. ആ പ്രൊഫസർ അങ്ങനെ പണിക്കരോട് ചോദിച്ചതിനും കാരണം മറ്റൊന്നുമായിരുന്നില്ല.

ഗ്രന്ഥശാലാ സംഘം ഉടലെടുത്ത അവസരത്തിൽ പണിക്കർ കുടെക്കൂടെ ഈ ലേഖകന്റെ വസതിയിൽ വരാറുണ്ടായിരുന്നു. ഗ്രന്ഥശാലാ മാനുവൽ നിർമ്മിക്കുന്നതിനാവശ്യമായ വിവരങ്ങൾ ശേഖരിക്കുന്നതിനായിരുന്നു ആ സന്ദർശനം. എന്റെ സന്തതസഹചാരിയായ നാലാങ്കലും ഞാനും കൂടി പണിക്കർക്ക് അനേകം വിവരങ്ങൾ പറഞ്ഞു കൊടുത്തു. അക്കാലത്ത് ഞാൻ കൂടെക്കൂടെ അദ്ദേഹത്തോട് ചോദിച്ചത് 'ഈ പ്രസ്ഥാനം പ്രയോഗികമാകുമോ? എന്നായിരുന്നു' തീർച്ചയായും പ്രായോഗികമാകും' എന്ന് അദ്ദേഹം ആവർത്തിച്ചു പറയാറുണ്ടായിരുന്നു. അനേകം ഗ്രന്ഥശാലകൾ അന്നന്നു തുടങ്ങിയതും എനിക്ക് ഓർമ്മയുണ്ടായിരുന്നു. അനേകം ഗ്രന്ഥശാലകൾക്ക് ഞാനും ധാരാളം

ഗ്രന്ഥങ്ങൾ സംഭവന ചെയ്തതും അവയിൽ പലതും നിന്നു പോയ തും ഞാൻ മറന്നിട്ടില്ലാത്തത് കൊണ്ടാണ് പണിക്കരോട് ഗ്രന്ഥശാലാ പ്രസ്ഥാനം പ്രായോഗികമാകുമോ എന്ന് ഞാൻ ചോദിച്ചത്.

പണിക്കരുടെ അസാധാരണമായ ആത്മവിശ്വാസവും അക്ഷീണമായ പ്രയത്നവും എല്ലാപേരും ക്രമേണ മനസ്സിലാക്കി. അദ്ദേഹം നാടിന്റെ നാനാഭാഗങ്ങളിലും സഞ്ചരിച്ചാണ് പല ഗ്രന്ഥശാലകളും സ്ഥാപിച്ചത് പലതിനേയും ഉദ്ധരിച്ചത്. അങ്ങനെയുള്ള ഒരു പ്രവർത്തനം ലോക ത്തിന്റെ മറ്റെവിടെയെങ്കിലും ഒരാൾ ചെയ്തിട്ടുണ്ടോ എന്ന് സംശയി ക്കണം. അത്രകണ്ട് അസാധാരണമായിരുന്നു ആ സാംസ്കാരിക കർമ്മം.

കുറേനാൾ കഴിഞ്ഞപ്പോൾ ഒരു ദിവസം പണിക്കർ വന്ന് എന്നോടു സങ്കടം പറഞ്ഞു. അദ്ദേഹത്തിന്റെ അത്യദ്ധ്വാനത്തെപ്പറ്റി ഒരു ലേഖന മെഴുതാൻ ആരും മുന്നോട്ടു വരുന്നില്ലെന്നും ഞാൻ ഒന്ന് എഴുതണ മെന്നുമായിരുന്നു അദ്ദേഹം പറഞ്ഞതിന്റെ സാരം. ഒരു ലേഖനമെഴു താമെന്ന് ഞാൻ സസന്തോഷം സമ്മതിക്കുകയും ഒന്നോ രണ്ടോ ദിവസത്തിനകം ലേഖനം തയ്യാറാക്കി അദ്ദേഹത്തെ ഏൽപ്പിക്കുകയും ഉണ്ടായി. ആ ലേഖനമാണ് മാതൃഭൂമി ആഴ്ചപ്പതിപ്പിൽ അക്കാലത്ത് പ്രത്യക്ഷപ്പെട്ടത്. വേറെയും ഏതോ ഒരു പത്രത്തിൽ പണിക്കർ അത് പ്രസിദ്ധപ്പെടുത്തി എന്നാണ് എന്റെ ഒർമ്മ.

പണിക്കർ അനുഷ്ഠിച്ച സേവനങ്ങളെ എത്ര പുകഴ്ത്തിയാലും അധികമായി പോവില്ല. കല്ലും മുള്ളും ചവിട്ടിയും അല്പാഹാരമോ വായു ഭക്ഷണമോ കഴിച്ചുമാണ് അദ്ദേഹം ഗ്രന്ഥശാലാ സംഘത്തി നുവേണ്ടി പര്യടനം നടത്തിക്കൊണ്ടിരുന്നത്. അദ്ഭുതപൂർവ്വമെന്നോ അദൃഷ്ടപൂർവ്വമെന്നോ പറയാവുന്നതാണ് ആ സാംസ്കാരിക യജ്ഞം.

1945 ൽ അമ്പലപ്പുഴ വെച്ചായിരുന്നല്ലോ ഗ്രന്ഥശാല സംഘത്തിന്റെ ഉദ്ഘാടനം നടന്നത്. അന്ന് തിരുവിതാംകൂർ ദിവാനായിരുന്ന സർ. സി.പി രാമസ്വാമി അയ്യരെകൊണ്ടു തന്നെ ആ മഹാ കർമ്മം നിർവ്വ ഹിപ്പിക്കാൻ മഹാധർമ്മവ്രതനും കർമ്മകുശലനുമായിരുന്ന പണിക്കർ ക്ക് സാധിച്ചു. ആ തുടക്കം തന്നെ ഭാവി ശ്രേയസ്സിന്റെ വിശുദ്ധശകുന മായിരുന്നു. well begun is half done എന്ന പഴമൊഴി സ്മരണയിലെത്തുന്നു.

അഖില തിരുവിതാംകൂർ ഗ്രന്ഥശാലാ സംഘം എന്ന പേരിലറി യപ്പെട്ട ഒരു സമിതിയുടെ ആദ്യത്തെ സെക്രട്ടറിയായി പണിക്കർ തെ രഞ്ഞെടുക്കപ്പെട്ടു. ക്രമേണ ആ സംഘം തിരുകൊച്ചി ഗ്രന്ഥശാല സംഘവും കേരള ഗ്രന്ഥശാലാ സംഘവുമായ കഥ സർവ്വ വിദിതമാ ണല്ലോ. പന്തീരാണ്ടു കാലം ആ സംഘത്തിന്റെ കാര്യദർശിയായി ശോ ഭിക്കാൻ അദ്ദേഹത്തിനു സാധിച്ചു.

പല സന്ദർഭങ്ങളിലും ഗ്രന്ഥശാല സംഘത്തിന്റെ ആഭിമുഖ്യത്തിൽ നടന്ന സമ്മേളനത്തിൽ ഈ ലേഖകനും പങ്കെടുത്തിട്ടുണ്ട്. തന്നെ സഹായിച്ച സർക്കാർ ഉദ്യോഗസ്ഥരേയും മറ്റും അദ്ദേഹം പേരു പറ

ഞ്ഞ് പരാമർശിച്ചത് ഞാൻ വ്യക്തമായി ഓർക്കുന്നു. ആ അവസരങ്ങളിൽ അദ്ദേഹം എന്റെ കാര്യം പറയാൻ മറന്നുപോയില്ല. ഈ പ്രസ്ഥാനം നടക്കുമോ എന്ന് അപ്പൻ സാർ കൂടെക്കൂടെ ചോദിക്കാറുണ്ടായിരുന്നു. നിശ്ചയമായും നടക്കും എന്നാണ് ഞാൻ മറുപടി പറഞ്ഞിട്ടുള്ളത്, എന്നു മാത്രമേ പണിക്കർ പ്രസ്താവിച്ചിട്ടുള്ളൂ. അദ്ദേഹം വളരെ സന്തോഷത്തോട് കൂടി എന്നെ സമീപിച്ച് എന്നെക്കൊണ്ടെഴുതിച്ച ആ ലേഖനത്തെപ്പറ്റി ഒരു യോഗത്തിലും പറഞ്ഞില്ല. എന്നുള്ളതാണ്. ആ ലേഖനത്തിന്റെ കാര്യം അദ്ദേഹം മറന്നുപോയിരിക്കാം. ആ നിസ്സാരകാര്യത്തെ ഇത്രയൊക്കെ പരാമർശിക്കാൻ എന്തുണ്ട് എന്ന് വായനക്കാർക്കെങ്കിലും തോന്നുന്നുണ്ടെങ്കിൽ എന്റെ ക്ഷമാപണം.

പണിക്കരെ അഭിനന്ദിക്കാൻ ചേർന്ന അനേകം യോഗങ്ങളിൽ ഞാൻ ഭാഗഭാക്കായിരുന്നിട്ടുണ്ട്. പല സമ്മേളങ്ങളിലും ഡോ:ശൂരനാടനും സന്നിഹിതനായിരുന്നു. മറ്റു പലർക്കുമൊപ്പം ഞാനും പണിക്കരെ വളരെ വളരെ ശ്ലാഘിച്ചിട്ടുണ്ട്. പണിക്കരു ചേട്ടൻ എന്നാണ് ഞാനദ്ദേഹത്തെ പരാമർശിച്ചിരുന്നത്.

ഒരവസരത്തിലദ്ദേഹം പരിഭവത്തോട് കൂടി പ്രസംഗിച്ചത് എന്റെ സ്മൃതി പഥത്തിലെത്തുന്നു. ഏതാനും സംവത്സരങ്ങൾക്ക് മുമ്പ് വഴുതക്കാട് സുഗതൻ മെമ്മോറിയൽ മന്ദിരത്തിൽ വച്ച് ഗ്രന്ഥശാലാ സംബന്ധമായ ഒരു സമ്മേളനം നടക്കുകയായിരുന്നു. ഡോ. ശൂരനാടൻ ആയിരുന്നു. അദ്ധ്യക്ഷൻ. തന്റെ കഠിന പ്രയത്നങ്ങൾക്ക് അംഗീകാരമോ പ്രശംസയോ ലഭിക്കുന്നില്ലെന്ന് കുറേ നൈരാശ്യത്തോട് കൂടി പണിക്കർ പറയുകയുണ്ടായി. ശൂരനാടന്റെ മറുപടി രസാവഹമായിരുന്നു. മനുഷ്യരാശിയ്ക്ക് പതിവായി പ്രകാശം നൽകിക്കൊണ്ടിരിക്കുന്നു സുര്യചന്ദ്രന്മാർ ആരുടെയെങ്കിലും പ്രശംസ പ്രതീക്ഷിക്കുന്നുവോ....? പ്രശംസ വേണമെന്ന് ആഗ്രഹിക്കുന്നോ...? ലോകാനുഗ്രഹത്തിന് വേണ്ടി പ്രവർത്തിക്കുന്നവർ സൂര്യനേയും ചന്ദ്രനേയും ഓർമ്മിക്കുകയാണ് വേണ്ടത്. അതുകേട്ട് സദസ്യരെല്ലാം ചിരിച്ചുപോയി. പണിക്കരുചേട്ടന് എന്തു തോന്നിയോ എന്തോ....?

അദ്ദേഹത്തെ അഭിനന്ദിക്കാനും പൊന്നാട അണിയിക്കാനും അദ്ദേഹത്തിന് ഉപഹാരം നൽകാനുമായി നാടിന്റെ വിവിധ ഭാഗങ്ങളിൽ ധാരാളം സമ്മേളനങ്ങൾ നടന്നിട്ടുണ്ട്. മുഖ്യമന്ത്രിയും ഇതര മന്ത്രിമാരും സാംസ്കാരിക നായകന്മാരും മറ്റും പങ്കെടുത്തായിരുന്നു യോഗങ്ങൾ. അദ്ദേഹത്തിന്റെ ശതാഭിഷേകവും കെങ്കേമമായിട്ടായിരുന്നു നടന്നത്. എങ്കിലും അദ്ദേഹത്തിന്റെ മറുപടി പ്രസംഗങ്ങളിൽ എന്താ ഒരു അതൃപ്തി സ്ഫുരിച്ചിരുന്നതായി എനിക്ക് തോന്നിയിട്ടുണ്ട്. പി.എൻ പണിക്കർ ഫൗണ്ടേഷൻ എന്ന പേരിൽ ഒരു മഹാ പ്രസ്ഥാനം രൂപം കൊണ്ടത് കാണാനുള്ള ഭാഗ്യവും അദ്ദേഹത്തിനുണ്ടായി. വളരെ വ്യാപകവും ലോകസേവന പരവുമായ ഒരു സ്ഥാപനമാണ് അത്. പണിക്കരുചേട്ടനെ അതും തൃപ്തിപ്പെടുത്തിയതായി തോന്നിയിട്ടില്ല, അംഗീകാരപരമായ

ഒരു കഠിന നൈരാശ്യം ആയുരന്ത്യം വരെ അദ്ദേഹത്തെ പീഡിപ്പിച്ചിരുന്നു എന്നുള്ളതിൽ എനിക്ക് യാതൊരു സംശയവുമില്ല.

ഗ്രന്ഥാലോകം എന്ന മാസിക തുടങ്ങിയതും പണിക്കരാണ്. അതിന്റെ ആദ്യത്തെ പത്രാധിപരായിരുന്ന പ്രൊഫ: ഗുപ്തൻനായർ മുതൽ ഇന്നുവരെയുള്ള പത്രാധിപന്മാരെല്ലാം വിദഗ്ദ്ധതയോടെയാണ് ആ സ്ഥാനം വഹിച്ചിരുന്നത്. സാഹിത്യപരമായി ആ മാസിക അനുഷ്ഠിക്കുന്ന സേവനം അനൽപമാണ്.

ഗ്രന്ഥശാലാ സംഘം സെക്രട്ടറിയെന്ന നിലയിൽ പണിക്കർ പ്രദർശിപ്പിച്ച കാര്യക്ഷമത എത്രയും പ്രശംസനീയമാണെന്ന് സമ്മതിച്ചേ തീരൂ. ഒരൊറ്റ പൈസ പോലും ദുർവിനിയോഗം ചെയ്യാൻ അദ്ദേഹം അനുവദിച്ചിരുന്നില്ല. സേവനം എപ്പോഴും ത്യാഗമായിരിക്കണമെന്നാണ് അദ്ദേഹം വിശ്വസിച്ചതും പറഞ്ഞിരുന്നതും പ്രാവർത്തികമാക്കിയിരുന്നതും.

എന്നാൽ ഒരു കാര്യത്തിൽ അദ്ദേഹം കുറേക്കൂടി ശ്രദ്ധിക്കേണ്ടിയിരുന്നു. സഹപ്രവർത്തകരിൽ പലരോടും ഒരു യജമാന മനോഭാവത്തോട് കൂടിയാണ് അദ്ദേഹം പെരുമാറിയിരുന്നതെന്ന് കേട്ടിട്ടുണ്ട്. അവരിൽ പലർക്കും വല്ലായ്മ ഉളവാക്കാൻ ആ പെരുമാറ്റം ഹേതുവായിട്ടുണ്ടെന്നും അറിയാം. അതിനെ പരമർശിക്കുമ്പോൾ

'മുങ്ങുന്ന് പോൽ ഗുണഗണങ്ങളിൽ ഒറ്റ ദോഷം

അങ്കം ശശാങ്ക കിരണങ്ങളിലെന്ന പോലെ' - കുമര സംഭവം

എന്ന കാളിദാസ വാക്യമാണ് സ്മരിക്കേണ്ടത്. ഗ്രന്ഥശാലാ സംഘത്തിൽ നിന്നും പിരിഞ്ഞ ശേഷം പണിക്കർ കാൻഫഡ് പ്രസ്ഥാനവുമായി ബന്ധപ്പെട്ടു. വിയോധികരായ നിരക്ഷരരെ സാക്ഷരരാക്കാൻ അനുഷ്ഠിച്ച പ്രയത്നവും അന്യാദൃശ്യമായിരുന്നു. ഡോ:ശിവദാസൻ പിള്ള തുടങ്ങിയ സഹപ്രവർത്തകരും കാൻഫഡിന് വേണ്ടി ചെയ്തിട്ടുള്ള സേവനവും ചിരസ്മരണീയം തന്നെ. വിസ്താര ഭയത്താൽ കൂടുതൽ പറയുന്നില്ല. പണിക്കരു ചേട്ടനെ മലയാളികൾ ഒരിക്കലും മറന്നു പോവുകയില്ലെന്ന് ഞാൻ വിശ്വസിക്കുന്നു. അത്രത്തോളം മഹനീയമാണ് ആ ത്യാഗശീലന്റെ ലോകോപകാരമായ വ്രതം.

പി.എൻ. പണിക്കർ സാമൂഹിക പ്രവർത്തകർക്ക് എന്നത്തേയും പ്രചോദനം

തെങ്ങമം ബാലകൃഷ്ണൻ

ആയിരത്തിലേറെ പൂർണ്ണ ചന്ദ്രൻമാരെ കാണാനാവുക, ജീവിതത്തിൽ അര നൂറ്റാണ്ട്കാലം സമൂഹത്തിനു വേണ്ടി പ്രവർത്തിക്കുക, അതിന്റെ സത്ഫലങ്ങൾ നേരിൽ കാണാൻ കഴിയുക. ഒരു പൂർണ്ണ ജീവിതമാകാൻ ഇതിലധികം എന്താണ് വേണ്ടത്? എല്ലാ അർത്ഥത്തിലും സ്വാർത്ഥകമായ ഒരു പൂർണ്ണജീവിതം നയിച്ചാണ് പി.എൻ. പണിക്കർ നമ്മോട് യാത്ര പറഞ്ഞത്. അവസാനം വരേയും അദ്ദേഹം കർമ്മ നിരതനായിരുന്നു. അദ്ദേഹത്തിന്റെ വേർപാട് സൃഷ്ടിച്ച വിടവ് അടുത്തെങ്ങും നികത്താനാകുമെന്ന് കരുതാൻ വയ്യ.

ഒരു വ്യക്തിയെ കുറിച്ച് ആലോചിക്കുമ്പോൾ അയാൾ സമൂഹത്തിന് എന്ത് നൽകി എന്നത് പ്രധാനമായിത്തീരുന്നു. അങ്ങനെ നോക്കിയാൽ ആധുനിക കേരളത്തിന്റെ സൃഷ്ടിയിൽ വിലപ്പെട്ട സംഭാവനകൾ നൽകിയ ഒരസാധാരണ മനുഷ്യനായിരുന്നു ആ കൃശഗാത്രൻ. ഏതാണ്ട് മുന്നര ദശാബ്ദകാലം പണിക്കരുമായി അടുത്തിടപഴകാനും കുറവല്ലാത്ത ഒരു കാലയളവ് ഒരുമിച്ച് പ്രവർത്തിക്കാനും കഴിഞ്ഞ ഒരാളെന്ന നിലയിൽ ഒരുപാട് കാര്യങ്ങൾ അദ്ദേഹത്തെ കുറിച്ച് പറയാൻ കഴിയും. അദ്ദേഹത്തിന്റെ 80-ാം പിറന്നാൾ ആഘോഷിക്കുമ്പോൾ ഏതാണ്ട് വിശദമായിത്തന്നെ ആ കാര്യങ്ങൾ പ്രതിപാദിക്കുന്ന ഒരു ലേഖനം ഇതെഴുതുന്ന ആൾ പ്രസിദ്ധീകരിച്ചിരുന്നു. മലയാളത്തിലെ നാലഞ്ച് പത്രങ്ങൾ അത് പ്രാധാന്യത്തോടെ പ്രസിദ്ധീകരിക്കുകയും ചെയ്തു. ഒരാൾ നമ്മോടൊപ്പം ഇല്ലാത്തപ്പോൾ ധാരാളം പ്രശംസിക്കുക നമ്മുടെ

ശീലമാണ്. എന്നാൽ ആ വ്യക്തി നൽകിയ സംഭാവനകളുടെ പ്രാധാന്യത്തെ കുറിച്ച് അദ്ദേഹം ജീവിച്ചിരിക്കുമ്പോൾ തന്നെ പറയുന്നതാവും ഉത്തമം.

കേരളത്തിന്റെ സാംസ്കാരിക പുരോഗതിക്ക് അതുല്യമായ സംഭാവന നൽകിയ ഗ്രന്ഥശാലാ പ്രസ്ഥാനത്തിന്റേയും സമ്പൂർണ്ണ സാക്ഷരത കൈവരിച്ച ആദ്യത്തെ സംസ്ഥാനമെന്ന് ബഹുമതി നമുക്ക് നേടിത്തന്ന സാക്ഷരതാ പ്രസ്ഥാനത്തിന്റെയും പ്രമുഖ ശിൽപിയായി പണിക്കരെ വിശേഷിപ്പിച്ചാൽ ഒട്ടും അധികമാവില്ല. രാപകലുകൾ ആ പ്രസ്ഥാനത്തിന്റെ വളർച്ചയ്ക്ക് വേണ്ടി അദ്ദേഹം പ്രവർത്തിച്ചു. താനുൾപ്പെടെ 9 അംഗങ്ങളടങ്ങിയ ഒരു കുടുംബത്തെ പോറ്റാൻ നീക്കി വെച്ചതിൽ എത്രയോ അധികം സമയം അദ്ദേഹം നാടിന് വേണ്ടി പ്രവർത്തിച്ചു. സ്വാർത്ഥത കൈ മുതലാക്കി പ്രവർത്തിക്കാൻ വെമ്പുന്നവരുടെ കണ്ണ് തുറപ്പിക്കാൻ പി.എൻ. പണിക്കരുടെ ജീവിതം ഉപകരിച്ചെങ്കിലെന്ന് ആഗ്രഹിച്ചു പോകുന്നു.

ഒരു ചരിത്ര നിയോഗം പോലെയാണ് പി.എൻ.പണിക്കർ ഗ്രന്ഥശാലാ പ്രസ്ഥാനത്തിന് തുടക്കം കുറിക്കുകയും അത് വളർത്തുകയും ചെയ്തതെന്ന് പറയാം. 1945 ലാണല്ലോ ഗ്രന്ഥശാലാ സംഘം ആരംഭിക്കുന്നത്. എന്നാൽ അതിന് മുമ്പ് തന്നെ ഗ്രന്ഥശാലകൾ ആരംഭിച്ചിരുന്നു. 20–ാം നൂറ്റാണ്ടിന്റെ പ്രാരംഭത്തിൽ തന്നെ പൊതു ഗ്രന്ഥശാലകൾ എന്ന ആശയം പഴയ തിരുവിതാംകൂറിൽ ചെറിയ തോതിലാണെങ്കിലും പ്രാവർത്തികമാക്കാൻ തുടങ്ങിയിരുന്നു. വിദ്യാഭ്യാസ രംഗത്തെ സംഭാവനകളുമായി ബന്ധപ്പെടുത്തി ഇതിനെ കാണുന്നതാവും ശരി. 1902 ൽ പൂവാർ വൈ.എം.സി.എ ലൈബ്രറിയും 1907 ൽ കോഴഞ്ചേരി കീഴ്ക്കരയിലെ വൈ.എം.സി.എ ലൈബ്രറിയും സ്ഥാപിക്കപ്പെട്ടത് ഇതിന് ഉദാഹരണമാണ്. 1939 ന് മുമ്പ് തന്നെ പഴയ തിരുവനന്തപുരം ജില്ലയിൽ 39 ഗ്രന്ഥശാലകൾ ഉണ്ടായിരുന്നതായി ഗ്രന്ഥശാല സംഘം നടത്തിയ അന്വേഷണത്തിൽ കാണാൻ കഴിഞ്ഞു. അതിന് മുമ്പ് തന്നെ പബ്ലിക് ലൈബ്രറി തിരുവനന്തപുരത്ത് സ്ഥാപിക്കപ്പെട്ട് കഴിഞ്ഞിരുന്നല്ലോ. എന്നാൽ ഒരു പ്രദേശത്തെ ജനങ്ങൾക്ക് കൂടുതൽ അറിവ് നൽകാൻ പുതിയ അറിവുകൾ അവരിൽ പകരാൻ ഗ്രന്ഥശാലകൾ ഒരാവശ്യഘടകമാണെന്ന നിലയിൽ വ്യാപകമായ പ്രവർത്തനമൊന്നും ആ കാലത്ത് നടന്നിരുന്നില്ല. തിരുവിതാംകൂർ-കൊച്ചി സ്ംസ്ഥാന ഗവൺമെന്റുകൾ വിദ്യാഭ്യാസ വകുപ്പിന്റെ ചുമതലയിൽ ഗ്രാമീണ ലൈബ്രറികൾ ആരംഭിച്ചിരുന്നു. എങ്കിലും അത് ഉദ്ദേശിച്ച ഫലം നൽകിയിരുന്നില്ല. ഈ സാഹചര്യത്തിലാണ് ഗ്രന്ഥശാലാ പ്രസ്ഥാനം നാൽപതുകളുടെ മദ്ധ്യത്തിൽ രൂപം കൊള്ളുന്നതെന്ന് ഓർക്കണം.

ആ കാലഘട്ടത്തിന് വലിയ പ്രാധാന്യമുണ്ടായിരുന്നു. ആ സേതുഹിമാചലം സ്വാതന്ത്ര്യത്തിന് വേണ്ടിയുള്ള സമരം പരമകാഷ്ഠയിലേക്ക് കുതിക്കുകയായിരുന്നു. അതിൽ നിന്ന് മാറി നിൽക്കാൻ രാജ്യ സ്നേഹികൾക്കാർക്കും കഴിയുമായിരുന്നില്ല. തിരുവിതാംകൂറിലാകട്ടെ ദിവാൻ

സർ. സി.പി രാമസ്വാമി അയ്യരുടെ കിരാതഭരണം രാജാധിപത്യത്തിന്റെ തണലിൽ മുടിയാട്ടം നടത്തുകയായിരുന്നു. സ്വാതന്ത്ര്യസമരത്തെപ്പറ്റി അറിയാൻ ജനങ്ങളിൽ ഉൽക്കടമായ ആഗ്രഹമുണ്ടായിരുന്നു. പത്രങ്ങൾ തുലോം കുറവ് ഉള്ളതിന് നിയന്ത്രണങ്ങൾ, അടിച്ചമർത്തലുകൾ, അവയുടെ പ്രചാരമാകട്ടെ തുച്ഛവും. റേഡിയോ ആരംഭിച്ചിട്ട് അധിക നാളായിരുന്നില്ല. സർക്കാർ വാർത്ത അല്ലാതെ അതിൽ നിന്ന് ഒന്നും ലഭിക്കാനില്ലായിരുന്നു. പുതിയ അറിവിന് വേണ്ടി ദാഹിച്ച ജനങ്ങൾക്ക് ഗ്രന്ഥശാലാ സംഘത്തിന്റെ പ്രഥമ സെക്രട്ടറിയായ പി.എൻ. ഒരു ഗ്രാമത്തിൽ നിന്ന് മറ്റൊരു ഗ്രാമത്തിലേക്ക് സഞ്ചരിച്ച് വായനാകേന്ദ്രങ്ങളുടെ പ്രാധാന്യം വിവരിച്ചു കൊടുത്തു. ഇന്നത്തെപ്പോലെ സൗകര്യങ്ങളോ ഇത്രയധികം ഗ്രാമീണ റോഡുകളോ അന്നുണ്ടായിരുന്നില്ല. വാഹനങ്ങൾ എത്താത്തിടത്ത് നടന്നാണ് അദ്ദേഹം പോയിരുന്നത്. കയ്യിൽ ഒരു സഞ്ചിയും ഒരു കുടയുമായി എത്രയെത്ര ഗ്രാമങ്ങളിൽ അദ്ദേഹം സഞ്ചരിച്ചു. അത്കൊണ്ട് നാടിനൊരു നേട്ടമുണ്ടായി. ചെല്ലുന്നിടത്തെല്ലാം വിജ്ഞാനത്തിന് വേണ്ടി ദാഹിച്ച ചെറുപ്പക്കാർ ഒരു പുതിയ ഗ്രന്ഥശാലയുണ്ടാക്കാൻ ഉത്സാഹപൂർവ്വം ഒത്തുകൂടി. മുതിർന്നവർ അവരെ സഹായിക്കാനുമുണ്ടായിരുന്നു. ഉദാരമതികൾ വാടക കൂടാതെ കടമുറികൾ നൽകി. വായനശാലയ്ക്ക് സ്ഥലം നൽകി. ഇന്ന് ഇതിനൊക്കെ എത്രപേർ തയ്യാറാകുമെന്ന് പരീക്ഷിച്ചാൽ നിരാശയായിരിക്കും ഫലം. ഗ്രന്ഥശാല മന്ദിരമുണ്ടാക്കാൻ സാമ്പത്തിക സഹായമോ പുസ്തകം വാങ്ങാൻ ഗ്രാന്റോ ഒന്നും അക്കാലത്തുണ്ടായിരുന്നില്ല. അമ്പലപ്പുഴ നിന്നും ആസ്ഥാനം തിരുവനന്തപുരത്തേക്ക് മാറ്റി. സർക്കാരിന്റെയും സിരാകേന്ദ്രം അവിടെയാണല്ലോ. ഗവൺമെന്റിന്റെ കൂടി സഹായമില്ലാതെ ഗ്രന്ഥശാലാ പ്രസ്ഥാനത്തിന് മുന്നോട്ട് പോകാനാവില്ലെന്ന് പണിക്കർമുൻകൂട്ടി കണ്ടു. ആരെയും താൻ ഉദ്ദേശിക്കുന്ന കാര്യത്തിൽ അനുഭാവികളാക്കാൻ ഒരു പ്രത്യേക പാടവം തന്നെ അദ്ദേഹത്തിനുണ്ടായിരുന്നു. പണിക്കരുടെ പ്രത്യേകതയെന്നോ പ്രത്യേക കഴിവെന്നോ അതിനെ വിശേഷിപ്പിക്കാം. ഗവൺമെന്റിന് ഗ്രന്ഥശാല പ്രസ്ഥാനത്തെ കണ്ടില്ലെന്ന് നടിക്കാനാവാത്ത സ്ഥിതി വന്നു. അന്ന് വിദ്യാഭ്യാസ വകുപ്പിൽ ജോലി ചെയ്തിരുന്ന ശൂരനാട്ട് കുഞ്ഞൻപിള്ള കൺവീനറും മാത്യു.എം. കുഴുവേലി, പ്രൊഫ: ശിവരാമ സുബ്രഹ്മണ്യ അയ്യർ എന്നിവർ അംഗങ്ങളായുമുള്ള കമ്മറ്റിയെ ഗ്രന്ഥശാലകളെയും അവയുടെ പ്രവർത്തനങ്ങളെയും കുറിച്ചന്വേഷിച്ച് റിപ്പോർട്ട് നൽകാൻ ഗവൺമെന്റ് നിയോഗിച്ചു. പ്രോത്സാഹജനകമായ ഒരു റിപ്പോർട്ട് അവർ ഗവൺമെന്റിന് നൽകി. ലൈബ്രറി പ്രസ്ഥാനത്തിന്റെ കാര്യത്തിൽ ഗവൺമെന്റിന്റെ കണ്ണു തുറപ്പിക്കാൻ ആ റിപ്പോർട്ട് ഉപകരിച്ചു.

സി. കേശവൻ മുഖ്യമന്ത്രി ആയിരിക്കുന്ന കാലത്താണ് പട്ടത്തെ തുളസിഹിൽ ബംഗ്ലാവ് ഗ്രന്ഥശാലാ സംഘത്തിന്റെ ഓഫീസിന് നൽകിത്. ഇക്കാര്യം പണിക്കർ സംസാരിക്കുമ്പോഴെക്കെ അനുസ്മരിക്കുമായിരുന്നു. അതിന് ശേഷം പബ്ലിക്ക് ലൈബ്രറി വളപ്പിൽ തന്നെ സംഘ

ത്തിന് ഓഫീസുണ്ടാക്കാൻ സ്ഥലം ലഭിച്ചു. ഉദ്യോഗസ്ഥപ്രമാണിമാർ അവിടെ ഉടക്കുണ്ടാക്കിയെങ്കിലും അതിനെ അതിജീവിക്കാൻ കഴിഞ്ഞത് പണിക്കരുടെ നിരന്തരമായ ഉത്സാഹം കൊണ്ടാണ്. സംഘത്തിന് ഒരാസ്ഥാനവും ഓഫീസ് പ്രവർത്തനവും എല്ലാം ആയതോടെ പ്രസ്ഥാനം അതിവേഗം വളരാൻ തുടങ്ങി. നാൽപതുകളുടെ അവസാനത്തിലും അമ്പതുകളിലുമാണ് ഏറ്റവും കൂടുതൽ ലൈബ്രറികൾ കേരളത്തിൽ ഉണ്ടായതെന്ന് കാണാൻ കഴിയും. നാടിന് ലഭിച്ച സ്വാതന്ത്ര്യം ഉയർത്തിവിട്ട ആവേശമായിരുന്നു അതിന് നിദാനമെങ്കിലും ആ ആവേശത്തെ കർമഫലത്തിൽ എത്തിക്കാർ കഴിഞ്ഞത് സംഘത്തിന്റെ വിശേഷിച്ചും അതിന്റെ സെക്രട്ടറിയായ പണിക്കരുടെ വിശ്രമരഹിതമായ പ്രവർത്തനം കൊണ്ടാണ്.

1948 ൽ സംഘത്തിന് ഗ്രാന്റ് അനുവദിച്ചു. അതിനു വേണ്ടിയും പണിക്കർ ഒട്ടേറെ തവണ സെക്രട്ടേറിയേറ്റിൽ കയറിയിറങ്ങുകയും മന്ത്രിമാരേയും മുഖ്യമന്ത്രിയെയും കാണുകയും ചെയ്തിരുന്നു. ആദ്യം പ്രധാനമന്ത്രിയും പിന്നീട് മുഖ്യമന്ത്രിയുമായ പട്ടം താണുപ്പിള്ളയുമായി മാത്രമേ അത്ര അടുപ്പം പുലർത്താൻ പണിക്കർക്ക് കഴിയാതെ പോയിട്ടുള്ളൂ. അക്കാലത്ത് മുഖ്യമന്ത്രിമാരെ തന്നെയായിരുന്നു സംഘത്തിന്റെ അദ്ധ്യക്ഷന്മാരായി വയ്ക്കുന്നത്. അതിൽ പനമ്പിള്ളി ഗോവിന്ദമേനോനേയും ആർ ശങ്കറേയും കുറിച്ച് പണിക്കർ എപ്പോഴും അനുസ്മരിക്കുമായിരുന്നു. താൻ യാത്ര ചെയ്തതിന്റെ വൗച്ചർ ബസ് ടിക്കറ്റ് സഹിതം പ്രസിഡണ്ടുമാരുടെ അംഗീകാരത്തിന് സമർപ്പിക്കുന്നത് അഭിമാനപൂർവ്വമാണ് അദ്ദേഹം സ്മരിക്കുക. മുഖ്യമന്ത്രിമാർ ഇനീഷ്യൽ ചെയ്ത ആ ബസ് ടിക്കറ്റുകൾ അദ്ദേഹം സൂക്ഷിക്കുകയും ചെയ്തിരുന്നു. പൊതു പണം ചെലവാക്കുമ്പോൾ ഈ സൂക്ഷ്മത എത്ര പേർക്കുണ്ട് എന്ന് പണിക്കർ എപ്പോഴും ചോദിക്കുമായിരുന്നു. പൊതുപണത്തിൽ നിന്ന് നിത്യേന കോടികൾ കവർന്നെടുക്കുന്നതിന്റെ വാർത്തകൾ കാണുമ്പോൾ അദ്ദേഹം രോഷം കൊണ്ട് ജ്വലിക്കുമായിരുന്നു. പണം. ചെലവാക്കുന്നതിൽ വലിയ പിശുക്കു കാണിക്കുന്ന ആളാണ് പണിക്കരെന്ന് എല്ലാവർക്കും പരാതി ഉണ്ടായതിന്റെ കാരണം പൊതുപണം ചെലവാക്കുമ്പോൾ അതിന്റെ ഉടമകളായ ജനങ്ങളോട് കണക്കു പറയാൻ ഉത്തരവാദപ്പെട്ടവർ ബാധ്യസ്ഥരാണെന്ന ബോധം അദ്ദേഹത്തിനുണ്ടായിരുന്നു എന്നതാണ്.

മുപ്പത്തിരണ്ടു വർഷക്കാലം ഗ്രന്ഥശാല സംഘം സെക്രട്ടറി സ്ഥാനത്തേക്ക് പണിക്കർ തുടർച്ചയായി തെരഞ്ഞെടുക്കപ്പെട്ടു. അങ്ങനെ ഒരു ബഹുമതി കേരളത്തിൽ ആർക്കും കിട്ടിയിട്ടുണ്ടാവില്ല. പണിക്കർ സ്ഥിരം സെക്രട്ടറിയാകുന്നു എന്ന രഹസ്യമായി വിമർശിച്ചിട്ടുള്ളവർ പോലും പരസ്യമായി അത് പറയാറില്ല. ഈ ബഹുമതി പണിക്കർക്ക് നേടാൻ കഴിഞ്ഞത് അദ്ദേഹത്തെപ്പോലെ പ്രസ്ഥാനത്തിനു വേണ്ടി പ്രവർത്തിക്കാൻ അത്രയും സമയം കണ്ടെത്തുന്നവരെ വേറെ കിട്ടാനില്ലായിരുന്നു എന്നത് കൊണ്ടാണ് താൻ നേതൃത്വം നൽകുന്ന പ്രസ്ഥാ

നത്തിന്റെ കാര്യത്തിൽ തികഞ്ഞ ആത്മാർത്ഥതയും അദ്ദേഹം പുലർത്തിയിരുന്നു. ഒരു പ്രത്യേക സാഹചര്യത്തിൽ സംഘത്തിന്റെ ഭരണം ഗവൺമെന്റ് ഏറ്റെടുത്ത് ഒരു കൺട്രോൾ ബോർഡിനെ ഏൽപ്പിച്ചപ്പോഴും പ്രസ്ഥാനത്തിന്റെ മുഖ്യ ചുമതലക്കാരൻ പി.എൻ. പണിക്കർ തന്നെയായിരുന്നു. 1977 ജൂണിൽ സംഘത്തിൽ നിന്ന് അദ്ദേഹത്തിന് ഇറങ്ങിപ്പോകേണ്ടി വരുന്നത് വരെ ആ ചുമതല വഹിക്കുകയും ചെയ്തു. പണിക്കരുടെ ജീവിതത്തിലെ സാംസ്കാരിക പ്രവർത്തനത്തിന്റെ സുപ്രധാനമായ രണ്ടാം അധ്യായം അതോടെ ആരംഭിക്കുന്നു. ഒന്നാമത്തേതിന്റെ തുടർച്ചയായിരുന്നു അത്.

പുസ്തകങ്ങൾ ശേഖരിക്കുകയും വിതരണം നടത്തുകയും ചെയ്യുന്ന കേന്ദ്രം മാത്രമല്ലല്ലോ നമ്മുടെ ഗ്രന്ഥശാലകൾ. അവയിൽ അധികവും സാംസ്കാരിക കേന്ദ്രങ്ങളായി വളർന്നിരുന്നു. വിജ്ഞാന സമ്പാദനത്തോടൊപ്പം തദ്ദേശവാസികളുടെ കായികവും കലാപരവുമായ കഴിവുകൾ വളർത്താൻ ഗ്രന്ഥശാലകൾ അവസരം നൽകുന്നു. പ്രവർത്തനം വീണ്ടും വിപുലീകരിക്കാൻ ശ്രമിച്ചതിന്റെ ഫലമായിട്ടാണ് സാക്ഷരതാ രംഗത്തേക്ക് സംഘത്തിന്റെ ശ്രദ്ധ തിരിഞ്ഞത്. ഇന്ത്യാ ഗവൺമെന്റ് കർഷകർക്ക് വേണ്ടിയുള്ള പരിപാടിയും അതിനെ വിപുലപ്പെടുത്തി പ്രവൃത്ത്യുന്മുഖ സാക്ഷരതാപരിപാടിയും ആവിഷ്കരിച്ചു നടപ്പിലാക്കിയപ്പോൾ അതിനുള്ള സഹായം പൂർണ്ണമായും കേന്ദ്രം നൽകിയിരുന്നതാണെങ്കിലും കേരളം മാത്രം അത് വാങ്ങിയില്ല. സാക്ഷരർധാരാളമുള്ള കേരളത്തിൽ അങ്ങനെ ഒരുപരിപാടി വേണ്ട എന്നായിരുന്നു ബ്യൂറോക്രസിയുടെ നിലപാട്. ഈ സന്ദർഭത്തിലാണ് സംഘതീരുമാനമനുസരിച്ച് സെക്രട്ടറി പണിക്കരും ഈ ലേഖകനും ഡൽഹിയിലെത്തി, അന്ന് കേന്ദ്ര വിദ്യാഭ്യാസ മന്ത്രിയായിരുന്ന പ്രൊഫ. നുറൂൽ ഹ്സനെ കാണുകയും കേരളത്തിന് കൂടി പ്രവൃത്ത്യുന്മുഖ സാക്ഷരതാപരിപാടി അനുവദിക്കണമെന്ന് അഭ്യർത്ഥിക്കുകയും ചെയ്തത്. ഇക്കാര്യത്തിൽ അന്ന് സുപ്രീകോടതി ജഡ്ജിയായിരുന്ന വി.ആർ കൃഷ്ണയ്യരുടെ സഹായവും ഞങ്ങൾക്ക് ലഭിച്ചു. അങ്ങനെയാണ് രണ്ട് പൈലറ്റ് പ്രൊജക്ടുകൾ കേരളത്തിൽ നടത്താൻ സംഘത്തിന് അനുമതി ലഭിച്ചത്. പ്രത്യുന്മുഖ സാക്ഷരതാ പരിപാടിയ്ക്കുള്ള പ്രൊജക്റ്റുകൾ തിരുവനന്തപുരം മലപ്പുറം ജില്ലകളിൽ സംഘം വിജയകരമായി നടത്തുകയും ചെയ്തു. ഈ അനുഭവം വെച്ചു കൊണ്ടാണ് കേരള അനൗപചാരിക വിദ്യാഭ്യാസ വികസന സമിതിക്ക് (കാൻഫെഡ്) രൂപം നൽകിയത്. യഥാർത്ഥത്തിൽ അതിന്റെ ആശയവും നാമകരണവുമെല്ലാം പി.ടി. ഭാസ്കരപണിക്കരുടേതായിരുന്നു. ഒരാശയം ലഭിച്ചു കഴിഞ്ഞാൽ അതുമായി മുന്നേട്ടു പോകാൻ പണിക്കരെപ്പോലെ അധികം പേരെ കാണാനാകില്ല. ഗ്രന്ഥശാലാ സംഘത്തിന്റെ തുടക്കത്തിലെന്ന പോലെ കാൻഫെഡിന് ഓഫീസോ സ്റ്റാഫോ ഉണ്ടായിരുന്നില്ല. പക്ഷേ ഗ്രന്ഥശാലാ പ്രസ്ഥാനം എന്ന പോലെ സാക്ഷരതാപ്രസ്ഥാനം കേരളത്തിൽ അതിവേഗം വളർന്നു. രജിസ്റ്റർ ചെ

യ്ത് പ്രവർത്തനം ആരംഭിച്ചതിന്റെ ആറാം മാസത്തിൽ അന്ന് മൊറാർ ജി ദേശായി ഗവൺമെന്റ് ആരംഭിച്ച അതിവിപുലമായ ദേശീയ സാക്ഷരതാ പരിപാടിയുടെ വിജയത്തിനുവേണ്ടി സംസ്ഥാനതലത്തിൽ ആരംഭിച്ച റിസോഴ്സ് സെന്ററുകളിൽ കേരളത്തിന്റെ ചുമതല കാൻ ഫെഡിനെ ഏൽപ്പിച്ചു.

അതൊരു അസാധാരണമായ സംഭവമായിരുന്നു. പണിക്കർ ഡൽ ഹിയിലെത്തി മന്ത്രിമാരേയും ഉദ്യോഗസ്ഥന്മാരേയും കണ്ട് റിസോഴ്സ് സെന്റർ വിജയകരമായി നടത്താനുള്ള കാൻഫെഡിന്റെ കഴിവുകൾ മനസ്സിലാക്കി കൊടുക്കാൻ സാധിച്ചതുകൊണ്ടാണ് ആ കാര്യം നടന്നത്. അവിടുന്നങ്ങോട്ട് പ്രായത്തെപ്പോലും വകവെക്കാതെ പണിക്കർ വിശ്ര മരഹിതമായ പ്രവർത്തനത്തിലായിരുന്നു. പ്രമുഖ വിദ്യാഭ്യാസ വിദഗ് ദനായിരുന്ന ഡോ.എൻ.പി.പിള്ള, ഡോ. ആർ.വി കൃഷ്ണവാരിയർ. പി.ടി ഭാസ്കരപണിക്കർ തുടങ്ങിയവരുടെ നിർലോഭമായ സഹകര ണവും പ്രവർത്തനവും കാൻഫെഡിന് ഊർജ്ജം പകർന്നു. ഒരു ജർ മ്മൻ സന്നദ്ധ സംഘടന നൽകിയ സാമ്പത്തിക സഹായം ഗ്രാമീ ണർക്കും സാധാരണ ജനങ്ങൾക്കും വിജ്ഞാനം പകരുന്നതിന് ഉപകരിക്കുന്ന ഒട്ടേറെ പ്രസിദ്ധീകരണങ്ങളെ പുറത്ത് കൊണ്ടുവരാൻ കാൻഫെഡിനെ പ്രാപ്തമാക്കി. കാൻഫെഡിന്റെ സന്ദേശവുമായി നാട്ടിൽ സഞ്ചരിക്കാൻ രണ്ടു വാഹനങ്ങൾ ഉണ്ടായിരുന്നു. ഗ്രന്ഥശാല രംഗത്തെ മൂന്ന് ദശാബ്ദകാലത്തെ പണിക്കരുടെ പ്രവർത്തന പരിച യവും സാമൂഹിക രംഗത്തെ എണ്ണമറ്റ പ്രവർത്തകരുമായുള്ള അടുപ്പം കാൻഫെഡിനെ സംസ്ഥാനവ്യാപകമായി ഒരു സാംസ്കാരിക പ്രസ്ഥാ നമാക്കി അതിവേഗം വളരുന്നതിനും സഹായിച്ചു.

ഇന്ത്യയുടെ പുതിയ വിദ്യാഭ്യാസ നയത്തിൽ അനൗപചാരിക വി ദ്യാഭ്യാസത്തിന് നൽകിയിരുന്ന ഊന്നൽ ദേശീയസാക്ഷരതാമിഷന്റെ ആവിർഭാവവും കാൻഫെഡിന്റെ പ്രവർത്തനം കൂടുതൽ വ്യാപകമാ ക്കാൻ സഹായിച്ചു. പിന്നീടുള്ളത് വർത്തമാനകാല ചരിത്രമാണല്ലോ. കോട്ടയം നഗരവും എറണാകുളം ജില്ലയും സംസ്ഥാനവും സമ്പൂർണ്ണ സാക്ഷരത കൈവരിക്കുന്നതിൽ ഗണനീയമായ സംഭാവന നൽകിയ ത് കാൻഫെഡ് ആയിരുന്നു. എറണാകുളത്തെ സാക്ഷരതാ പരി പാടിയുടെ നടത്തിപ്പിൽ ജില്ലാ ഭരണത്തെ സഹായിക്കാൻ കേരളത്തി ന്റെ സാംസ്കാരിക രംഗത്തെ മറ്റൊരു പ്രമുഖ സംഘടനയായ ശാസ്ത്ര സാഹിത്യ പരിഷത്തും മുന്നോട്ടു വന്നു. ഒരു സന്നദ്ധ സംഘടന എന്ന നിലയിൽ പരിഷത്തും അതിന്റെ പ്രവർത്തകരും ആ പരിപാടിയിൽ വഹിച്ച പങ്ക് പ്രശംസനീയമായിരുന്നു. ആ അനുഭവമാണ് നായനാർ ഗവൺമെന്റിന്റെ കാലത്ത് കേരളത്തെ സമ്പൂർണ്ണ സാക്ഷരതയിലേക്ക് നയിക്കുന്നതിനു തന്നെ മാതൃക ആകത്തക്കവിധമുള്ള പ്രവർത്തനം നടത്തിയതും. 1991 ലെ സെൻസസ് റിപ്പോർട്ട് വന്നപ്പോൾ ഇന്ത്യയിൽ സമ്പൂർണ്ണ സാക്ഷരത നേടിയ സംസ്ഥാനമെന്ന ബഹുമതി ആധികാ രികമായി കേരളം കൈവരിച്ചു കഴിഞ്ഞിരുന്നു.

കേരളത്തിലെ ഒരു പ്രമുഖ ബുദ്ധമത കേന്ദ്രമായിരുന്നു അപ്പർ കുട്ടനാട്ടിലെ നീലംപേരൂർ എന്ന ഗ്രാമത്തിൽ ഒരു സാധാരണ കർഷക കുടുംബത്തിൽ ജനിച്ച നാരായണപ്പണിക്കർ കരുമാടിക്കുട്ടന്റെ നാടായ അമ്പലപ്പുഴയിലെത്തുകയും സാഹിത്യ പഞ്ചാനൻ പി.കെ. നാരായണ പിള്ളയുടെ നാമധേയത്തിലുള്ള ഗ്രന്ഥശാലയുടെ സാരഥ്യം ഏറ്റെടുക്കുകയും ഗ്രന്ഥശാലാ സംഘം എന്ന ഒരാശയത്തിന് രൂപം നൽകുകയും തന്റെ ജീവിതം തന്നെ ആ പ്രസ്ഥാനത്തിന് സമർപ്പിക്കുകയും ചെയ്ത കഥ സാംസ്കാരിക കേരളത്തിന്റെ ചരിത്രത്തിലെ അവിസ്മരണീയമായ ഒരേടായി മാറുന്നു. പാലായിൽ ഒരു പ്രൈമറി സ്കൂൾ അധ്യാപകനായിരുന്ന നാളുകളിൽ തന്റെ ഉച്ചഭക്ഷണം രണ്ടു ചെറുപഴവും പച്ചവെള്ളവുമായിരുന്നു എന്ന കാര്യം അപൂർവ്വം സന്ദർഭങ്ങളിൽ അദ്ദേഹം ഓർക്കാറുണ്ടായിരുന്നു. സുഖജീവിതത്തെ കുറിച്ച് പലർക്കും സങ്കൽപം പലതാണല്ലോ. ആ സങ്കൽപങ്ങൾ യാഥാർത്ഥ്യമാക്കാൻ ചിലർ നടത്തുന്ന പരക്കം പാച്ചിലും കൊള്ളരുതായ്മയും നമ്മുടെ മുന്നിലുള്ളപ്പോഴാണ് ഒരു ജീവിതം സാമൂഹിക പുരോഗതിയെ ലക്ഷ്യമാക്കി പ്രവർത്തിച്ച സാധാരണ മനുഷ്യന്റെ ഓർമ്മകളുടെ മുന്നിൽ ഉയർന്നു നിൽക്കുന്നത്. സാമൂഹിക പ്രവർത്തകരെ സമൂഹം വേണ്ടത്ര ഓർക്കാത്തതിൽ അദ്ദേഹം എന്നും പരാതിക്കാരനായിരുന്നു. തന്നെപ്പോലെ ഒരാൾക്ക് ലഭിക്കേണ്ട അംഗീകാരം ലഭിച്ചില്ല എന്ന ദുഃഖവും അദ്ദേഹത്തിനുണ്ടായിരുന്നു. അത് മറച്ചുവച്ചിട്ടുമില്ല. കാൻഫെഡ് സമ്മേളനത്തിൽ ചെറിയ തുകയ്ക്കുള്ള പാരിതോഷികം നൽകിയാണെങ്കിലും തന്റെ കൂടെ പ്രവർത്തിക്കുന്നവരിൽ അർഹതയുള്ളവരെ ആദരിക്കണമെന്ന് അദ്ദേഹത്തിന് നിർബന്ധമായിരുന്നു. മറ്റ് പ്രദേശങ്ങളിൽ നിന്ന് തിരുവനന്തപുരം നഗരത്തിൽ സ്ഥിര താമസക്കാരായെത്തിയ ഉദ്യോഗസ്ഥരും അനുദ്യോഗസ്ഥരും സ്വന്തമായി വീടും സൗകര്യങ്ങളുമുണ്ടാക്കിയപ്പോൾ അര നൂറ്റാണ്ടോളം അവിടെ കഴിഞ്ഞിട്ടും സ്വന്തമായി ഒരു വീട് അദ്ദേഹത്തിന് ഉണ്ടാക്കാൻ കഴിഞ്ഞില്ല. വേണ്ടെന്ന് വച്ചതാവണം. ഹൗസിംഗ് ബോർഡ് തന്നെ തിരുവനന്തപുരത്ത് എത്രയോ പേർക്ക് വീടുണ്ടാക്കാൻ സഹായം നൽകി. ആ സൗകര്യം ഉപയോഗിച്ചും ഒരു വീടുണ്ടാക്കാൻ അദ്ദേഹം താൽപര്യം കാണിച്ചില്ല. എഴുപതുകളിൽ ഗ്രന്ഥശാലാ സംഘം പണിക്കർക്ക് ഒരു വീടുണ്ടാക്കാൻ ശ്രമം നടത്തി. ഏതാണ്ട് മുപ്പതിനായിരമോ അതിലൽപം കുടുതൽ രൂപയേ പിരിഞ്ഞു കിട്ടിയുള്ളൂ. അത് അദ്ദേഹം അന്ന് സ്വീകരിച്ചില്ല. പി.ടി.ബി യുടെ പേരിൽ നിക്ഷേപിച്ചിരുന്ന ആ പണം പണിക്കർ ഫൗണ്ടേഷന് കൈമാറിയിട്ടുണ്ട്. തന്റെ മക്കളിൽ ചിലർക്ക് തിരുവനന്തപുരത്ത് വീടുണ്ടെങ്കിലും വാടകവീട്ടിൽ കഴിയാനാണ് അവസാനം വരെ അദ്ദേഹം ഇഷ്ടപ്പെട്ടത്. അത് പണിക്കർ ഒരു കുറവായി കണ്ടില്ല. സംസ്ഥാന ബഹുമതികളോടെയാണ് അദ്ദേഹത്തിന്റെ മൃതദേഹം സംസ്കരിക്കപ്പെട്ടത്. ആശുപത്രിയിൽ മികച്ച ചികിത്സാ സഹായം നൽകാനും ഗവൺമെന്റ് ശ്രദ്ധിച്ചിരുന്നു. അത്രയെങ്കിലും ചെയ്തത് നല്ല കാര്യമായി.

പണിക്കർ രൂപം നൽകിയ ഗ്രന്ഥശാലാ സംഘം ഇന്ന് നിയമാധിഷ്ഠിതമായി മഹാ പ്രസ്ഥാനമായി മാറിയിരിക്കുന്നു. ഓരോ ഗ്രന്ഥശാലയും ആ ചെറിയ വലിയ മനുഷ്യന്റെ സ്മാരകങ്ങളായി നിലനിൽക്കും. കേരളത്തിൽ അനൗപചാരിക വിദ്യാഭ്യാസ രംഗത്ത് കാൻഫെഡ് തുടർന്ന് നടത്തുന്ന പ്രവർത്തനങ്ങൾ അദ്ദേഹത്തെ കുറിച്ചുള്ള ഓർമ്മകൾ നിലനിർത്തും. സാമൂഹിക പ്രവർത്തകർക്ക് ഒരു പ്രചോദനമായിരിക്കും എന്നും പി.എൻ. പണിക്കർ.

പണിക്കർ സാർ
ഒരു അത്ഭുത പ്രതിഭാസം

ഡോ.കെ ശിവദാസൻ പിള്ള

ഗ്രാമങ്ങൾതോറും വായനശാലകൾ സ്ഥാപിക്കാനായി ഓടിനടന്നിരുന്ന കാലത്താണ് പണിക്കർ സാറിനെ ഞാനാദ്യമായി കാണുന്നത്. നാൽപതിലേറെ വർഷങ്ങൾക്ക് മുമ്പ് തൃക്കടവൂർ സാഹിത്യ സമാജം ഗ്രന്ഥശാല & വായനശാലയുടെ (രജി: നമ്പർ: 432) പ്രവർത്തനത്തിൽ ഏർപ്പെട്ടിരിക്കവെയാണ് ആ അപൂർവ്വ ദർശനം. ഒരു കൊച്ചു മനുഷ്യൻ, ലളിത വസ്ത്രധാരി, ബസ്സിൽ യാത്രചെയ്ത് സംഘടന കെട്ടിപ്പടുക്കുന്നു. ആരേയും വശീകരിക്കുന്ന വാക്ചാതുരി തർക്കങ്ങളും, അഭിപ്രായ വ്യത്യാസങ്ങളും സൂത്രത്തിൽ പറഞ്ഞൊതുക്കുന്നതിനുള്ള പ്രത്യേക കഴിവ് ഇവയൊക്കെ പണിക്കർ സാറിൽ അന്നേ ദൃശ്യമായിരുന്നു. തുടർന്ന് സ്കൂൾ അധ്യാപകനായി പ്രവർത്തിക്കെ, കൊല്ലം താലൂക്ക് യുനിയനിൽ അന്തരിച്ച മുൻസ്പീക്കർ വി ഗംഗാധരൻ, അന്തരിച്ച മുൻമന്ത്രിയും ദേവസ്വംബോർഡ് പ്രസിഡണ്ടുമായിരുന്ന പ്രാക്കുളം ഭാസി, കൈപ്പുഴ വേലപ്പൻ നായർ, ശിവശങ്കരപ്പിള്ള, പി. ഭാസ്കൻ, എം. വിദ്യാധരൻ, പേരിയം ഭാസ്കരൻ പിള്ള തുടങ്ങിയവരോടൊത്ത് കൊല്ലം താലൂക്കിൽ സാമൂഹ്യ പ്രവർത്തനം നടത്തവെ പണിക്കർ സാറിനെ പലപ്പോഴും കാണാനും അഭിപ്രായവിനിമയം നടത്താനും ഒന്നിച്ചുയാത്രചെയ്യാനുമൊക്കെ അവസരം ലഭിച്ചിരുന്നു.

1963 മുതൽ തിരുവനന്തപുരത്ത് താമസമായതോടെ ഗ്രന്ഥശാലാ സംഘവുമായുള്ള സമ്പർക്കവും സഹകരണവും കൂടാനിടയായി. 1969

ൽ പാളയത്ത് താമസമാക്കിയപ്പോൾ ദിവസവും വൈകീട്ട് സംഘം ഓഫീസ് സന്ദർശിക്കാനും കഴിയുന്നത്ര കാര്യങ്ങളിൽ ഇപെടാനും കഴിഞ്ഞിരുന്നു. അന്ന് സംഘം പ്രസിഡണ്ടായിരുന്ന പി.ടി ഭാസ്കരപ്പണിക്കർ സംഘത്തിന്റെ പ്രവർത്തനങ്ങൾ വ്യാപകമാക്കിയതോടെ പലതിലും ഭാഗഭാക്കാകാനും നേതൃത്വം നൽകാനും സാധിച്ചു. 1970 ൽ സംഘം നടത്തിയ സാക്ഷരതാ സർവ്വെ എന്നെ സംഘവുമായി കൂടുതൽ അടുപ്പിച്ചു. സാക്ഷരതാപരിപാടി ആദ്യമായി സംഘത്തിന് അനുവദിച്ചുകിട്ടിയപ്പോൾ ബന്ധം ദൃഢതരമായി. സംഘത്തിന്റെ സാക്ഷരതാ വിദഗ്ദസമിതിയിൽ പി.എൻ പണിക്കർ, പി.ടി.ബി, എൻ.വി, ഡോ: എൻ.പി പിള്ള തുടങ്ങിയവരുമായി സഹകരിക്കാനുണ്ടായ അവസരം സാക്ഷരതാ രംഗത്ത് പിൽക്കാലത്ത് എന്നെ പിടിച്ചു നിർത്താനും നെഹ്റു ലിറ്ററസി അവാർഡ് നേടാനും കളമൊരുക്കി എന്നു പറയാം.

ദിവസവും വൈകീട്ട് നാലുമണിയോടെ ആരംഭിക്കുന്ന ചർച്ചകൾ പത്തുമണിവരെ നീണ്ട ദിവസങ്ങൾ അനവധിയാണ്. പണിക്കർ സാറിന്റെ നേതൃത്വത്തിൽ അക്കാദമിക് രംഗത്തെ അതികായർ ഒത്തു ചേർന്നപ്പോൾ പ്രായോഗിക സമീപനം ഉരുത്തിരിഞ്ഞു എന്നു പറയാം. ഗ്രന്ഥശാലാ സംഘത്തിനുവേണ്ടി സാക്ഷരതാ പാഠാവലി വായിച്ചു വളരുക എന്നിവക്കു പുറമെ നവ സാക്ഷരർക്ക് വേണ്ടി സാക്ഷരകേരളം വാരിക, കേരളം, സാക്ഷരതയെപ്പറ്റി ഗാന്ധിജി, സാക്ഷരതാപാട്ട് എന്നിവയും തയ്യാറാക്കാൻ എനിക്കിടവന്നു. ഇവയുടെ ചുമതലയേൽക്കാൻ സമ്മർദ്ദം ചെലുത്തിയത് പണിക്കർ സാറായിരുന്നു. തിരുവനന്തപുരം, മലപ്പുറം ജില്ലകളിലെ പ്രവൃത്യുന്മുഖ സാക്ഷരതാപരിപാടി ആസൂത്രണം ചെയ്യാനും നടപ്പിലാക്കാനും മുല്യനിർണയം ചെയ്യാനും ഫോളോഅപ് പരിപാടികൾ ആവിഷ്കരിക്കാനും കഴിഞ്ഞിരുന്നു. 'വായിച്ചുവളരുക' എന്ന ആദ്യ മുദ്രാവാക്യം പരിഷ്കരിച്ച് 'എഴുത്ത് പഠിച്ച് കരുത്ത് നേടുക' എന്നാക്കി ജനങ്ങൾക്കെല്ലാം സാക്ഷരത നൽകാനും നിലനിർത്താനും അന്ന് ഗ്രന്ഥശാലാ സംഘം കിണഞ്ഞ് പരിശ്രമിച്ചിരുന്നു അങ്ങനെ 1975 ൽ യുനസ്കോയുടെ 'ക്രൂപ്സ്കയോ' അവാർഡിന് സംഘം തെരഞ്ഞെടുക്കപ്പെട്ടു.

1977-ലെ സംഭവവികാസങ്ങളിൽ പണിക്കർ സാർ തികച്ചും കുണ്ഠിതനായിരുന്നു. 32 വർഷക്കാലം എല്ലാ രാഷ്ട്രീയക്കാരേയും ചിന്താഗതിക്കാരെയും ഒന്നിച്ചുകൊണ്ടുപോകാൻ കഴിഞ്ഞിരുന്ന അദ്ദേഹത്തെ 1977-ലെ സംഘംതെരഞ്ഞെടുപ്പും കലഹങ്ങളും ഫലങ്ങളും തളർത്തുകയായിരുന്നു. പ്രസ്ഥാനത്തോടുള്ള ആഭിമുഖ്യം കൊണ്ട് ഗവൺമെന്റ് നോമിനേറ്റ് ചെയ്യുന്ന ഒരു ബോർഡിന് ഭരണം വിട്ടുകൊടുക്കേണ്ടിവന്നു. അപ്പോഴും പി.ടി.ബി., എൻ.വി എന്നിവർക്കൊപ്പം പണിക്കർ സാറും മുണ്ടായിരുന്നു. എന്നാൽ ചില സാങ്കേതിക കാരണങ്ങളാൽ കമ്മറ്റി പുനസംഘടന വൈകുകയും സംവിധാനമാകെ മാറുകയും ചെയ്ത് വിതുമ്പുന്ന ഹൃദയത്തോടെ സംഘം ഓഫീസിനോട് വിടപറയാൻ അദ്ദേഹം സന്നദ്ധനായി. പാരലൽ സംഘം ഉണ്ടാക്കാൻ പലരും

അദ്ദേഹത്തെ പ്രേരിപ്പിച്ചെങ്കിലും ചെവിക്കൊണ്ടില്ല. താൻ പടുത്തുയർത്തിയ മഹദ്പ്രസ്ഥാനം ഒരു തരത്തിലും വാടരുതെന്ന് അദ്ദേഹം ആഗ്രഹിച്ചു. പടർന്നുപന്തലിച്ച സംഘമാകുന്ന വടവൃക്ഷമാകെ ചില ചില്ലകൾ കരിഞ്ഞെങ്കിലും പുതിയ ഗ്രന്ഥശാലാ നിയമത്തിന്റെ ആവിർഭാവവും സ്വതന്ത്രമായ തെരഞ്ഞെടുപ്പ് നടന്ന് ജനകീയ സ്വഭാവമുള്ള സ്റ്റേറ്റ് ലൈബ്രറി കൗൺസിൽ രൂപംകൊണ്ടതിൽ അദ്ദേഹം സന്തോഷിച്ചു. വേണമെങ്കിൽ പണിക്കർസാറിനും അതിൽ കടന്നുകൂടാമായിരുന്നു. പക്ഷേ അതിനദ്ദേഹം മുതിർന്നില്ല. സംഘം ഭരണത്തിന് സാമ്പത്തിക സഹായം ലഭ്യമാക്കാത്തതിൽ അദ്ദേഹം പരിതപിച്ചു. സമരരംഗത്തും ചെന്നെത്താൻ മടിച്ചില്ല. സംഘരൂപീകരണത്തിന്റെ 50-ാം വാർഷികത്തിലും അദ്ദേഹം പങ്കെടുത്തു. പ്രസ്ഥാനത്തെ വളർത്താനും ശ്രമിച്ചു. ഇനിയും തന്നാലാവുന്നത് ചെയ്യുമെന്ന് അദ്ദേഹം പലപ്പോഴും സ്വകാര്യസംഭാഷണത്തിൽ സൂചിപ്പിച്ചിരുന്നു.

1973 ൽ ഒരു സംസ്ഥാന സാക്ഷരതാ കൗൺസിൽ രൂപീകരിച്ചപ്പോഴും പണിക്കർ സാർ തന്നെയായിരുന്നു മുൻപന്തിയിൽ. അതിന്റെ സംവിധാന ക്രമം ഔപചാരികമായിരുന്നതിനാൽ അധികം മുന്നേറാൻ കഴിഞ്ഞില്ല. പ്രസ്തുത കൗൺസിലിന്റെയും ഗ്രന്ഥശാലാ സംഘം സാക്ഷരതാ വിദഗ്ധസമിതികൾക്കും തുടർച്ചയെന്നോണമാണ് 1977ൽ കാൻഫെഡ് രൂപം കൊണ്ടത്.

കാൻഫെഡ് എന്ന് പേരിട്ടത് പി.ടി.ബി ആണെങ്കിലും അതിന്റെ എല്ലാമെല്ലാമായി പ്രവർത്തിച്ചത് പണിക്കർ സാർ തന്നെയായിരുന്നു. വർഷങ്ങളോളമുള്ള അനുഭവങ്ങൾ ഉൾക്കൊണ്ടുകൊണ്ട് സാധാരണയിൽ നിന്നു ഭിന്നമായി 100 പേരുള്ള ഗവേണിംഗ് കൗൺസിലും 25 പേരുള്ള നിർവ്വഹണ സമിതിയും 36 പേരുള്ള പ്രസീഡിയവും 4 പേരുള്ള സെക്രട്ടറിയേറ്റുമുള്ള കാൻഫെഡ് ഭരണക്രമം ആവിഷ്കരിക്കാൻ പണിക്കർസാറാണ് മുൻകൈയ്യെടുത്തത്. 4 സെക്രട്ടറിമാരിൽ ഒരാളായിരുന്നു ഔപചാരികമായി പണിക്കർ സാർ പക്ഷേ 1977 മുതൽ 1995 ജൂൺ 13 വരെയും 4 പേരുടേയും ജോലി അ്ദ്ദേഹം ചെയ്യുകയും. താൻ നാലിലൊന്ന് എന്ന് പറയുകയും ചെയ്തു പോന്നു. വേണമെങ്കിൽ ജനറൽ സെക്രട്ടറിയെന്നോ ചെയർമാൻ എന്നോ ഡയറക്ടർ എന്നോ ഏതു സ്ഥാനം വേണമെങ്കിലും എടുക്കാമായിരുന്നു. വഹിക്കാമായിരുന്നു. അതിന് മുതിർന്നില്ല എന്നത് അദ്ദേഹത്തിന്റെ വ്യക്തിത്വ സവിശേഷതയായി പരിഗണിക്കാം. സംഘം കെട്ടിപ്പടുത്ത അനുഭവ സമ്പത്തുണ്ടായിരുന്നതുകൊണ്ട് കാൻഫെഡിനുപറയത്തക്ക ബാലാരിഷ്ടതകളെ നേരിടേണ്ടിവന്നില്ല. ഒരു വർഷമായപ്പോഴേക്കും കേന്ദ്ര സംസ്ഥാന ഗവൺമെന്റുകൾ കാൻഫെഡിനെ അംഗീകരിക്കുകയും സ്റ്റേറ്റ് റിസോഴ്സ് സെന്റർ അനുവദിക്കുകയും ചെയ്തു. സാക്ഷരതയിൽ നിന്നും മാറി തുടർവിദ്യാഭ്യാസത്തിലും അനൗപചാരിക വിദ്യാഭ്യാസത്തിലും കൂടുതൽ ശ്രദ്ധ പതിപ്പിക്കാൻ ഇതവസരമുണ്ടാക്കി. ജർമ്മൻ അഡൽട്ട് എഡ്യുക്കേഷൻ അസോസിയേഷൻ കാൻഫെഡിനു സഹയഹസ്തം

നീട്ടിയപ്പോൾ ചെലവു ചുരുക്കി പിശുക്ക് കാട്ടിതന്നെയാണ് പണിക്കർ സാർ മുന്നേറിയത്. സംസ്ഥാനത്തുടനീളം കാൽനട ജാഥ നയിച്ചു. പുസ്തകങ്ങളും ലഘുലേഖകളും, ചുമർപത്രങ്ങളും പ്രസിദ്ധീകരിച്ചു. ജയിലുകളിലും റെസ്ക്യുഹോമിലും പുവർഹോമിലും മാനസികാരോഗ്യ കേന്ദ്രത്തിലുമൊക്കെ പ്രവർത്തനം സംഘടിപ്പിച്ചു. ഓടിനടന്ന പണിക്കർ പ്രായത്തെ അതിജീവിച്ച കർമ്മകുശലതയാണു പ്രദർശിപ്പിച്ചു പോന്നത്.

എത്ര പ്രവർത്തിച്ചാലും മതിവരാത്ത സ്വഭാവം തന്റെ കാര്യത്തിലെന്നപോലെ മറ്റുള്ളവരുടെ കാര്യത്തിലും. ഇതൊരു ദോഷമാണെങ്കിൽ പണിക്കർ സാറിന് ഇതുണ്ടായിരുന്നു. സ്വയം സന്നദ്ധസേവനം നടത്തിക്കൊണ്ട് എല്ലാവരും ഒരു ദിവസം അരമണിക്കൂറെങ്കിലും സേവനം നടത്താൻ ആഹ്വാനം ചെയ്ത അദ്ദേഹത്തിന് ഒട്ടേറെ പ്രവർത്തകരെ കിട്ടിയിരുന്നു.

ശതാഭിഷിക്തനായിട്ടും പതിനെട്ടിന്റെ ചുറുചുറുക്കോടെ പണിക്കർ സാർ ഓടിനടക്കുമായിരുന്നു. ജനങ്ങളെ കാണുമ്പോൾ അവരോട് സംസാരിക്കുമ്പോൾ തന്റെ പ്രായവും ക്ഷീണവും പമ്പ കടക്കും എന്നദ്ദേഹം വിശ്വസിച്ചു. അങ്ങനെ പ്രവർത്തനം നീക്കുകയും ചെയ്തു പോന്നു. സ്ത്രീ നീതിവേദി തുടങ്ങിയെങ്കിലും ഒരു കരയെത്തിക്കാൻ കഴിയാത്തതിൽ കുണ്ഠിതനായിരുന്ന അദ്ദേഹം, ഒരു ലക്ഷം രൂപയോ ഒരു നല്ല പ്രവർത്തകനോ വേണ്ടതെന്ന ചോദിച്ചാൽ താൻ നിസംശയം രണ്ടാമത്തെത് സ്വീകരിയ്ക്കുമെന്ന് അദ്ദേഹം പലപ്പോഴും പറയാറുണ്ടായിരുന്നു.

പരീക്ഷണം അദ്ദേഹത്തിന്റെ സഹജ ശീലമായിരുന്നു. ഒരാളെ ഒരു കാര്യത്തിനൊട്ടും കൊള്ളില്ല എന്നറിഞ്ഞാലും പരീക്ഷിച്ചു നോക്കാൻ തയ്യാറായിരുന്നു പണിക്കർസാർ. അങ്ങനെ കുറേപ്പേരുടെ ശത്രുത അദ്ദേഹം നേടിയിരുന്നു. ആളുകളെ അമിതമായി വിശ്വസിച്ചതും എല്ലാവരെയും നന്നാക്കിക്കളയാമെന്ന വ്യാമോഹവും ചിലപ്പോഴൊക്കെ അദ്ദേഹത്തെ തളർത്തിയിരുന്നു.

അസുഖം ബാധിച്ച് ജൂൺ 13 ന് വൈദ്യപരിശോധനയ്ക്കു ശേഷം ഒഫീസിലെത്തിയ പണിക്കർസാർ ആറുമണിവരെ അവിടെ ഉണ്ടായിരുന്നു. ഫോർഡ് ഫൗണ്ടേഷന്റെ സഹകരണത്തോടെ നടത്തിവരുന്ന നീതിവേദി പ്രസ്ഥാനത്തിനു പുതിയ രൂപവും ഭാവവും നൽകാനുള്ള ചർച്ചയായിരുന്നു അത്. ഉപഭോക്തൃ സംരക്ഷണസമിതി ചെയർമാനായിരുന്ന തങ്കപ്പൻ അഡ്വ: ചെറുന്നീയൂർ ശശിധരൻ നായർ, ഇ.കെ കൃഷ്ണൻ നായർ, പി. സുകുമാരൻനായർ എന്നിവർക്കൊപ്പം എനിക്കും ആ ചർച്ചയിൽ പങ്കെടുക്കുവാൻ കഴിഞ്ഞു, പണിക്കർ സാറിന്റെ നിർബന്ധപൂർവ്വമായ ക്ഷണം മൂലം അവിടെ നിന്നും വീട്ടിലെത്തി എട്ടുമണിയോടെ അസുഖം കൂടുകയാൽ ആശുപത്രിയിലക്ക് നീങ്ങുകയായിരുന്നു. പിന്നെ 19 ന് വൈകീട്ടുവരെ മനസിൽ കാൻഫെഡ് എന്ന്

ജപിച്ചിരുന്നെങ്കിലും എന്നെ കൊണ്ടുപോകൂ എന്ന് ബോധം തെളിയുമ്പോൾ പറഞ്ഞിരുന്നെങ്കിലും അദ്ദേഹത്തിന് കഴിഞ്ഞില്ല. കാൻഫെഡിന്റെ പുതിയ കെട്ടിടത്തിലേക്കുള്ള മാറ്റം ഒരു പരധി വരെ പണിക്കർ സാറിനെ തളർത്തിയിരുന്നു. 18-ാം വാർഷികം വിജയിപ്പിക്കണമെന്ന ആഗ്രഹവും നിറവേറിയില്ല. എങ്കിലും അദ്ദേഹം ആഗ്രഹിച്ചത് പോലെ കർമ്മരംഗത്ത് നിന്നും ആ കർമ്മയോഗി ത്യാഗിവര്യൻ നമ്മോടു വിട പറഞ്ഞു. നാൽപതുലേറെ വർഷത്തെ അനുഭവങ്ങൾ അദ്ദേഹത്തിന്റെ പ്രസരിപ്പുള്ള മുഖവും ആ ശക്തിയുള്ള വാക്കുകയും ഏവരേയും ഒന്നിപ്പിച്ചു നിർത്തുന്നതിനുള്ള വൈഭവവും ഇനി എവിടെ കിട്ടാൻ? ഭൗതിക ശരീരം നമ്മൊടൊപ്പമില്ലെങ്കിലും നിത്യസ്മാരകങ്ങളായ ഗ്രന്ഥശാലകളും കേരളത്തിലെ സാക്ഷര സമൂഹവും എന്നെന്നും പണിക്കർ സാറിനെ ഓർമ്മിപ്പിക്കുകതന്നെ ചെയ്യും.

എന്റെ വല്യേട്ടൻ എന്റെ ഗുരുനാഥൻ

ജെ. രാജഗോപാലൻ നായർ

കഴിഞ്ഞ മാർച്ച് 19 ന് ഞാൻ പേരക്കുട്ടികളുമൊത്ത് എന്റെ വീടിനടുത്തുള്ള ജംഗ്ഷനിൽ നിൽക്കുമ്പോൾ ഞങ്ങൾക്ക് എതിരെ ഒരു കാർ വന്നു നിന്നു. അതിന്റെ ഡ്രൈവർ എന്നോടായി പണിക്കർ സാർ വിളിക്കുന്നെന്നറിയിച്ചു. ഏത് പണിക്കർ സാർ എന്നായി എന്റെ ചോദ്യം. കാൻഫെഡിലെ പണിക്കർ സാർ എന്ന് അയാൾ മറുപടി പറഞ്ഞു. എന്നോടൊപ്പം ഉണ്ടായിരുന്ന കുട്ടികളോട് റോഡിന്റെ അരികിലേക്ക് മാറി നിൽക്കാൻ പറഞ്ഞിട്ട് പണിക്കർ സാറിന്റെ അടുക്കലേക്കോടി ഞാൻ തൊഴുതു. കുറേ പരിഭവങ്ങൾ. 'നിങ്ങൾ അങ്ങോട്ടു വരണം നമുക്ക് കുറച്ച് കാലം കൂടി ഒരുമിച്ച് പ്രവർത്തിക്കണം' ഞാൻ സമ്മതിച്ചു.

പണിക്കർ സാറിന്റെ ഭാര്യമരിച്ചപ്പോഴും ഞാൻ പോയി സാറിനെ കണ്ടു. അപ്പോഴും കുറേ പരിഭവങ്ങൾ പറഞ്ഞു. ഞാൻ ചെല്ലുന്നില്ല കാണുന്നില്ല എന്നൊക്കെ കാണുമ്പോഴൊക്കെ പറയുന്ന പല്ലവിയാണ്. അതിനു ഞാൻ അത്രയെ വിലകൊടുത്തുള്ളു. എന്നാൽ മാർച്ച് 19 ന് എന്നെ കണ്ടു പറഞ്ഞത് എന്നിൽ അല്പം വികാരം ഉണ്ടാക്കി. എനിക്ക് അദ്ദേഹത്തെ പോയി കാണണമെന്ന് തോന്നി. മുന്നു ദിവസം ആശുപത്രിയിൽ ചെന്നിട്ടും എനിക്ക് അദ്ദേഹത്തെ കാണാൻ കഴിഞ്ഞില്ല. അദ്ദേഹം ഐ.സി യൂണിറ്റിലായിരുന്നു. പുറത്തുണ്ടായിരുന്ന മക്കളോട് വിവരങ്ങൾ തിരക്കി മടങ്ങും.

ജൂൺ 20-ാം തിയ്യതിയിലെ കേരള കൗമുദി ആദ്യപേജിൽ പി.എൻ പണിക്കർ അന്തരിച്ചു എന്നു കണ്ടു. ഞാൻ ആകെ തളർന്നു രാവിലെ തന്നെ പണിക്കർ സാറിന്റെ വീട്ടിലെത്തി അദ്ദേഹത്തിന്റെ കാലിൽ വീണു മാപ്പപേക്ഷിച്ചു. അത് കൊണ്ടും തൃപ്തിയായില്ല. അദ്ദേഹത്തിന്റെ ശവശരീരം കേരളഗ്രന്ഥശാലാ സംഘത്തിൽ എത്തുമെന്നറിഞ്ഞ് റീത്തുമായി അവിടെയെത്തി റീത്തർപ്പിച്ചു. ടൗൺഹാൾ വരെ അനുഗമിച്ചു. അവിടെയെത്തുമ്പോൾ ഞാൻ മാനസികമായും ശാരീരികമായും തളർന്നു പോയി. പിന്നെ അവിടെ നിന്നില്ല. ഒരു ഓട്ടോയിൽ കയറി വീട്ടിലേക്കു മടങ്ങി.

പൊതുജനം പത്രാധിപരായിരുന്ന എന്റെ ഗുരുനാഥൻ കെ. കാർത്തികേയനും സി. നാരായണപ്പിള്ളയുമാണ് അന്ന് സ്റ്റേറ്റ് കൊൺഗ്രസ്സ് പ്രവർത്തകനായിരുന്ന എന്നെ പി.എൻ. പണിക്കർക്ക് പരിചയപ്പെടുത്തിയത്. ആ പരിചയമാണ് എന്നെ പി.എൻ പണിക്കരുടെ സഹപ്രവർത്തകനായി മാറ്റിയത്. 30 കൊല്ലം ഞങ്ങൾ ഒരുമിച്ച് പ്രവർത്തിച്ചു. അദ്ദേഹത്തെ ഏറ്റവും കൂടുതൽ വിമർശിച്ചിട്ടുള്ളത് ഞാനാണ്. എതിർപ്പും വിമർശനവും അദ്ദേഹത്തിന് വലിയ ഭയമായിരുന്നു. വിമർശിക്കുന്നവരെ നേരിൽ കണ്ട് വിമർശനത്തിന്റെ മുർച്ച കുറക്കാൻ അദ്ദേഹം എപ്പോഴും ശ്രമിച്ചിരുന്നു. ആരേയും പിണക്കാൻ അദ്ദേഹം അനുവദിച്ചിരുന്നില്ല.

ഖദറിൽ പൊതിഞ്ഞ ആ കൊച്ചു മനുഷ്യൻ കേരളത്തിൽ ചെന്നെത്താത്ത സ്ഥലങ്ങൾ ഇല്ല. അദ്ദേഹത്തെ അറിയാത്ത ജനങ്ങൾ കുറവാണ്. ഗ്രന്ഥശാലാപ്രവർത്തനത്തിൽ ഏർപ്പെട്ടിരിക്കുമ്പോൾ അദ്ദേഹം മക്കളേയും കുടുംബത്തേയുമൊക്കെ മറക്കും. രണ്ടു ദിവസം പരിപാടിയിട്ടുപോകും. ആഴ്ചകൾ കഴിഞ്ഞാലും മടങ്ങി വരില്ല. ആദ്യ കാലങ്ങളിൽ ഇത് പലപ്പോഴും കുടുംബത്തെ വിഷമിപ്പിച്ചിട്ടുണ്ട്.

ഗ്രന്ഥശാല സംഘത്തിന്റെ ഒരു ത്രിദിന സമ്മേളനത്തിന്റെ രണ്ടാം ദിവസം പണിക്കരുടെ ഒരു മകൾ മരിച്ചതായി അറിയിപ്പു കിട്ടി. എല്ലാപേരും പണിക്കർ സാറിനെ വീട്ടിലേക്കു പോകാൻ പ്രേരിപ്പിച്ചു. പക്ഷേ അദ്ദേഹം അതു വകവെച്ചില്ല. പിറ്റെ ദിവസം ഗ്രന്ഥശാലാ സംഘത്തിന്റെ തെരഞ്ഞെടുപ്പായിരുന്നു. അതു കഴിഞ്ഞിട്ടാണ് അദ്ദേഹം വീട്ടിലേക്കു മടങ്ങിയത്. പകലും രാത്രിയും ഊണിലും ഉറക്കത്തിലും ഗ്രന്ഥശാലാ സംഘവും താനും രണ്ടായി കാണാൻ അ്ദ്ദേഹത്തിനുകഴിഞ്ഞില്ല. താൻ തന്നെയായിരിക്കണം ഗ്രന്ഥശാലയുടെ മുന്നിൽ എന്നൊരു സ്വാർത്ഥ താല്പര്യവും അദ്ദേഹത്തിന്റെ പ്രവർത്തനങ്ങളിൽ നിഴലിച്ചിരുന്നു.

വളരെ ലളിതമായ ഒരു ജീവിതമായിരുന്നു. കുടുംബജീവിതത്തിൽ വലിയ ആഗ്രഹങ്ങളും പ്രതീക്ഷകളും അദ്ദേഹത്തിനില്ലായിരുന്നു. സ്വന്തമായി ഒരു കെട്ടിടം പോലുമില്ലാതെയാണ് അദ്ദേഹം ജീവിതം അവസാനിപ്പിച്ചത്. അദ്ദേഹത്തിന്റെ പ്രവർത്തന ശൈലി ഒരു പ്രത്യേക സ്വഭാവമുള്ളതായിരുന്നു. ഏത് വമ്പനെയും അദ്ദേഹം സ്വാധീനിക്കും,

ആവശ്യമുള്ള ആരേയും അദ്ദേഹം ഉപയോഗിക്കും. പിണങ്ങുന്നവരെ ഇണക്കാൻ പ്രത്യേകം കഴിവുണ്ടായിരുന്നു. അമ്പതുകൊല്ലം സാംസ്കാരിക രംഗത്ത് പിടിച്ചു നിൽക്കാൻ കഴിഞ്ഞത് ഒരു അത്ഭുതമാണ്. ഗ്രന്ഥശാലാ സംഘത്തിൽ ആയിരുന്നപ്പോഴും കാൻഫെഡിലായിരുന്നപ്പോഴും ചുക്കാൻ തന്റെ കയ്യിൽതന്നെ ആയിരുന്നു. അത് അദ്ദേഹത്തിന് നിർബന്ധവുമാണ്.

സംഘത്തിന്റെ ഒരു ജനറൽബോഡിയോഗം കോട്ടയത്ത് വെച്ച് കുടുമ്പോൾ പൊരുത്തപ്പെടാത്ത കണക്കുകൾ സംബന്ധിച്ചു ഞങ്ങളുടെ ഭാഗത്തും നിന്നും എതിർപ്പുണ്ടായി. ആ റിപ്പോർട്ടും കണക്കും ശരിയാണെന്നും ബോധ്യപ്പെടുത്താൻ തയ്യാറാകാത്തത് കൊണ്ടും കണക്കും റിപ്പോർട്ടും അംഗീകരിക്കാൻ കഴിയാതെ യോഗം മാറ്റിവെച്ചു. ഇത് തുടർന്ന് മുന്നു യോഗങ്ങളിൽ ആവർത്തിച്ചു. നാലാമത്തെ യോഗത്തിൽ ഈ നില വരുന്നത് ദോഷമായത് കൊണ്ട് കണക്കും റിപ്പോർട്ടും പാസ്സാക്കാൻ സഹായിക്കണമെന്ന് ചില അഭ്യുദയകാംക്ഷികൾ അഭ്യർത്ഥിച്ചു. ചില ഭേദഗതികളോടു കൂടി കണക്കും റിപ്പോർട്ടും അംഗീകരിച്ചു. ഇതൊക്കെയായിട്ടും പണിക്കർസാർ അനങ്ങിയില്ല. അദ്ദേഹം 'കസാബിയൻ' കായെപ്പോലെ കണ്ണും നട്ടിരുന്നു. കാരണം അദ്ദേഹം ഒന്നും അപഹരിച്ചിട്ടില്ല. കണക്കെഴുതി ബോധ്യപ്പെടുത്തിയതിലുള്ള ക്രമക്കേടാണ്. അങ്ങനെയുള്ള സന്ദർഭങ്ങളിൽ അദ്ദേഹം ഉത്തരവാദിത്വം ഏറ്റെടുക്കാറില്ല. ഇതും അദ്ദേഹത്തിന്റെ സ്വഭാവത്തിന്റെ ഒരു പ്രത്യേകതയാണ്. ക്രഡിറ്റുകൾ പങ്കുവെക്കാനും തയ്യാറല്ല.

ഞങ്ങൾ തമ്മിൽ ഇണങ്ങുകയും പിണങ്ങുകയും ചെയ്തിട്ടുണ്ട്. ജനറൽ സെക്രട്ടറിഷിപ്പിന് മത്സരിച്ചിട്ടുണ്ട് അതിശക്തമായി ഞാൻ അദ്ദേഹത്തെ വിമർശിച്ചിട്ടുണ്ട്. പക്ഷേ എന്നെ കാണുമ്പോൾ 'രാജ' എന്ന ഓമനപ്പേരിട്ടു വിളിക്കും. പരിഭവങ്ങൾ പറയും. ഇത് പതിവാണ്. എത്ര പേജുകൾ എഴുതിയാലും മതിയാകാത്ത അനുഭവങ്ങൾ എനിക്കുണ്ട്. പത്ര പരിമിതികൾ ഉള്ളതുകൊണ്ട് ഞാൻ ചുരുക്കുന്നു. പണിക്കർ സാറിനെക്കുറിച്ചുള്ള ഓർമ്മകളുടെ മുമ്പിൽ സ്നേഹനിർഭരമായ പെരുമാറ്റങ്ങളുടെ മുമ്പിൽ ഞാൻ തലകുനിക്കുന്നു.

പി.എൻ. പണിക്കർ ഒളിമങ്ങാത്ത ചൈതന്യം

സ.ജി. വാസുദേവൻ നായർ

വായിച്ചുവളരുക എന്ന സന്ദേശം കേരളത്തിലങ്ങോളമിങ്ങോളം പ്രചരിപ്പിച്ച അക്ഷരങ്ങളുടെ ആചാര്യനായ പി.എൻ.പണിക്കർ സാർ 1995 ജൂൺ 19-ാം തിയ്യതി ഈ ലോകത്തോടു വിടപറഞ്ഞു. 'വായിച്ചാൽ വളരുമോ വല്ലതും തിന്നാലല്ലേ വളരൂ സാറെ' എന്ന് കേൾവിക്കാർ ചോദിക്കുമെന്ന് അദ്ദേഹം തന്നെ നർമ്മ രീതിയിൽ പലപ്പോഴും പറഞ്ഞിട്ടുണ്ട്.

തന്റെ ജീവിതം തന്നെ ഒരു പ്രത്യേക ദൗത്യം നിറവേറ്റുന്നതിനായിരുന്നോ എന്ന് തോന്നുമാറ് ഗ്രന്ഥശാലാ രംഗത്തും സാക്ഷരതാ അനൗപചാരിക വിദ്യാഭ്യാസ രംഗങ്ങളിലും അദ്ദേഹം ചെയ്തിട്ടുള്ള പ്രവർത്തനങ്ങൾ അത്ഭുതത്തോടും ആദരവോടും കൂടി മാത്രമെ കാണാൻ കഴിയൂ. സ്വന്തം താല്പര്യത്തെയും കുടുംബത്തെയും അവഗണിച്ചുകൊണ്ട് ഒരവധൂതനെപോലെ കേരളത്തിലെ ഗ്രാമഗ്രാമാന്തരങ്ങളിൽ അക്ഷരങ്ങളുടെ മാസ്മര സന്ദേശവുമായി ഓടിനടന്നിരുന്ന പണിക്കർ സാർ ഇനി ഓർമ്മയിൽ മാത്രം അവശേഷിക്കുന്നു.

സേവനം, ത്യാഗം, അർപ്പണം ഇവകൊണ്ടേ ജനനന്മ കൈവരിക്കാനാവൂ എന്ന് അദ്ദേഹം പ്രസംഗ വേദികളിലൂടെ ആവർത്തിച്ച് ആവർത്തിച്ച് ബോധിപ്പിക്കാറുണ്ട്. പി.എൻ.പണിക്കർസാറുമായി 40 കൊല്ലത്തെ അടുത്ത പരിചയം എനിക്കുണ്ട്. 1955 ൽ ഗ്രന്ഥശാലാ സംഘത്തിൽ ലൈബ്രറി ഓർഗനൈസിംഗ് ഇൻസ്പെക്ടറായി സേവനമനുഷ്ഠിക്കാൻ അവസരം ലഭിച്ചതു മുതൽ 1955 ജൂൺ 19-ാം തിയ്യതി അന്ത്യയാത്ര

പറയുന്നതുവരെ അദ്ദേഹവുമായുള്ള സൗഹൃദം നിലനിന്നിരുന്നു. ഒരു പിതാവിനെപ്പോലെ ഞാൻ അദ്ദേഹത്തെ ബഹുമാനിച്ചിരുന്നു. സ്നേഹിച്ചിരുന്നു. എന്നെ അദ്ദേഹം സ്നേഹപൂർവ്വം വാസുക്കുട്ടൻ എന്നാണ് വിളിച്ചിരുന്നത്. പലപ്പോഴും പലകാരണങ്ങൾക്കും അദ്ദേഹവുമായി അഭിപ്രായ വ്യത്യാസം ഉണ്ടായിട്ടുണ്ട്. എങ്കിലും വ്യക്തിബന്ധങ്ങളെ ഒരിക്കൽ പോലും നോവിക്കാതെ ആ സൗഹൃദം നിലനിന്നിരുന്നു എന്നുള്ളതാണ് സത്യം.

'ലളിത ജീവിതവും ഉയർന്ന ചിന്തയും' എന്ന ഗാന്ധിജിയുടെ ആദർശം അപ്പാടെ നടപ്പാക്കി വന്ന കൃശഗാത്രനായ പണിക്കർ സാർ ഒരു യഥാർത്ഥ ഗാന്ധിയനായി ജീവിച്ചു മരിച്ചു. സ്വന്തമായി ഒരു വീടു പോലുമില്ലാത്ത അദ്ദേഹത്തിന്റെ സമ്പാദ്യം കേരളത്തിലെ ആയിരക്കണക്കിലുള്ള ആരാധകർ മാത്രമാണ്.

ഗ്രന്ഥശാലകൾ സന്ദർശിക്കുന്നതിനും സംഘടിപ്പിക്കുന്നതിനും വേണ്ടി ഒട്ടേറെ പ്രവിശ്യം അദ്ദേഹവുമായി സഞ്ചരിക്കേണ്ടി വന്നിട്ടുണ്ട്. ഒരു കറുത്തു വളഞ്ഞ കാലുള്ള കുടയുമായി ഗ്രാമങ്ങൾ തോറും കാൽനടയായി പോകുന്ന സാറിന്റെ രൂപം ഇപ്പോഴും എന്റെ കൺമുന്നിൽ നിൽക്കുന്നു. ഒരിക്കലും നിരാശപ്പെടാതെ ഏതു പ്രശ്നത്തേയും ധീരമായി നേരിടാനുള്ള അദ്ദേഹത്തിന്റെ കഴിവ് പ്രശംസാർഹമാണ്. വായനശാലകൾക്ക് കെട്ടിടം വെക്കാൻ സ്ഥലം വാങ്ങികൊടുക്കുന്നതിനും പ്രവർത്തനങ്ങൾക്ക് ഫണ്ടു പിരിക്കുന്നതിനുമെല്ലാം എവിടേയും എപ്പോഴും ഓടിയെത്തി ആരുടെ സഹായവും ആവശ്യപ്പെടുന്ന അദ്ദേഹം ഒരിക്കൽപോലും സ്വന്തം ആവശ്യങ്ങൾക്കോ നേട്ടങ്ങൾക്കോ വേണ്ടി തന്റെ സ്വാധീനമോ പരിചയമോ പ്രയോജനപ്പെടുത്തിയിട്ടില്ലെന്ന വസ്തുത അദ്ദേഹത്തെ അടുത്ത് പരിചയമുള്ളവർക്കറിയാം.

സ്വന്തം ഗ്രാമമായ നിലംപേരൂരിൽ ഒരു ഗ്രന്ഥശാല സ്ഥാപിച്ചു കൊണ്ട് ആരംഭിച്ച അദ്ദേഹത്തിന്റെ ജൈത്രയാത്രയുടെ ഫലമായി അയ്യായിരത്തിൽപ്പരം ഗ്രന്ഥശാലകളുള്ള പ്രസ്ഥാനം പടുത്തുയർത്താനും സാധിച്ചു. ഇന്ത്യയിൽ മറ്റൊരു പ്രസ്ഥാനത്തിനുമില്ലാത്ത ജനാധിപത്യാടിസ്ഥാനത്തിൽ ജനസഹകരണത്തോടെ രൂപം കൊടുത്ത ഗ്രന്ഥശാലകളും അവയുടെ പ്രവർത്തനശൈലിയും വിദേശികളുൾപ്പെടുയുള്ളവരുടെ പ്രശംസ പിടിച്ചു പറ്റിയിട്ടുണ്ട്. ഡിസ്ക്യൂളിങ്ങിന്റെ പ്രാണേതാവെന്ന് വിശേഷിപ്പിക്കാവുന്ന ഇവാൻ ഇലിച്ചിനെ പോലുള്ളവർ അദ്ദേഹത്തിന്റെ ഈ നേട്ടത്തെ തുറന്നഭിനന്ദിച്ചിട്ടുണ്ട്.

പണിക്കർ സാറുമായി ഒരിക്കൽ പരിചയപ്പെട്ടാൽ ആ സൗഹൃദം എന്നെന്നും നിലനിർത്താനുള്ള ആഗ്രഹം എല്ലാവരിലും ഉണ്ടാകും. തന്റെ ഓരോ ദിവസത്തെയും പ്രവർത്തനങ്ങളുടെ സംക്ഷിപ്തമായ വിവരം രേഖപ്പെടുത്തിയിട്ടുള്ള ഡയറി കഴിഞ്ഞ അമ്പതു വർഷങ്ങളായി അദ്ദേഹം സൂക്ഷിച്ചിരിക്കുന്നു. കേരളത്തിന്റെ സാംസ്കാരിക സാമൂഹിക ചരിത്രത്തിന് ഒരു മുതൽക്കൂട്ടാകാവുന്ന ആ കുറിപ്പുകളിൽ ഒട്ടേറെ വ്യക്തികളും അനുഭവങ്ങളും ഉൾക്കൊണ്ടിട്ടുണ്ട്. കാൽ ചത്ര

ത്തിന് പാളയം കോടൻ പഴം വാങ്ങി തിന്ന് പച്ചവെള്ളവും കുടിച്ച് ഗ്രന്ഥശാല സംഘടിപ്പിക്കാൻ പോയ അനുഭവം അതിലുൾപ്പെടുന്നു.

സംഘടിത ഗ്രന്ഥശാലാ പ്രസ്ഥാനത്തിന്റെ സ്ഥാപകനേതാവായ അദ്ദേഹം 32 വർഷം അതിന്റെ തെരഞ്ഞെടുത്ത സെക്രട്ടറിയായി തുടർന്നു. പ്രസിഡന്റും ഭരണസമിതിയിലെ ചില അംഗങ്ങളുമായി 1977 ൽ ഉണ്ടായ അഭിപ്രായ വ്യത്യാസത്തിന്റെ ഫലമായി ഗ്രന്ഥശാലാ സംഘത്തിന്റെ സുഗമമായ പ്രവർത്തനം നടക്കാതെ വന്ന സാഹചര്യത്തിൽ സംഘം ഭരണസമിതി പിരിച്ച് വിട്ട് ഭരണം കൺട്രോൾ ബോർഡിനെ ഗവൺമെന്റ് ഏൽപ്പിച്ച് കൊടുത്തപ്പോഴും അതിന്റെ മെമ്പർ സെക്രട്ടറി ആയി നിയമിച്ചത് പണിക്കർ സാറിനെ ആയിരുന്നു. അദ്ദേഹം കുറച്ചു കാലം മാത്രമേ ആ തസ്തികയിൽ ഇരുന്നുള്ളൂ.

തളരാത്ത ആവേശത്തിന്റേയും ഒളിമങ്ങാത്ത ആദർശചൈതന്യത്തിന്റേയും ഉടമയായ പി.എൻ. പണിക്കർ തന്റെ പ്രവർത്തനം മറ്റൊരു മേഖലയിലേക്ക് തിരിച്ച് അവിടെ പ്രശംസാർഹമായ നേട്ടങ്ങൾ കൈവരിക്കുന്നതിനു പരിശ്രമിച്ചു. അതുവരെ വേണ്ടപോലെ ശ്രദ്ധിക്കപ്പെടാതിരുന്ന അനൗപചാരിക വിദ്യാഭ്യാസ പ്രവർത്തനങ്ങൾ ഏറ്റെടുത്ത് കാൻഫെഡ് (കേരള അനൗപചാരിക വിദ്യാഭ്യാസ വികസന പദ്ധതി) എന്ന സംഘടനക്ക് രൂപം നൽകി. ഡോ: വി. കെ സുകുമാരൻ നായർ, ഡോ. പി.ടി ഭാസ്കരപണിക്കർ, ഡോ.കെ ശിവദാസൻപിള്ള, തെങ്ങമം ബാലകൃഷ്ണൻ, ജസ്റ്റിസ് വി. ആർ കൃഷ്ണയ്യർ തുടങ്ങിയവരുടെ സഹായസഹകരണങ്ങൾ ഈ രംഗത്ത് അദ്ദേഹത്തിന് ലഭിച്ചു. അനൗപചാരിക വിദ്യാഭ്യാസത്തിന്റെ പ്രചാരണത്തിനായി ഗവൺമെന്റ് രൂപീകരിച്ച സ്റ്റേറ്റ് റിസോഴ്സ് സെന്ററിന്റെ ചുമതല കേരളത്തിൽ കാൻഫെഡിനെയാണ് ഏൽപ്പിച്ചിരുന്നത്. കേരള സർക്കാൻ 1990 ൽ സാക്ഷരതാ പ്രവർത്തനം ഏറ്റെടുത്ത് നടത്തുന്നതിനു വർഷങ്ങൾക്ക് മുമ്പ് തന്നെ സാക്ഷരതാ പ്രചാരണാർത്ഥം ജാഥകൾ നടത്തുകയും കേന്ദ്രങ്ങൾ സ്ഥാപിക്കുകയും ചെയ്തുകൊണ്ട് ഈ രംഗത്ത് ഒരു മുന്നേറ്റവും അവബോധവും ഉണ്ടാക്കുന്നതിന് അദ്ദേഹത്തിന് സാധിച്ചു.

'ജനബോധത്തെ വളർത്തിടാത
എങ്ങനെ നാടിനെ മാറ്റാനാകും'

അദ്ദേഹം ജനങ്ങളോട് ചോദിച്ചു. സ്കൂൾ പഠനത്തിൽ നിന്ന് കൊഴിഞ്ഞു പോയവർക്കുള്ള പ്രത്യേക ക്ലാസുകൾ, കാൻഫെഡിന്റെ നേതൃത്വത്തിലുള്ള യുവജന ബ്രിഗേഡ്, സ്കൂൾ കുട്ടികൾക്കുള്ള കാൻഫെഡ് ക്ലാസ്സ്, ഫോർഡ് ഫൗണ്ടേഷന്റെ സഹായത്തോടെ നടത്തുന്ന ജനകീയ നീതിവേദി, സ്ത്രീനീതി വേദി പ്രസ്ഥാനം, സന്നദ്ധപ്രവർത്തകർക്കുള്ള ബോധവൽക്കരണം. തുടങ്ങിയവ ഈ മേഖലയിലെ സംഭാവനകളാണ്. ഏറ്റവും ഒടുവിൽ സൗഹാർദ്ദ ഗ്രാമങ്ങൾ സ്ഥാപിക്കാനുള്ള യത്നമാണ് അദ്ദേഹം നടത്തിയത്. പരസ്പരം വഴക്കിടാതെ മദ്യവും മയക്കുമരുന്നും ഉപയോഗിക്കാതെ കുടുംബകലഹമൊഴിവാക്കി സ്വന്തമായ എന്തെങ്കിലും തൊഴിൽ ചെയ്ത് സമൂഹനന്മയ്

ക്കായി പ്രവർത്തിക്കുന്നതിന് ജനങ്ങളെ പ്രേരിപ്പിക്കുന്ന ഒരു അന്തരീക്ഷം ഓരോ ഗ്രാമത്തിലും ഉണ്ടാക്കുക. അതിനായി ആദ്യം ഓരോ ജില്ലയിലെ പത്തുഗ്രാമങ്ങൾ വീതം തെരഞ്ഞെടുക്കുക ഇതായിരുന്നു അദ്ദേഹത്തിന്റെ ലക്ഷ്യം. ഈ പ്രവർത്തനങ്ങളിൽ മുഴുവൻ തന്റെ പ്രായത്തേയും ക്ഷീണത്തേയും വകവെക്കാതെ 87-ാം വയസ്സിലും കേരളം മുഴുവൻ അദ്ദേഹം ഓടി നടക്കുകയായിരുന്നു.

ജനകീയ നീതിവേദിയുടെ പ്രവർത്തനം ആരംഭിച്ച സമയത്ത് അദ്ദേഹത്തോടൊപ്പം കേരളം മുഴുവൻ പലപ്രാവിശ്യം യാത്ര ചെയ്യുന്നതിന് എനിക്ക് അവസരം ലഭിച്ചിട്ടിണ്ട്. രാവിലെ 8 മണിക്ക് ആരംഭിക്കുന്ന പരിപാടികൾ രാത്രി 10 മണിവരെ ദീർഘിക്കും. അതിനു ശേഷം താമസസ്ഥലത്ത് വന്ന് ഒരു കൊച്ചു കുഞ്ഞിനെപോലെ തളർന്നുറങ്ങുന്ന അദ്ദേഹം വെളുപ്പിന് നാലുമണിക്ക് എഴുന്നേൽക്കും. മുറിയിൽ അല്പദൂരം നടന്നതിനു ശേഷം തലൈദിവസത്തെ ഡയറി, കത്തുകൾക്കുള്ള മറുപടി, ലേഖനങ്ങൾ, കാൻഫെഡ് ന്യൂസിന്റെ മുഖപ്രസംഗം, തുടങ്ങിയവ പറഞ്ഞുതരും. ആറുമണിയാകുമ്പോൾ, കുളി അല്പം പ്രാർത്ഥന, ഏഴുമണിക്ക് കിട്ടാവുന്ന പത്രങ്ങൾ മറിച്ചുനോക്കിയ ശേഷം അന്നത്തെ പരിപാടിക്കുള്ള തയ്യാറെടുപ്പായി. അതിനകം വരുന്ന സന്ദർശകരുമായി സംഭാഷണം നടത്തും. ഭക്ഷണം കഴിക്കുന്നതിൽ വലിയ ശ്രദ്ധയില്ല. കിട്ടിയാൽ അലപ്ം മാത്രം അതില്ലെങ്കിൽ അങ്ങനെയും അതായിരുന്ന ദിനചര്യ.

ഈ ലോകത്തോട് അന്ത്യയാത്ര പറഞ്ഞ ജൂൺ 19 -ാം തിയ്യതി കോട്ടയത്ത് മഹാത്മാഗാന്ധി സർവ്വകലാശാലയുടെ സഹകരണത്തോടെ മാന്നാനം സൗഹൃദ ഗ്രാമമായി തെരഞ്ഞെടുത്ത് അതിന്റെ പ്രവർത്തങ്ങൾ ഔപചാരികമായി ആരംഭിക്കുന്നതിനുള്ള ശ്രമം ഞാൻ നടത്തി വരുമ്പോഴാണ് 12-ാം തിയ്യതി ആശുപത്രിയിൽ പ്രവേശിപ്പിച്ചു എന്നറിഞ്ഞത്. അതിനെ തുടർന്ന് 17-ാം തിയ്യതി സർവ്വകലാശാലയിലെത്തി പരിപാടികൾ മാറ്റിവെക്കണമെന്ന് അറിയിക്കുകയാണ് ചെയ്തത്. രോഗശയ്യയിൽ പോലും ബോധം വരുമ്പോൾ ജൂൺ 30-ാം തിയ്യതി കോഴിക്കോട്ടു വെച്ച് നടക്കേണ്ട സംസ്ഥാന സമ്മേളനത്തെക്കുറിച്ചായിരുന്നു അദ്ദേഹം പറഞ്ഞിരുന്നത്. പ്രവർത്തിച്ചു മരിക്കണം എന്നായിരുന്നു അദ്ദേഹത്തിന്റെ ആഗ്രഹം. അതേപോലെ തന്നെ നിറവേറ്റാനും കഴിഞ്ഞു.

ഈ നാട്ടിൽ തലയുയർത്ത് നിൽക്കുന്ന ആയിരക്കണക്കിനു ഗ്രന്ഥശാലകൾ അദ്ദേഹത്തിന്റെ നിത്യസ്മരാകങ്ങളാണ്. ഒരു പുരുഷായുസ്സു മുഴുവൻ കേരളത്തിലെ സാധാരണക്കാരായിട്ടുള്ളവരുടെ സാംസ്കാരിക വിദ്യാഭ്യാസ സാമൂഹ്യ പുരോഗതിക്കുവേണ്ടി അത്യദ്ധ്വാനം ചെയ്ത് തന്റെ ജന്മോദ്ദേശം സഫലമാക്കിയ ആ ചെറിയ വലിയ മനുഷ്യന്റെ പാദങ്ങളിൽ പ്രണമിച്ചുകൊണ്ട്, ആ പുണ്യാത്മാവിന്റെ വേർപാടിൽ ഒരു തുള്ളി കണ്ണുനീർ പൊഴിക്കട്ടെ.

ഞങ്ങളുടെ പണിക്കർ സാർ

പ്രൊഫ. അമ്പലപ്പുഴ ഗോപകുമാർ

പണിക്കർ സാർ ഞങ്ങളുടേതായിരുന്നു. ഞങ്ങളുടെ നാടിന്റെ കെടാവിളക്കായിരുന്നു. ഇല്ല. അത് കെടില്ല. ഇവിടെ അദ്ദേഹം കത്തിച്ചുവെച്ച ആ ദീപനാളത്തിന്റെ പ്രഭ അക്ഷര സ്നേഹികളുടെ കാലമുള്ളടത്തോളം കേരളത്തിന്റെ നാലകത്ത് ഒളിമങ്ങാതെ നിൽക്കുക തന്നെ ചെയ്യും. ഇത് ഒരു സത്യവാചകം മാത്രം.

ഒരു മഹാപാരമ്പര്യത്തിലെ വരണ്ട സ്മൃതികളുമായി കഴിഞ്ഞ അമ്പലപ്പുഴയിൽ പ്രൈമറിസ്കൂൾ അധ്യാപകനായി വന്നു ചേർന്ന ആ കൊച്ചു മനുഷ്യൻ എത്ര വളർന്നു എന്ന് എത്ര പേരുണ്ടറിയുന്നു. ആ സങ്കടവുമായാണ് അക്ഷരാർത്ഥത്തിൽ സാക്ഷര കേരളത്തിൽ നിറഞ്ഞു നിന്ന ഞങ്ങളുടെ പണിക്കർ സാർ ഇവിടെ വിട്ടുപോയത്.

അമ്പലപ്പുഴ പി.എൻ പണിക്കർ സാറിന്റെ ജന്മനാടല്ല. നീലംപേരൂരിലാണ് അദ്ദേഹം ജനിച്ചതും വളർന്നതും ഗ്രന്ഥശാലാപ്രവർത്തനം ആരംഭിച്ചതും അവിടെ വെച്ചു തന്നെ. എങ്കിലും അമ്പലപ്പുഴ എത്തിയപ്പോഴാണ് തന്റെ ജന്മദൗത്യം ആരംഭിക്കേണ്ട ഭൂമിക കണ്ടെത്തി എന്ന തോന്നൽ അദ്ദേഹത്തിനുണ്ടായത്. അങ്ങനെയാണ് പി.കെ. മെമ്മോറിയൽ ഗ്രന്ഥശാല രൂപീകരിക്കാനും ഗ്രന്ഥശാലാ സംഘത്തിന്റെ പിറവിക്കു വഴി തെളിക്കുവാനുമൊക്കെ ഇടവന്നത്. അതൊക്കെ പലരും പലവട്ടം പറഞ്ഞു കഴിഞ്ഞ കാര്യമാണല്ലോ. അമ്പലപ്പുഴയിൽ തന്റെ ജീവിത സഖിയെ കണ്ടെത്തി കുടുംബബന്ധം പുലർത്തി വേരുകൾ പടർത്തി എന്നുള്ളതും വിസ്മരിക്കുന്നില്ല. എന്തായാലും ആ യാത്ര

യുടെ ശുഭകരമായ തുടക്കം അമ്പലപ്പുഴയിൽ നിന്നായിരുന്നു. ആ വിചാരം ആ ജീവനാന്തം പണിക്കർ സാറിനുണ്ടായിരുന്നു. അത്പോലെ മറിച്ചും. എന്നുവെച്ചാൽ അമ്പലപ്പുഴക്കാർക്കും. അത്കൊണ്ട് തന്നെ ഞങ്ങൾ ഞങ്ങളുടെ അഭിമാനമായി പണിക്കർ സാറിനെ കണ്ടിരുന്നു. സ്നേഹിച്ചിരുന്നു. വരുമ്പോഴും കാണുമ്പോഴും പ്രസംഗിക്കുമ്പോഴുമൊക്കെ ആ സ്നേഹം തുറന്നു പ്രകടിപ്പിക്കുകയും ചെയ്തിരുന്നു. ആ പരിഭവവും പിണക്കഭാവവും പരാതി പറച്ചിലുമെല്ലാം അതിർവിട്ട ആത്മാർത്ഥതയിൽ നിന്ന് ഉയിർകൊള്ളുന്നതാണെന്ന് ഞങ്ങൾക്കു തന്നെ ബോധ്യമുണ്ടായിരുന്നു. ആ സ്നേഹവാത്സല്യങ്ങളുടെ നീരൊഴുക്കുകൾ ഒരിക്കലും ഉറവവറ്റാത്തതായിരുന്നു എന്ന് ഞങ്ങൾക്കുറപ്പുണ്ടായിരുന്നു. ആ മഹത് സാന്നിദ്ധ്യത്തിന്റെ ചൈതന്യം ഞങ്ങളുടെ പുണ്യമായിരുന്നു എന്നറിയാമായിരുന്നു. അങ്ങനെ എന്തെല്ലാമെന്തെല്ലാം.എല്ലാം ഇനി ഓർമ്മകൾ മാത്രം.

പരാർത്ഥനായ സ്വാർത്ഥൻ

പണിക്കർ സാർ അങ്ങേയറ്റം സ്വാർത്ഥനായിരുന്നു. നിസ്വാർത്ഥനായ കർമ്മയോഗി എന്നൊക്കെ വിശേഷിപ്പിച്ചു കേട്ടിട്ടുണ്ട്. സ്വകീയമായ താല്പര്യങ്ങളില്ലാതെ ജന്മനാട്ടിലെ ജനങ്ങളെ വായിക്കാനും വളരുവാനും വാതോരാതെ പറഞ്ഞു നടക്കുകയും ഒടുവിൽ അക്ഷരം പഠിപ്പിച്ച് നിരക്ഷരലക്ഷങ്ങളെ സാക്ഷരരാക്കുവാനലഞ്ഞ് ജന്മമടക്കുകയും ചെയ്ത പണിക്കർ സാറിന്റെ സ്വാർത്ഥത പരാത്ഥമായി ജീവിതം നയിക്കുന്നത് മാത്രമായിരുന്നു. ഒരു മാത്ര പോലും തന്റെ ഉദ്ദേശലക്ഷ്യങ്ങളിൽ നിന്ന് വിട്ട് തന്റേതുമാത്രമായ ഒരു ജീവിതത്തെക്കുറിച്ച് സങ്കൽപിക്കുവാൻ അദ്ദേഹത്തിനു കഴിഞ്ഞിരുന്നില്ല. ഇങ്ങനെയും ഒരു മനുഷ്യനോ? വീട്ടുകാരെക്കൊണ്ടു മാത്രമല്ല ഏറ്റെടുത്തിട്ടുള്ള പലരെക്കൊണ്ടും ഈ വിധത്തിൽ പറയിക്കുന്ന ഒരു പ്രകൃതക്കാരനായിരുന്നു അദ്ദേഹം. എന്തിന് അവസാന നാളുകളിൽ രോഗ പീഡിതനായി ആതുരാലയത്തിൽ കഴിയുമ്പോഴും വീട്ടിലേക്കല്ല ഓഫീസിലേക്ക് (കാൻഫെഡ്) പോകുവാനായിരുന്നു അവിടെക്കിടന്ന് മരിക്കുന്നെങ്കിൽ മരിക്കാനായിരുന്നു പണിക്കർ സാറിനു നിർബന്ധം. തന്റെ അന്ത്യശ്വാസം വരെ സാമൂഹ്യസേവന വ്യഗ്രനായ ഇതുപോലൊരു മനുഷ്യനെ ഏത് ചരിത്രത്തിലാണ് നാം കണ്ടിട്ടുള്ളത്. ഒരിടത്തും കാണുമെന്ന് തോന്നുന്നില്ല.

കർമ്മരംഗത്ത് പണിക്കർ സാറിന് എല്ലാവരും സ്വന്തക്കാരായിരുന്നു. ആരേയും അന്യനായി കാണാൻ കഴിയാതിരുന്ന അദ്ദേഹം ആരെക്കുറിച്ച് പറയുമ്പോഴും 'എന്റെ' എന്ന വിശേഷണത്തോടെ മാത്രമേ പറയാറുണ്ടായിരുന്നുള്ളു. ആ പ്രസംഗത്തിൽ നാം എത്ര തവണയാണ് കേട്ടിരിക്കുക എന്റെ മാമൻ മാപ്പിള, എന്റെ ടി.എം. വർഗ്ഗീസ്, എന്റെ പനമ്പിള്ളി, എന്റെ പറവൂർ ടി.കെ, എന്റെ ഇ.എം.എസ്, എന്റെ നായനാർ. എന്റെ ആന്റണി, എന്റെ സുധാകരൻ ഇങ്ങനെയൊക്കെ കേൾ

ക്കുമ്പോൾ ഇപ്പോൾ ചിരിവരും, എന്നാൽ ഈ സ്വാർത്ഥത ഈ നാടിനോടുള്ള കലർപ്പില്ലാത്ത ആത്മാർത്ഥതയിൽ നിന്ന് ഉയിർകൊണ്ടതാണെന്ന കാര്യത്തിൽ ഒരു തർക്കവും വേണ്ട.

ഉലയാത്ത വ്യക്തിബന്ധം

നാടായ നാടൊക്കെ വായനശാലയുണ്ടാക്കാൻ ഓടി നടന്നകാലം. ആ ഓട്ടത്തിനിടയിൽ കണ്ടുമുട്ടിയവരുമായി പണിക്കർ സാർ പുലർത്തിയ വ്യക്തി ബന്ധമാണ് സത്യത്തിൽ ഗ്രന്ഥശാലാ പ്രസ്ഥാനത്തിന്റെ വിജയത്തിന് വഴി തെളിച്ചത്. ഓരോ സ്ഥലങ്ങളിലുമുള്ള പ്രവർത്തകരുടെ പേരുപോലും മറക്കാതെ അവരുമായി അടുത്തിടപഴകുകയും അവരുടെ ആത്മാവിന്റെ ഒരു ഭാഗമായിത്തീരുകയും ചെയ്യുവാൻ പണിക്കർസാറിനു കഴിഞ്ഞു. ഇങ്ങനെ കഴിയുവാൻ നമ്മുടെ സാമൂഹ്യ സാംസ്കാരിക പ്രവർത്തകരിൽ എത്ര പേർക്ക് കഴിഞ്ഞിട്ടുണ്ട്. സത്യത്തിൽ ആ പ്രവർത്തകരായിരുന്നു പണിക്കർ സാറിന്റെ ബന്ധുക്കൾ. ഉറ്റവരും ഉടയവരും എന്നുകൂടി പറഞ്ഞാലേ ശരിയാവൂ.

നിഴൽപ്പാടുകൾ

പറയുമ്പോൾ എല്ലാം പറയണമെല്ലോ. 'ചില വീഴ്ച മഹാനു ശോഭയും മലയിൽ കന്ദരമെന്ന മാതിരി' എന്നല്ലേ കവിവാക്യം. ആ നീതിസാരത്തിൽ നിന്ന് പണിക്കർ സാറും മുക്തനായിരുന്നില്ല. അടുത്തിട്ടുള്ളവർക്കൊക്കെ അറിയാവുന്ന ഒരു കാര്യമാണ് അദ്ദേഹത്തിന്റെ മുൻശുണ്ഠി. ചെറിയ കാര്യം മതി. ചിലപ്പോൾ പെട്ടെന്ന് ക്ഷുഭിതനാകും. മുഖം ചുവക്കും. കണ്ണു നിറയും, ആ കണ്ണുനീരിൽ അമിതമായി ആരും ഒന്നും പറയുന്നത് സഹിക്കുവാൻ അദ്ദേഹത്തിന് കഴിയുമായിരുന്നില്ല. അതുപോലെ എത്ര പ്രസംഗിച്ചാലും അദ്ദേഹത്തിന് മതിയാകുമായിരുന്നില്ല. എല്ലാം അവിച്ഛിന്നമായ ഒരു ഇച്ഛാശക്തിയുടെ ആത്മസമർപ്പണ രേഖകളായി മാറിക്കഴിഞ്ഞു. ഇനി ഓർമ്മകൾ മാത്രം.

ആ ഓർമ്മകളുടെ പീലിത്തുണ്ടുകൾ പെറുക്കി എത്ര പണിപ്പെട്ടാലും പറന്നുപോയ ആ അക്ഷരക്കിളിയെ സ്വരൂക്കൂട്ടിയെടുക്കാൻ നമുക്കിനിയാവില്ല. മഹാന്ധതയിൽ നിന്ന് ഈ മലനാടിന്റെ ഹൃദയത്തെ തോറ്റിയുണർത്തിയ ആ കിളിനാദം നാമിനി കേൾക്കില്ല. അക്ഷര സ്വരൂപിണിയായ ജ്ഞാനദേവതയുടെ പ്രത്യക്ഷദൂതനായി നമ്മുടെ ഹൃദയാകാശങ്ങളിലലഞ്ഞു നടന്ന ആ സ്നേഹമയിയെ നാമിനി കാണില്ല. എങ്കിലും അതെ എങ്കിലും എന്ന ആ അർദ്ധവിരാമത്തിന്റെ അർത്ഥം തേടുമ്പോൾ സുഖദമായ ഒരു പനിനീർ കാറ്റ് എവിടെ നിന്നോ ആത്മാവിനെ തഴുകിയെത്തുന്നത് പോലെ. ആ അനുഭവം ഞങ്ങളുടേതാണ്. അതേ..... പണിക്കർ സാർ ഞങ്ങളുടേതായിരുന്നു.

അക്ഷരങ്ങളുടെ പ്രവാചകൻ

സാലു തൈക്കൂടൻ

മരണത്തിനു അമർത്തിപ്പിടിച്ചു കൊണ്ടുപോകാനാവാത്ത മഹത്വമേറിയ സ്മരണയാണ് പി.എൻ.പണിക്കർ. അക്ഷരങ്ങളുടെ ആ പ്രവാചകന്റെ പാദസ്പർശമേൽക്കാത്ത ആ സ്വരം കേൾക്കാത്ത മലയാള ഗ്രമവും നഗരവും ഇല്ല.

നീലമ്പേരൂർ ഗ്രാമത്തിലെ പുതുവായിൽ നാരായണപണിക്കരിൽ ചെറു ബാല്യത്തിലേ അക്ഷരങ്ങൾ അവയുടെ സ്നേഹദൂതനെ തിരിച്ചറിഞ്ഞു. ഗ്രാമത്തിലെ അരയാൽ ത്തറയിലിരുന്ന് ഗ്രാമീണർക്കായി 'ശ്രീ വാഴുംകോട്' പത്രം വായിച്ചുകൊടുത്തു കുരുന്നു പണിക്കർ. പുതുവായിൽ ഗോവിന്ദപ്പിള്ളയുടേയും ജാനകിയമ്മയുടേയും പുത്രൻ. കൊല്ല വർഷം 1804 കുംഭം 18ന് തിരുവാതിരനാളിൽ ജനനം. ആ അക്ഷര നക്ഷത്രത്തിന്റെ പ്രഭ എൺപത്തിയാറും വർഷം പിന്നിടുമ്പോഴും തെളിഞ്ഞേ വന്നു.

സ്വന്തം ഗ്രാമത്തിലും അടുത്തുള്ള സ്കൂളുകളിലുമായി പഠിക്കാൻ പോയ പണിക്കർ പഠിക്കന്നതത്രയും നാട്ടുകാർക്ക് കുടിയുള്ളതാണെന്ന് അറിഞ്ഞു. അക്ഷരം കൂട്ടിവായിക്കാൻ അറിയാത്തോർക്കായി വായിച്ചു കേൾപ്പിക്കാനിരുന്ന പണിക്കരിൽ നിന്ന് കേരളത്തിലെ ഗ്രന്ഥശാലാ പ്രസ്ഥാനത്തിന്റെ സ്ഥാപകസ്ഥാനീയനിലേക്ക് പിന്നെയും അധികം ദൂരം വേണ്ടി വന്നില്ല.

നീലംപേരൂരിലെ സനാതതധർമ്മഗ്രന്ഥ ശാലയായിരുന്നു പണിക്കരുടെ പ്രവർത്തനത്തിൽ സൂക്ഷിക്കാനായി ആദ്യമുത്ത്. നീലം പേരൂരിൽ നിന്ന് കോട്ടയം വരെ നടന്നു ചെന്ന് മാമൻ മാപ്പിളയെ കണ്ട് മലയാളമനോരമ പത്രം സൗജന്യമായി ഗ്രന്ഥശാലക്കു വേണ്ടി നേടിയടുത്തു പണിക്കർ. ആരേയും സ്വാധീനിക്കാൻ കഴിയുന്ന എന്തോ ഒരു പ്രത്യേകത അന്നേ അദ്ദേഹത്തിൽ നിറഞ്ഞിരുന്നു. അമ്പലപ്പുഴ സ്കൂളിലേക്ക് സ്ഥലം മാറിച്ചെന്ന ആ പ്രൈമറി സ്കൂൾ അധ്യാപകന്റെ മനസ്സിൽ കേരളത്തിന്റെ സാംസ്കാരിക ചക്രവാളത്തിൽ മാരിവിൽ പ്രഭ ചൊരിയാനുള്ളമായാദണ്ഡുമുണ്ടായിരുന്നു.

അമ്പലപ്പുഴ പി.കെ. വിലാസം ഗ്രന്ഥശാലയായിരുന്നു പണിക്കരെ കേരളത്തിന്റേതാക്കി മാറ്റിയത്. അമ്പലപ്പുഴ സ്വദേശിയായിരുന്ന സാഹിത്യ പഞ്ചാനൻ പി.കെ നാരായണപിള്ള ഹൈക്കോടതി ജഡ്ജി ആയിരുന്ന കാലത്ത് സാഹിത്യപഞ്ചാനൻ വായനശാല സ്ഥാപിച്ചു. അതിനു ആറുമാസത്തെ ആയുസ്സ് കിട്ടിയില്ല. അവിടെയാണ് പി.എൻ.

പണിക്കർ എന്ന പ്രൈമറി സ്കൂൾ അധ്യാപകൻ ശ്രീകൃഷ്ണസ്വാമി ക്ഷേത്രത്തിന്റെ തെക്കേ നടയിൽ ഒരു രൂപ വാടകക്ക് ഒരു ഷെഡിൽ പി.കെ. വിലാസം വായനശാലക്ക് തുക്കം കുറിച്ചത്. പരിഹാസങ്ങൾക്കും വെല്ലുവിളികൾക്കും നടുവിലൂടെ പണിക്കർ നടന്നുകയറി. തിരുവന്തപുരം വരെ നടന്നു ചെന്നുപോലും വായനശാലക്ക് പണം പിരിച്ചു. രണ്ടു സെന്റ് സ്ഥലവും ഇരുനില കെട്ടിടവും പണിക്കരുടെ വിയർപ്പിൽ കുതിർന്നതാണ്.

അക്കാലത്ത് ദേശീയപ്രക്ഷോഭത്തിന്റെ ചൂടിലമർന്നിരുന്നു അമ്പലപ്പുഴയും. കെ.കെ കുഞ്ചുപ്പിള്ളയെപ്പോലുള്ള സ്റ്റേറ്റ് കൊൺഗ്രസ്സ് നേതാക്കൾ പി.കെ. വിലാസം ഗ്രന്ഥശാലക്ക് കരുത്തായിരുന്നു.

ഫലംഗ്രന്ഥശാലാ സെക്രട്ടറിയായ പണിക്കർക്ക് പീരുമേട്ടിലേക്കു സ്ഥലം മാറ്റം. ഒരാഴ്ചക്കകം സ്ഥലമാറ്റം റദ്ദാക്കി പണിക്കർ അമ്പലപ്പുഴയിലെത്തി.

തിരുവിതാംകൂറിലുണ്ടായിരുന്ന 47 ഗ്രന്ഥശാലകളെ പങ്കെടുപ്പിച്ച് പണിക്കർ അണിയറശില്പിയായി 1945 സെപ്തംബർ 14 നു നാന്ദികുറിച്ചതാണ് ഇന്നത്തെ സംഘടിത ഗ്രന്ഥശാല പ്രസ്ഥാനം. പി.എൻ. പണിക്കർ തന്നെയായിരുന്നു തിരുവിതാംകൂർ ഗ്രന്ഥശാലാ സംഘത്തിന്റെ ആദ്യത്തെ കൺവീനർ. 1946 അവസാനം അമ്പലപ്പുഴയിൽ നിന്നും സംഘം ഓഫീസ് തിരുവനന്തപുരത്തേക്ക് കൊണ്ടുവന്നു. കയ്യിലൊതുങ്ങിയ കുറേ കടലാസുതുണ്ടുകൾ. ശ്രീ ചിത്തിരതിരുനാൾ വായനശാല സെക്രട്ടറി വായനശാല കേശവപിള്ള അലമാരയുടെ ഒരു തട്ട് നൽകി. പി.എൻ. പണിക്കരുടെ ഓഫീസ്.

സംഘം സെക്രട്ടറിയായ പി.എൻ പണിക്കരെ ചീഫ് ഓർഗനൈസറായി നിയമിച്ചു. അധ്യാപകനായ പണിക്കരുടെ സേവനംഗ്രന്ഥശാലാ സംഘത്തിനു സർക്കാർ വിട്ടുകൊടുത്തു. സംഘത്തിന്റെ ഓഫീസ് തേടിയുള്ള അലച്ചിലായിരുന്നു പിന്നീട്. സംസ്കൃതകോളേജ് വളപ്പിൽ തുളസിവനം ബംഗ്ലാവിൽ ഇങ്ങനെ പലയിടത്തും സംഘം ഓഫീസുമായി അലഞ്ഞ് ഒടുവിൽ തിരുവനന്തപുരം പബ്ലിക് ലൈബ്രറി വളപ്പിൽ ഇടം കണ്ടെത്തി.

ചരിത്രത്തിന്റെ പരിണാമത്തിൽ കേരള ഗ്രന്ഥശാലാ സംഘമായ 1945 മുതൽ 1977 വരെ ഗ്രന്ഥശാലാ സംഘത്തിന്റെ തെരഞ്ഞെടുക്കപ്പെട്ട ജനറൽ സെക്രട്ടറിയായിരുന്നു പി.എൻ പണിക്കർ. 47 ഗ്രന്ഥശാലകളുടെ കൂട്ടത്തെ അയ്യായിരത്തിലേറെ വരുന്ന ഗ്രന്ഥപ്പുരകളുടെ ശൃംഖലയാക്കി വളർത്തിയെടുത്തതിന്റെ ഓജസ്സ് പണിക്കരുടേതായിരുന്നു. 1970 ൽ ഗ്രന്ഥശാലാ സംഘത്തിന്റെ രജതജൂബിലി ആഘോഷത്തോടെ വായിച്ചുവളരുക എന്ന മുദ്രാവാക്യം കന്യാകുമാരി മുതൽ കാസർഗോഡു വരെ പ്രചരിപ്പിച്ചത് പണിക്കരാണ്. ഇന്ത്യയിലാദ്യമായി സാക്ഷരതാപ്രവർത്തനത്തിന് യുനസ്കോയുടെ ക്രൂപ്സ്ക്കായ് അവാർഡ് 1975 ൽ ഗ്രന്ഥശാലാ സംഘത്തെ തേടിയെത്തിയപ്പോൾ ആ അഭിമാ

നത്തിനും ഏറെ അവകാശിയാവുന്നതും പണിക്കർ തന്നെ.

1948 ൽ ഗ്രന്ഥശാലാ സംഘത്തിന്റെ മുഖപത്രമായ ഗ്രന്ഥാലോകം മാസിക തുടങ്ങാൻ മുൻകയ്യെടുത്തു. സാക്ഷരകേരളം എന്ന പ്രസിദ്ധീകരണത്തിന്റെ തുടക്കക്കാരനുമായി 1972 ലും 78 ലും 85 ലും പണിക്കർ നടത്തിയ പദയാത്ര ചരിത്രമായി മാറുകയും ചെയ്തു.

1977ൽ ഗ്രന്ഥശാലാ സംഘത്തിന്റെ ഭരണം ചില കാരണങ്ങളാൽ ഗവൺമെന്റ് ഏറ്റെടുത്തു. കൺട്രോൾ ബോർഡ് സംവിധാനം നിലവിൽ വന്നു. ആദ്യത്തെ ഫുൾടൈം മെമ്പർ പി.എൻ പണിക്കർ തന്നെ ആയിരുന്നെങ്കിലും വളരെക്കുറച്ചുകാലത്തേക്കു മാത്രമായിരുന്നു 1977 ൽ ഗ്രന്ഥശാലാ സംഘം വിട്ട് പണിക്കർ അനൗപചാരിക വിദ്യാഭ്യാസത്തിന്റേയും സാക്ഷരതാ പ്രവർത്തനത്തിന്റേയും ദൗത്യവാഹകനായി കാൻഫെഡ് സ്ഥാപിച്ചു. സ്റ്റേറ്റ് റിസോഴ്സ് സെന്ററിന്റെ ഓണററി എക്സിക്യൂട്ടീവ് ഡയറക്ടറായി, സംസ്ഥാന സാക്ഷരതാ സമിതി, വനസംരക്ഷണ സമിതി, സാഹിത്യ പരിഷത്ത് എന്നിവയിലൊക്കെ അംഗമായിരുന്നു.

ഗ്രന്ഥശാലാ പ്രവർത്തനത്തിന്റെയും സാക്ഷരതാ പ്രവർത്തനത്തിന്റേയും ഭാഗമായി പതിനഞ്ചോളം പുസ്തങ്ങൾ പണിക്കർ രചിച്ചു. സി. കേശവൻ, ആർ ശങ്കർ, പനമ്പിള്ളി ഗോവിന്ദമേനോൻ, പറവൂർ ടി.കെ തുടങ്ങിയ ജനനേതാക്കളുമൊത്ത് പ്രവർത്തിച്ച പണിക്കർ ‘എന്നെ തലോടിയ ശ്രീരാമന്മാർ’ എന്ന പുസ്കതം പൂർത്തിയാക്കാതെയാണ് പിരിഞ്ഞത്. കാൻഫെഡ് ന്യൂസ്, നാട്ടുവെളിച്ചം, നമ്മുടെ പത്രം എന്നിവയുടെ എഡിറ്ററും പ്രസാധകനുമായിരുന്നു.

ഭാര്യ ചെമ്പകക്കുട്ടിയമ്മ 1992 ൽ അന്തരിച്ചു.

ഓർത്താൽ ഒരു കാരണവരായിരുന്നു. എന്റെ കുഞ്ഞേ എന്ന വിളിയോടെ അകൽച്ചകളില്ലാത്ത വിനയവാനാകുന്നു. വഴങ്ങാത്ത മനസ്സുമായി കണക്കുകൾ നോക്കുന്ന തറവാട്ടു കാരണവരുടെ ധാർഷ്ട്യവും മധുരമൂറുന്ന സംഭാഷണവും, കാരുണ്യം നിറയുന്ന കണ്ണുകളും എത്രയും ലാളിത്യമാർന്ന പെരുമാറ്റവും. നമ്മെ ഏതുപണിയും എടുപ്പിക്കാൻ കഴിയുന്ന സംഘാടകൻ. മനസ്സിൽ കുറിച്ചിടുന്നത് എത്ര പണിപ്പെട്ടായാലും നേടാവുന്ന നയതന്ത്രജ്ഞൻ. കേരളത്തിലെ വായനശാലകൾക്കും ഗ്രന്ഥാലയങ്ങൾക്കും സംഘടിത സ്വഭാവം ഉണ്ടാക്കിക്കൊടുത്ത് ഗ്രന്ഥശാലാ പ്രവർത്തകരുടെ മുന്നിൽ എന്നും മാർഗ്ഗദീപമായ പണിക്കർക്ക് സമനെ കണ്ടെത്തുക വയ്യ.

1993 ൽ ആയിരം പൂർണ്ണ ചന്ദ്രനെകണ്ട് ശതാഭിഷിനായ പണിക്കർ സാർ എന്ന മനുഷ്യൻ മലയാളിക്ക് അമൂല്യമായ ഒരു സമ്പത്താണ്. അവാർഡുകൾക്കും അംഗീകാരങ്ങൾക്കും പിന്നാലെ ഓടാതെ അതിപ്രഗത്ഭൻമാരെ വരെ സ്വാധീനിച്ച പണിക്കർ ഗ്രന്ഥശാലാ പ്രസ്ഥാനെമെന്ന മലയാളിയുടെ സാംസ്കാരിക തറവാട് കെട്ടിയുയർത്തി.

ആ അക്ഷര നക്ഷത്രം 1995 ജൂൺ 19 ന് അനേക വർഷത്തേക്കുള്ള പ്രകാശം ബാക്കി വെച്ച് മരണത്തിന്റെ കൂടെ പോയി.

മരണം ഇവിടെ തോൽക്കുന്നു

പട്ടം ജി. രാമചന്ദ്രൻ നായർ

സാഹിത്യരംഗം വായനക്കാരും എഴുത്തുകാരും പ്രസാധകരും ചേർന്ന ഒരു ത്രിവേണി സംഗമമാണ്. ഈ മൂന്നു മേഖലയും സമ്പുഷ്ടമാക്കുന്നതിൽ നിസ്തുല സംഭാവനകളർപ്പിച്ച മഹാപുരുഷനായിരുന്നു ഗ്രന്ഥശാലാ സംഘത്തിന്റെ സ്രഷ്ടാവും പരിപോഷകനുമായിരുന്ന പി.എൻ. പണിക്കർ.

ബുദ്ധിയും സംസ്കാരവും ദീർഘവീക്ഷണവും നിശ്ചയദാർഢ്യവും ഓജസ്സാർന്ന സംഘടനാ പാടവവും കൊണ്ട് കൊടി നാട്ടേണ്ടിടത്തെല്ലാം കൊടിനാട്ടി. ചങ്ങനാശ്ശേരി താലൂക്കിൽ നിലംപേരൂർ ഗ്രാമത്തിൽ പുതുവായിൽ കുടുംബത്തിൽ 1909 മാർച്ച് ഒന്നിന് പി.എൻ പണിക്കർ ജനിച്ചു. തീണ്ടൽ, തൊടീൽ എന്നീ അനാചാരങ്ങൾ മൂർധന്യാവസ്ഥയിലായിരുന്ന കാലം. സവർണ്ണ വിഭാഗം വിദ്യാർത്ഥികൾ വിദ്യാലയങ്ങളിൽ നിന്ന് മടങ്ങിവന്നാൽ ദേഹശുദ്ധി വരുത്തിയാലേ വീട്ടിനുള്ളിൽ പ്രവേശിക്കാവൂ എന്നൊരു ആചാരം അക്കാലത്ത് നിലനിന്നിരുന്നു. പക്ഷേ ഈ ആചാരങ്ങളൊന്നും അനുഷ്ഠിക്കാത്ത കുടുംബമായിരുന്നു പി.എൻ പണിക്കരുടേത്. ഒരു വിശാല വീക്ഷണം ആ കുരുന്നു ഹൃദയത്തിൽ വേരൂന്നി വളർന്നിരുന്നു.

ചങ്ങനാശ്ശേരി ഹൈസ്കൂളിൽ നിന്ന് ജെ.എസ്.എൽ.സി പരീക്ഷയിൽ പി.എൻ പണിക്കർ അഭിമാനാർഹമായ വിജയം കൈവരിച്ചു. പക്ഷേ സാമ്പത്തിക ക്ലേശം ഉപരി വിദ്യാഭ്യാസത്തിനു വിഘാതമായി. ഒരു മാസത്തിനുള്ളിൽ അധ്യാപകനായി ജോലിയിൽ പ്രവേശിക്കുകയും ചെയ്തു. അധ്യാപക വൃത്തിക്കിടയിൽ വിവധരംഗങ്ങളിൽ സേവനനിരതനായ പണിക്കർ മലയാളം വിദ്വാൻ പരീക്ഷയ്ക്കും ഹിന്ദി പഠനത്തിനും സമയം കണ്ടെത്തി. ഹരിജനോദ്ധാരണ പ്രവർത്തനങ്ങളിലും ഗ്രന്ഥശാലാ പ്രസ്ഥാനത്തിന്റെ പുരോഗതിക്ക് വേണ്ടിയും ഇടതടവില്ലാത്ത പ്രവർത്തനങ്ങളിൽ പിന്നീടദ്ദേഹം മുഴുകി. അതിനിടയിലും നിത്യേന രണ്ടു മൂന്നു മണിക്കൂർ പഠനത്തിനായി നീക്കിവെക്കുമായിരുന്നു.

മാഹാത്മജി അഖിലേന്ത്യാതലത്തിൽ ഹരിജനോദ്ധാരണം മുഖ്യ കർമ്മ പരിപാടിയായി ആവിഷ്കരിച്ച് നടപ്പാക്കുന്ന കാലം. പി.എൻ പണിക്കർ തന്റെ ഗ്രാമത്തിലെ ഹരിജനങ്ങളുടെ ഉന്നമനത്തിനായുള്ള പ്രവർത്തനങ്ങൾക്ക് പ്രാരംഭം കുറിച്ചു. ഹരിജന സേവാസമിതി എന്നൊരു സംഘടനക്ക് രൂപം കൊടുത്തു. നീലംപേരൂർ ഭഗവതി ക്ഷേത്രത്തിന് സമീപത്തുള്ള ആൽത്തറ അക്കാലത്ത് നാട്ടുകാരിൽ ചില പ്രമു

ഖരുടെ വിശ്രമ കേന്ദ്രം കൂടിയായിരുന്നു. പി.എൻ. പണിക്കർ വ്യക്തമായ ഉദ്ദേശത്തോടുകൂടി തന്നെ അവരുടെ ഇടയിലേക്ക് കടന്നു ചെല്ലുകയും അവരിൽ പത്രപാരായണത്തിനുള്ള താൽപര്യം ജനിപ്പിക്കുകയുണ്ടായി. അവർക്ക് നിത്യേന പത്രം വായിച്ചുകൊടുക്കുക ഒരു ശീലമാക്കിയതോടൊപ്പം അവരിൽ മഹനീയമായ ആശയങ്ങളും ആദർശങ്ങളും ഉണർത്തുന്നതിലും ശ്രദ്ധവെച്ചു. സ്വന്തമായൊരു വായനശാലയും അതിനൊരു മന്ദിരവും ഉണ്ടാക്കണമെന്ന പണിക്കരുടെ അഭിലാഷത്തിന് കരുത്ത് പകരാൻ ആൽത്തറയിലെ സംഗമവും ഏറെ സഹായകമായി. പക്ഷേ അവരിൽ പലരും സാമ്പത്തികമായി പിൻനിരക്കാരായിരുന്നു. മുഴുവൻ പേരെയും സഹകരിപ്പിച്ച് വായനശാലാ മന്ദിരത്തിന് സാമ്പത്തികാടിത്തറ സജ്ജമാക്കുന്നതിനുള്ള കൂട്ടായ യത്നത്തിൽ അദ്ദേഹം വ്യാപൃതനായി.

പി.എൻ പണിക്കരുടെ ഡയറിയിൽ നിന്ന്

വടക്കേ മലബാറിൽ

26–5–57 'രാവിലെ ഒൻപതുമണിക്ക് തലശ്ശേരിയിലെത്തി. എ. ബാലഗോപാലനും കോഴിക്കോട്ടു നിന്നു ഒൻപതുമണിക്കു തലശ്ശേരിയിലെത്തി. 9.30 നു കോട്ടയം താലൂക്കുലൈബ്രറി പ്രതിനിധികളുടെ യോഗം കൂടി, ശ്രീ ബാലഗോപാലൻ യോഗം തുടങ്ങുന്നതിനു മുമ്പ് കണ്ണൂർ യോഗത്തിന് (നാളെ) വ്യവസ്ഥ ചെയ്യുന്നതിനു അങ്ങോട്ടു പോയി. യോഗത്തിൽ എല്ലാവിധകാര്യങ്ങൾക്കും ഞാൻ സംസാരിച്ചു. ഒരുമണിക്കു യോഗം അവസാനിച്ചു. അനന്തരം താഴെപ്പറയുന്ന ഗ്രന്ഥശാലകൾ സന്ദർശിച്ചു. ഗുരുദേവവിലാസം, പാട്യം, സുഹൃൽജന വായനശാല മോകേരി, (ഇങ്ങോട്ടേയ്ക്ക് ഒന്നര മൈൽ നടന്നാണ് ഞാൻ പോയത്.) പൊതുജനസേവാസംഘം തലായി, ശ്രീ നാരായണവായനശാല, പുന്നോൽ, പാറാൽ പൊതുജനവായനശാല, നെട്ടിമ്പ്രം പൊതുവായനശാല, കോടിയേരി പൊതുജനവായനശാല ദേശീയ സുഭാഷ് വായനശാല കോടിയേരി, സ്പോർട്ടസ് യൂത്ത ലൈബ്രറി തിരുമങ്ങാട് കൊിയേരി, മൂഴിക്കര ഈ വായനശാലകളുടെ പ്രവേശനഫാറവും ഫീസും വാങ്ങി, രണ്ടു ലൈബ്രറിയ്ക്കു ശേഷമുള്ള മറ്റു ലൈബ്രറികൾ ഒരു ടാക്സി പിടിച്ചാണ് സന്ദർശനം നടത്തിയത്. യൂണിയൻ സെക്രട്ടറി ശ്രീ. ഐ.വി ദാസും ഉണ്ടായിരുന്നു. ഈ യോഗത്തിൽവച്ചു കേരള ഗ്രന്ഥശാലാ സംഘം പ്രവർത്തനത്തപ്പറ്റിയുള്ള അഭിനന്ദനം ഐക്യകണ്ഠേന പാസാക്കി. ഒരു അഡ്ഹോക്ക് കമ്മിറ്റിയെ തെരഞ്ഞെടുത്തു.

'രാത്രി ഒൻപതുമണിക്ക് തിരിച്ച് തലശ്ശേരിയിൽ വന്നു വിശ്രമിച്ചു. അപ്പോൾ മി: ഗുപ്തൻ നായരേയും അമ്പ്രോസിനേയും കണ്ടു. ഞാൻ എടുത്ത മുറിയിൽ ഞങ്ങൾ വിശ്രമിച്ചു.'